சூரிய மண்டல விந்தைகள்

AF764875

என்.ராமதுரை

சூரிய மண்டல விந்தைகள் என்னும் தலைப்பிலான கட்டுரைத் தொடர் தினமணி நாளேட்டின் வார இதழான 'சிறுவர் மணி'யில் 1999–2000-ல் வெளிவந்தது. குரு என்னும் புனைப்பெயரில் இக்கட்டுரைத் தொடரை எழுதிய என்.ராமதுரை 40 ஆண்டுகளுக்கும் மேலாகப் பத்திரிகைத்துறையில் அனுபவம் கொண்டவர். பல அறிவியல் நூல்களையும் கட்டுரைகளையும் எழுதியுள்ளவர். அவரது இரு நூல்கள் விருது பெற்றவை. அறிவியல் எழுத்தாளர் என்ற முறையில் தேசிய விருது பெற்றவர்.

ராமதுரை 1953-ல் தினத்தந்தி நாளேட்டில் உதவி ஆசிரியராகச் சேர்ந்து பின்னர் நவமணி, தினமணி ஆகிய நாளேடுகளில் பணியாற்றியவர். ஆங்கிலச் செய்தி நிறுவனம் ஒன்றிலும் பணியாற்றியவர். தினமணியின் செய்தி ஆசிரியராக 1991-ல் ஓய்வு பெற்றார்.

தினமணி நாளேடு 1988 முதல் 1992 வரை அறிவியலுக்கு என்றே தனி வார இதழை வெளியிட்டு, தமிழ்ப் பத்திரிகை உலகில் வரலாறு படைத்தது. ராமதுரை அந்த வார இதழின் பொறுப்பாசிரியராக இருந்தார். 1989-ல் அமெரிக்க அரசின் அழைப்பின் பேரில் அமெரிக்காவில் ஒரு மாதமும், கூடவே பிரிட்டிஷ் அரசின் அழைப்பின் பேரில் அந்த நாட்டில் 10 நாட்களும் சுற்றுப்பயணம் மேற்கொண்டார். நாடு திரும்பியதும் தன் சுற்றுப்பயணம் தொடர்பாக அவர் எழுதிய கட்டுரைகள் 'தினமணி கதிர்' வார இதழில் வெளியாகின.

செய்திப் பத்திரிகையாளராக, ஆப்கன் போரின் போதும் ஈராக் போரின் போதும் அவர் தினமணி நாளேட்டில் தொடர் கட்டுரைகளை எழுதினார்.

ஓய்வு பெற்ற பிறகு இவர் நாளேடுகளில் அறிவியல் தொடர்பான கட்டுரைகளை எழுதி வருகிறார். அறிவியல் கட்டுரைகளை எழுத வலைப்பதிவு ஒன்றையும் நடத்தி வருகிறார்.

சூரிய மண்டல விந்தைகள்

என்.ராமதுரை

கிழக்கு

சூரிய மண்டல விந்தைகள்
Sooriya Mandala Vindhaigal
by *N.Ramadurai* ©

First Edition: May 2016
208 Pages
Printed in India.

ISBN: 978-93-84149-85-7
Title No: Kizhakku 923

Kizhakku Pathippagam
177/103, First Floor,
Ambal's Building, Lloyds Road
Royapettah, Chennai 600 014.
Ph: +91-44-4200-9603

Email : support@nhm.in
Website : www.nhm.in

kizhakkupathippagam
kizhakku_nhm

Author's Email : nramadurai@gmail.com

Photos Courtesy: Shutterstock, Wikimedia Commons, ISRO, NASA.

Kizhakku Pathippagam is an imprint of New Horizon Media Private Limited

என் தாயார் நாகலட்சுமிக்கு

பொருளடக்கம்

முகவுரை

இது அதிவேக யுகம். சம்பாதிப்பதில், பொருள் சேர்ப்பதில், புகழ் ஈட்டுவதில் நாட்டம் அதிகம். நின்று நிதானித்து எதையும் ஆழ்ந்து சிந்திக்க, பார்த்து ரசிக்கப் பொறுமை இல்லை. ஆனால் பல நூற்றாண்டுகளுக்கு முன்னர் மனிதனின் அன்றாட அலுவல் சுமைகளைக் குறைக்க வசதிகள் இல்லாத நிலையிலும், ஆழ்ந்து சிந்திக்க அவனிடம் நேரம் இருந்தது.

இரவு வேளைகளில் வீட்டுக்குள் வெறும் எண்ணெய் விளக்கு. தெருவிலோ அதுவும் இல்லை. இருட்டியதும் உணவை முடித்துக்கொண்டு வீட்டு வாசலில் உட்கார்ந்தால் பொழுது போக எதுவும் இல்லை. பலர் வானை வெறித்துப் பார்த்தபடி உட்கார்ந்தனர். அவர்களில் சிந்தனையாளர்கள் சிலர் இருந்தனர். அவர்கள் வானில் அவ்வப்போது இடம் பெயர்ந்த கிரகங்களை உற்றுக் கவனிக்க ஆரம்பித்தனர். அவற்றின் இடப்பெயர்ச்சியைக் குறித்துவைத்து அவை மீண்டும் வானில் அதே இடத்துக்கு வர எவ்வளவு காலம் ஆகிறது என்பதைக் கணக்கிட்டனர். இவ்விதமாகத்தான் வானவியல் தொடங்கியது.

அறிவியலில் எவ்வளவோ பிரிவுகள். ஆனால் இவை அனைத்துக்கும் மூத்தது வானவியலே. அந்த வானவியலைச் சார்ந்து உண்டானதுதான் ஜோதிடம். நம்மில் பலருக்கும் சுக்கிர தசை பற்றித் தெரியும். செவ்வாய் தோஷம் பற்றித் தெரியும். அஷ்டமத்து சனி பற்றியும் தெரியும். ஆனால் இரவு வானில் இந்தக் கிரகங்களை அடையாளம் காட்டத் தெரியாது.

இன்று நாம் சந்திரனை எட்டிப் பிடித்துவிட்டோம். செவ்வாய்க்கு ஒரு விண்கலத்தை அனுப்பிவிட்டோம்.

எல்லாருமே சந்திரனுக்கு அல்லது செவ்வாய்க்குச் செல்ல முடியாதுதான். ஆனால் வானத்துக் கிரகங்களைப் பற்றி ஓரளவேனும் அறிந்துகொள்வது என்பது அனைவருக்கும் சாத்தியமான விஷயமே. அவ்விதம் அறிந்துகொள்ள ஆர்வம் உள்ளவர்களுக்காக எழுதப்பட்டது இந்நூல். தினமணி சிறுவர் மணியில் கட்டுரைத் தொடராக முதலில் வெளியானது.

பள்ளி அல்லது கல்லூரிப் படிப்புடன் அறிவை வளர்த்துக்கொள்வது முடிந்துவிட வேண்டியதில்லை. இன்றைய யுகத்தில் அறிவை வளர்த்துக்கொள்ள, ஆங்கிலம் அறிந்தவர்களுக்கு இணையம் நிறைய வாய்ப்புகளைத் தருகிறது. தமிழிலும் இவ்விதம் வாய்ப்புகள் பெருக வேண்டும் என்பதற்காகவே இப்புத்தகம் எழுதப்பட்டுள்ளது.

என்.ராமதுரை

சென்னை

1

புதன்

ஒரே நாளில் இரண்டு சூரிய உதயம்

சூரியனிலிருந்து தொடங்கினால் முதலில் இருப்பது புதன் கிரகமே. இதற்கு ஆங்கிலத்தில் மெர்குரி என்று பெயர். வார நாட்களில் நடுவில் இருப்பது புதன்கிழமை. புதன் கிரகத்தை வைத்துத்தான் அந்தப் பெயர் ஏற்பட்டுள்ளது.

புதன் கிரகத்துக்கு மனிதன் சென்றது கிடையாது. ஆனால் மனிதன் உருவாக்கிய ஆளில்லா விண்கலங்கள் புதன் கிரகத்தின் அருகில் சென்று பல தகவல்களைச் சேகரித்து நமக்கு அளித்துள்ளன.

புதன் கிரகத்தில் நாம் குறிப்பிட்ட ஓரிடத்தில் இருக்கிறோம் என்று வைத்துக்கொள்வோம். நீண்ட இரவு விடியப் போகிறது. புதன் கிரகத்தில் உதயசூரியன் எப்படி இருக்கிறது என்று பார்க்க நமக்கு ஆசை. கிழக்குத் திசையை நோக்கி ஆவலாகப் பார்த்தபடி வசதியான நமது விண்கலத்துக்குள் உட்கார்ந்துகொண்டிருக்கிறோம். சற்று நேரத்தில் கிழக்குத் திசையின் அடிவானில் சூரியன் தலைகாட்டுகிறது. சூரிய ஒளித்தட்டு முழுமையாக அடிவானத்திலிருந்து வெளியே லேசில் வருவதாக இல்லை. சில மணி நேரம் காத்திருக்க வேண்டியிருக்கிறது. இது ஏன் என்பதைப் பின்னர் பார்ப்போம்.

சூரியன் இப்போது முழுவதுமாக வெளியே வந்துவிட்டது. அப்பாடியோவ்! சூரியன் எவ்வளவு பெரிதாக இருக்கிறது. சினிமா தியேட்டரில் 70 எம்.எம். திரைக்குப் பக்கத்தில் நின்று அண்ணாந்து பார்த்தால் முகங்கள் பெரிது பெரிதாகத் தெரிகிறமாதிரி புதன் கிரகத்து வானில் சூரியன் மிகப் பெரிதாகக் காட்சி அளிக்கிறது. பூமியில் பார்த்துப் பழக்கப்பட்ட சூரியனைவிடப் பல மடங்கு பெரியதாக இருக்கிறது.

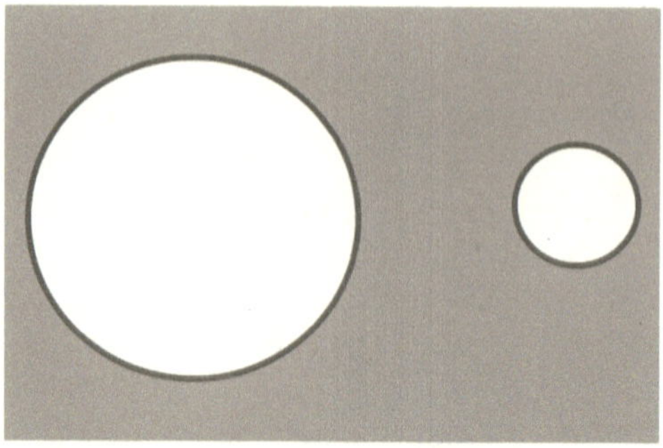

புதன் வானில் சூரியன் | பூமியின் வானில் சூரியன்

காரணம், நாம் ஆரம்பத்தில் குறிப்பிட்டபடி பூமியைவிட புதன் கிரகம் சூரியனுக்கு அருகில் இருப்பதுதான்! புதன் கிரகத்து வானில் பிரம்மாண்டமான சூரியனைப் பார்த்து பிரமித்துப்போன நாம் விண்கலத்துக்கு உள்ளாக வேறு பணிகளைக் கவனிக்கிறோம். பூமியின் கணக்குப்படி சில நாள்கள் கழிகின்றன. சூரியன் அடிவானத்திலிருந்து ஓரளவு உயரமே எழும்பியுள்ளதைக் கவனிக்கிறோம். புதன் கிரகத்து வானில் சூரியன் மெதுவாகவே நகருகிறது. வேறு வேலைகளை முடித்துவிட்டு மறுபடி கிழக்குத் திசையைக் கவனிக்கிறோம். மற்றொரு அதிசயம் நிகழ்கிறது.

கிழக்கில் உதித்த சூரியன் மறுபடி அடிவானத்தை நோக்கிக் கீழே இறங்குகிறது. கிழக்குத் திசையிலேயே அஸ்தமனம் ஆகிறது! கிழக்கே உதித்த சூரியன் மீண்டும் கிழக்கிலேயே அஸ்தமித்து மறைவது நமக்கு வியப்பாக இருக்கிறது!

பூமியில் சூரியன் கிழக்கே உதிப்பது நமக்குத் தெரியும். வழக்கமாக அது மேற்குத் திசையில்தான் அஸ்தமிக்கும். புதன் கிரகத்தில் இது என்ன அதிசயம்? மண்டை குழம்புகிறது. கிழக்கே உதித்து சிறிது நேரத்தி லேயே அஸ்தமித்த சூரியன், வேடிக்கையான வகையில் இரண்டாவது தடவையாக மீண்டும் உதிக்கிறது.

இது ஏன் நடக்கிறது?

நீங்கள் ரயிலில் ஜன்னல் ஓரத்தில் உட்கார்ந்துகொண்டிருக்கிறீர்கள். பக்கத்துத் தண்டவாளத்தில் இன்னொரு ரயில் வண்டி. அதுவும் உங்கள் ரயில் செல்லும் அதே திசையில் செல்கிறது. உங்கள் வண்டியின் வேகம் அதிகரிக்கிறது. ஜன்னல் வழியே பார்த்தால் அடுத்த வண்டியின் எஞ்சின் டிரைவரைப் பார்க்க முடிகிறது. பிறகு உங்கள் வண்டியின்

வேகம் குறைந்து பின்னுக்குத் தங்கிவிடுகிறது. மறுபடி உங்கள் ரயில் வேகம் பிடித்து முந்துகிறது. நீங்கள் ஜன்னல் வழியே அடுத்த வண்டியின் எஞ்சின் டிரைவரை இரண்டாம் தடவை பார்க்கிறீர்கள். கிட்டத்தட்ட இதுமாதிரிதான் புதனில் இரண்டு சூரிய உதயங்கள் ஏற்படுகின்றன.

பூமியில் சூரிய உதயம் எப்படி நிகழ்கிறது என்பது உங்களுக்குத் தெரியும். உருண்டை வடிவில் உள்ள பூமி, தனது அச்சில் மேற்கிலிருந்து கிழக்கு நோக்கிச் சுழல்வதால் சூரிய உதயம் ஏற்படுகிறது. அஸ்தமனத்துக்கும் இதுவே காரணம். மற்றபடி, பூமியுடன் ஒப்பிடும்போது சூரியன் எப்போதும் இருக்கிற அதே இடத்தில்தான் உள்ளது. புதனும் பூமியைப்போல் மேற்கிலிருந்து கிழக்கு நோக்கிச் சுழல்வதால் முதல் சூரிய உதயம் ஏற்படுகிறது. இரண்டாவது சூரிய உதயத்துக்கு வேறு விசேஷக் காரணம் உள்ளது.

பூமியைப் போலவே புதனும் தனது அச்சில் சுழல்வதுடன் சூரியனையும் சுற்றி வருகிறது. புதன் இப்படித் தனது பாதையில் செல்லும்போது குறிப்பிட்ட கால கட்டத்தில் மிக வேகமாகப் போகிறது. இதனால் அதன் சுழற்சி வேகத்தைவிட அதன் சுற்றுப்பாதை வேகம் மிக அதிகமாக உள்ளது. எனவே ஒருமுறை உதித்த சூரியன் பிறகு மறைந்து மீண்டும் இரண்டாவது முறை உதிக்கின்ற நிலை ஏற்படுகிறது.

புதன் கிரகம் தனது சுற்றுப்பாதையில் சில சமயங்களில் சூரியனுக்கு மிக அருகில் உள்ளது. வேறு சமயங்களில் சற்றுத் தள்ளி அமைகிறது. அதாவது, அதன் சுற்றுப்பாதை ஒரு நீள்வட்டமாக இருக்கிறது. புதன் தன் சுற்றுப்பாதையில் சூரியனுக்கு மிக அருகில் வரும்போதுதான் இப்படி வேகவேகமாகப் போகிறது.

புதன் சில சமயங்களில் சூரியனுக்கு மிக அருகிலும் மற்ற சமயங்களில் தள்ளியும் அமைந்திருப்பதால் வேறு ஓர் அதிசயமும் நிகழ்கிறது. சூரியனுக்கு அருகில் இருக்கும் போது புதன் கிரகத்து வானில் 70 எம்.எம். அளவுக்கு விரிந்து சூரியன் பெரிதாகத் தெரிகிறது. பிறகு புதன் தனது சுற்றுப்பாதையில் சூரியனி லிருந்து விலகிப் போகும்போது சூரியன் இளைத்து, மெலிந்து விடுகிறது.

புதன் கிரகத்தின் சுற்றுப்பாதை

பூமியில் சூரியன் எப்போதும் கிட்டத்தட்ட ஒரே அளவில்தான் தென்படுகிறது. புதனில் ஏற்படுவது போல சூரியனின் அளவு பெரிதாக மாறுவதில்லை. ஓராண்டுக்காலத்தில் பூமிக்கும் சூரியனுக்கும் இடையே உள்ள தூரம் சற்றே மாறுபடுகிறது. இதன் விளைவாக ஒரு சமயம் சூரியன் சற்றுப் பெரிதாகவும் இன்னொரு சமயம் சற்றுச் சிறிதாகவும் தெரிகிற்து. ஆனாலும் இந்த வித்தியாசம் அதிகமில்லை. ஆகவேதான் பூமியிலிருந்து பார்க்கும்போது சூரியன் கிட்டத்தட்ட ஒரே மாதிரியாகக் காணப்படுகிறது. புதனில் இந்த வித்தியாசம் சற்றே அதிகம்.

புதன் கிரகத்தில் குறிப்பிட்ட சமயத்தில் குறிப்பிட்ட இடங்களில் மட்டுமே இரண்டு சூரிய உதயங்கள் ஏற்படும். அதற்கு மறுபுறத்தில் இரண்டு அஸ்தமனங்கள் நிகழும். புதனில் நாம் இருக்கிற இடத்தில் இருந்தபடி சூரிய அஸ்தமனத்தைப் பார்க்கவேண்டுமானால் பூமிக்கணக்குப்படி அதிக நாள்கள் காத்திருக்கவேண்டும்.

ஓயாத பகல் ஓயாத இரவு

சில நூற்றாண்டுகளுக்கு முன்னர்வரை, பூமிதான் நடுவில் உள்ளதாகவும் சூரியன், சந்திரன், புதன், சனி மற்றும் நட்சத்திரங்கள் பூமியைச் சுற்றி வருவதாகவும் மக்கள் கருதிவந்தனர்.

இது தவறு என்றும் சூரியன்தான் நடுவில் உள்ளது என்றும் கூறியவர் நிகோலஸ் கோப்பர்நிக்கஸ் *(1473–1543)*. இவர் போலந்து நாட்டைச் சேர்ந்தவர். வானவியலின் தந்தை என்று போற்றப்படுபவர்.

அவர் மரணப் படுக்கையில் கிடந்தபோது, என் வாழ்நாளில் ஒரு தடவைகூட புதன் கிரகத்தைப் பார்க்கமுடியவில்லையே என்று கூறி வருத்தப்பட்டாராம். அவருடைய காலத்தில் தொலைநோக்கி கண்டுபிடிக்கப் பட்டிருந்தால் அந்த ஏக்கம் தீர்ந்திருக்கும். கோப்பர்நிக்கஸின் மரணத்துக்குப்பின் பல ஆண்டுகள் கழித்தே தொலைநோக்கி கண்டு பிடிக்கப்பட்டது.

கோப்பர்னிக்கஸ்

கோப்பர்நிக்கஸ் வெறும் கண்ணால் புதன் கிரகத்தைப் பார்க்க முடியாமல் போனதில் வியப்பு இல்லை.

புதன் கிரகம் சூரிய உதயத்துக்குச் சற்று முன்னதாக அடிவானில் சிறிது நேரம் மங்கலாக அல்லது மாலையில் மேற்கு

வானில் சூரியன் மறைந்தபிறகு சிறிது நேரம் (தொலை நோக்கி மூலம் பார்த்தால் பிறையாக) தெரியும்.

எந்த ஊராக இருந்தாலும் சரி, பெரும்பாலான சமயங்களில் அடிவானம் (கிழக்கிலும் சரி, மேற்கிலும் சரி) மேகம் சூழ்ந்ததாக இருக்கும். புதன் கிரகமோ வடிவில் சிறியது. இக் காரணங்களால் புதன் கிரகம் எளிதில் தெரிவது இல்லை.

நீங்கள் மேற்கு வானில் நான்காம் பிறைச் சந்திரனைப் பல தடவை பார்த்திருப்பீர்கள். மூன்றாம் பிறையை மேற்கே அடிவானத்துக்குச் சற்று உயரே அபூர்வமாகத்தான் காண முடியும். இரண்டாம் பிறைச் சந்திரனைப் பார்ப்பது மிகக் கடினம். புதன் கதையும் இப்படித்தான்.

பொன் கிடைத்தாலும் புதன் கிடைக்காது என்று ஒரு தமிழ்ப் பழமொழி உண்டு. புதன் கிரகத்தை வானில் எளிதில் பார்க்க முடியாது என்பதை வைத்தே இந்தப் பழமொழி உருவாகியிருக்கவேண்டும். சாலையில் செல்லும்போது தற்செயலாக பொன் கிடைக்கலாம். ஆனால் வானில் புதன் கிரகத்தைக் காண்பது என்பது அதைவிட அரிது என்பது இப்பழமொழியின் பொருள்.

புதன் கிரகம் பூமியை விட மிகச் சிறியது.
இடதுபுறம் உள்ளது புதன். வலதுபுறம் பூமி.

புதன் கிரகம் வடிவில் மிகச் சிறியது (விட்டம் சுமார் 4,880 கிலோமீட்டர்). ஆனால் மற்ற எந்தக் கிரகத்துக்கும் இல்லாத தனிச்சிறப்பு இதற்கு உண்டு. சூரிய மண்டலத்திலேயே மிக வேகமாகச் செல்கிற கிரகம் புதன்தான். அது சூரியனைச் சுற்றுகையில் தனது

சூரிய மண்டலத்தில் புதன் கிரகம் சூரியனுக்கு மிக அருகாமையில் உள்ளது

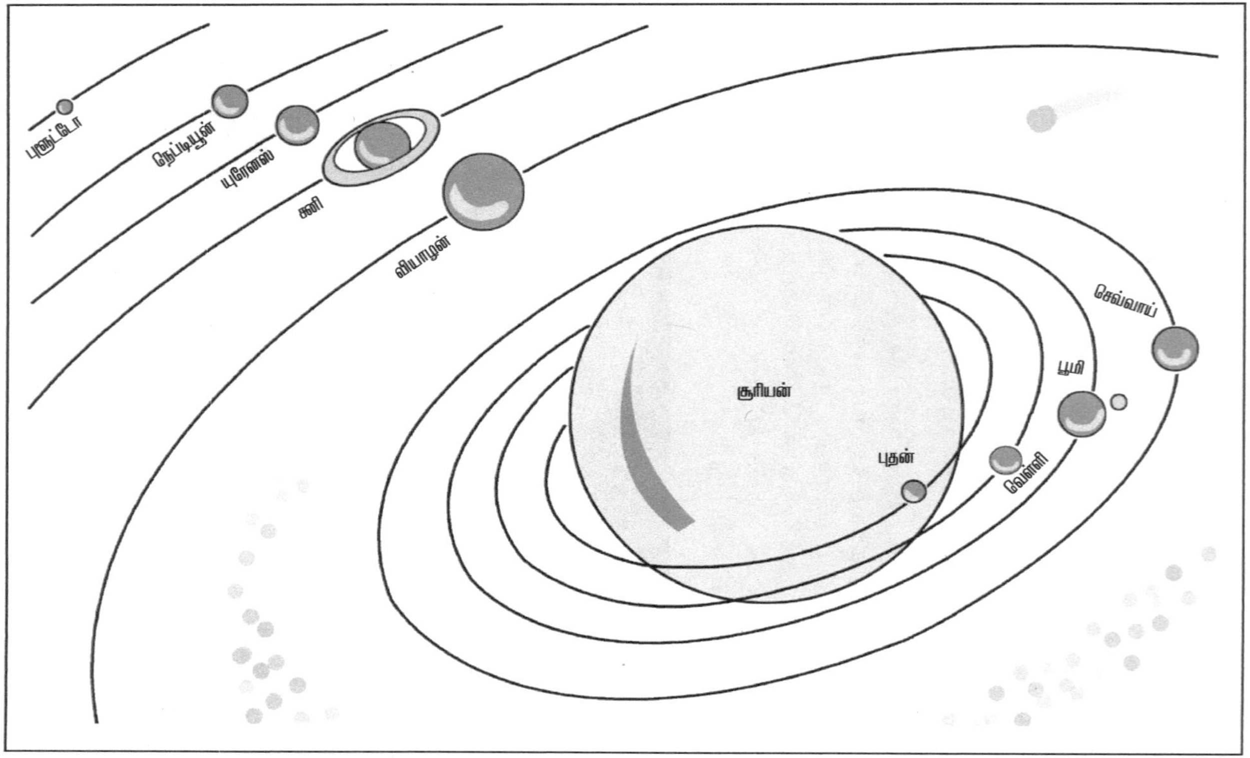

சுற்றுப்பாதையில் ராக்கெட்டை மிஞ்சும் வேகத்தில் செல்கிறது. புதனின் சுற்றுப்பாதை சூரியனுக்கு மிக அருகில் அமைந்திருக்கும் போது அதன் வேகம் மணிக்கு 2,05,200 கிலோமீட்டர்!

புதன் ஏன் இப்படித் தலைதெறிக்க ஓடுகிறது?

ஓடிப்பிடித்து விளையாடும்போது பிடிக்க வருபவர் உங்களை நெருங்கி விட்டால் நீங்கள் வேகமாக ஓடுவீர்கள். ஆனால் மற்றவர்கள் சற்றுத் தள்ளி இருப்பதால், மெதுவாகத்தான் ஓடிக்கொண்டிருப்பார்கள். அதுபோலத்தான் இதுவும்.

சூரியன் பிரம்மாண்டமானது. அதற்கு ஈர்ப்புச் சக்தி – கவர்ந்திழுக்கும் சக்தி அதிகம். சூரியனிடம் பிடிபடாமல் இருக்கவேண்டுமானால் சுண்டைக்காய் புதன் இப்படி வேகமாகத்தான் சென்றாக வேண்டும். சூரியனிடமிருந்து மிகத் தொலைவில் உள்ள கிரகங்கள் சாவகாசமாக, மிக நிதானமாக (உதாரணம் சனி) சூரியனைச் சுற்றுகின்றன.

நமது கற்பனைச் சுற்றுலாவில் புதன் கிரகத்தில் ஒரே நாளில் இரண்டு சூரிய உதயங்களைப் பார்த்தோம். அதேபோல் இரண்டு சூரிய அஸ்தமனங்களைப் பார்க்கவேண்டுமானால் புதன் கிரகத்தில் நீண்ட நாள்கள் தங்கியிருக்கவேண்டும் என்றோம். அதை இப்போது பார்ப்போம்.

பூமி தனது அச்சில் தன்னைத் தானே சுற்றிக்கொள்ள 24 மணி நேரம் ஆகிறது. இதையே நாம் ஒரு நாள் என்கிறோம். இந்தியா போன்ற வெப்ப மண்டல நாடுகளில், அதுவும் குறிப்பாகத் தமிழ்நாட்டில் பெரும்பாலான மாதங்களில் பகல் என்பது சுமார் 12 மணி நேரமாகவும் இரவு என்பது சுமார் 12 மணி நேரமாகவும் உள்ளது.

பூமி தனது அச்சில் சுழல்கிற வேகம் திடீரெனக் குறைந்தால் என்ன ஆகும்? ஒரு நாள் என்பது நீண்டுவிடும். பூமி தனது அச்சில் ஒரு தடவை சுழல 192 மணி நேரம் (8 நாள்) ஆவதாக வைத்துக்கொள்வோம். அப்படியானால் 96 மணி நேரம் (4 நாள் தொடர்ந்து) பகலாக இருக்கும். 96 மணி நேரம் தொடர்ந்து இரவாக இருக்கும். புதன் கிரகத்தில் இதுபோன்ற நிலைமைதான் உள்ளது.

புதனில் தொடர்ந்து பல வார காலம் நீண்ட பகலாக இருக்கும். அதேபோலப் பல வார காலம் நீண்ட இரவாக இருக்கும்.

சூரியனைச் சுற்றுகையில் அசுர வேகத்தில் செல்லும் புதன் தனது அச்சில் தன்னைத் தானே சுற்றிக்கொள்ளும்போது ஏன் இப்படி மெதுவாகச் சுழல்கிறது? அதற்கும் காரணம் சூரியன்தான்.

நீங்கள் ஒரு காரில் செல்கிறீர்கள். காரை ஓட்டுபவர் நான்கு அடிக்கு

ஒரு முறை பிரேக்கை மிதித்து மிதித்து ஓட்டினால் என்ன ஆகும்? கார் மிக மெதுவாகச் செல்லும். இரண்டு தெரு தள்ளி இருக்கிற இடத்துக்குப் போய்ச் சேரவே நீண்ட நேரம் ஆகிவிடும்.

சூரியனின் மிகுந்த ஈர்ப்பு சக்தி, புதன் கிரகத்தின்மீது பிரேக் போடுகிற விளைவை உண்டாக்குகிறது. இதன் காரணமாக புதன் நிதானமாகச் சுழல, அதன் பகலும் இரவும் மிக நீண்டதாக உள்ளது.

பெரிய தலைவனுக்கு மிக நெருக்கமாக இருந்தால் பிரச்னைகள் அதிகம் என்பார்கள். அவர்களால் சுயமாகப் பிரகாசிக்க முடியாது. அவர்களின் செயல்கள் தலைவனின் அதிகாரத்துக்குக் கட்டுப்பட்டவையாகவே இருக்கும். புதனின் கதி அப்படித்தான்.

சூரிய மண்டலத்தின் தலைவன் சூரியன். இதற்கு நெருக்கமாக உள்ள கிரகம் புதன். ஆகவே சூரியனின் பாதிப்புகள் புதனுக்கு அதிகம்.

புதனின் சுற்றுப்பாதை வேகம் அதிகமாக இருப்பதற்கு சூரியன்தான் காரணம். புதனின் சுழற்சி வேகம் குறைவாக இருப்பதற்கும் சூரியனே காரணம். புதன் நம் கண்களுக்கு எளிதில் தென்படாததற்குக் காரணம், அது சூரியனின் அருகில் இருப்பதுதான்.

ஆனால் இதையெல்லாம்விட சூரியனால் புதன் கிரகத்துக்கு ஏற்படும் பெரிய பாதிப்பு ஒன்று உண்டு. அது என்னவென்று காண்போம்.

வதங்கிப் போன புதன்

வீட்டில் அப்பளம் பொரிப்பதை நீங்கள் கவனித்திருக்கலாம். அப்பளத்தை நெருப்பில் இப்படியும் அப்படியுமாகத் திருப்பிப் போட்டுக்கொண்டே இருப்பார்கள். அப்பளத்தின் இரு புறங்களிலும் அதிக நேரம் வெப்பம் பட்டுவிட்டால் கருகிப்போய்விடும். புதன் கிரகத்தின் நிலை அப்படித்தான்.

புதன் கிரகத்தில் பகல் என்பது பல வாரம் நீடிக்கும் என்று ஏற்கெனவே கவனித்தோம். இதன் விளைவாக புதனைச் சூரியன் சுட்டெரிக்கிறது.

பூமியில் நாம் வசிக்கும் பகுதியில் அக்னி நட்சத்திரத்தின்போது (மே மாதம்) வெயில் தாங்காமல் தவிக்கிறோம். புதனில் பல வார காலம் பகலாக இருக்கிற பகுதியில் எப்போதுமே அக்னி நட்சத்திரம்தான். புதன் கிரகத்தில் பொதுவில் வெப்பம் 350 டிகிரி செல்சியஸ். இது பூமியில் அக்னி நட்சத்திரத்தின்போது வானில் ஒரே சமயத்தில் 10 சூரியன்கள் பிரகாசித்தால் இருக்கக்கூடிய வெயிலுக்குச் சமம் என்று விஞ்ஞானிகள் கூறுகின்றனர். இதிலிருந்து புதனில் வெயிலின் கடுமை எந்த அளவுக்கு இருக்கும் என்பதைப் புரிந்துகொள்ளலாம்.

வெள்ளீயம், காரீயம் ஆகிய உலோகத் துண்டுகளை புதனில் தரையில் போட்டாலேயே போதும், உடனே உருகிவிடும்.

புதனில் பகலாக உள்ள பகுதியில் அடிக்கும் வெயிலிலிருந்து தப்ப இரவாக இருக்கிற பகுதிக்குப் போனால் சுகமாக இருக்குமா என்றால் கிடையாது! அப்பகுதியில் குளிர் சொல்லி முடியாது. மைனஸ் 170 டிகிரி செல்சியஸ்! இத்துடன் ஒப்பிட்டால் பூமியில் கடுங் குளிர் வீசும் தென் துருவமான அண்டார்டிகாவில் குளிர் என்பது ஒன்றுமே இல்லை என்று சொல்லிவிடலாம்.

புதன் கிரகம் பூமியைப் போலவே தனது அச்சில் சுழல்கிறது. ஆனால் பூமியைவிட மிக மெதுவாக. கடும் குளிர் வீசிய பகுதி புதன் சுழலும் போது கடும் வெயிலுக்கு உள்ளாகிறது. இப்படியாக அந்தக் கிரகத்தின் மேற்பரப்பு மாறி மாறிக் கடும் வெப்பத்துக்கும் குளிருக்கும் உள்ளாகிக் கொண்டே இருக்கிறது.

பூமியிலும்கூட பெரும்பாலான பகுதிகளில் குளிரும் வெப்பமும் மாறி மாறி வருகின்றன. ஆனால் அவற்றின் கடுமையைக் குறைக்கக் கடல்களும் காற்று மண்டலமும் உள்ளன.

புதன் கிரகத்திலோ கடும் குளிர், கடும் வெப்பம். அதற்குமேல், காற்று மண்டலம் என்பது அங்கு அறவே இல்லை. கடல்களும் இல்லை. சொல்லப்போனால் தண்ணீர் என்பதே கிடையாது. ஆகவேதான் புதனில் எந்த உயிரினமும் இல்லை. புல், பூண்டு இல்லை. அந்தக் கிரகம் மொத்தமும் வெறும் பொட்டல் காடுதான்.

புதனில் எங்கு பார்த்தாலும் வட்ட வடிவப் பள்ளங்கள், நிலத்தில் விரிசல்கள் ஆகியவைதான் காணப்படுகின்றன.

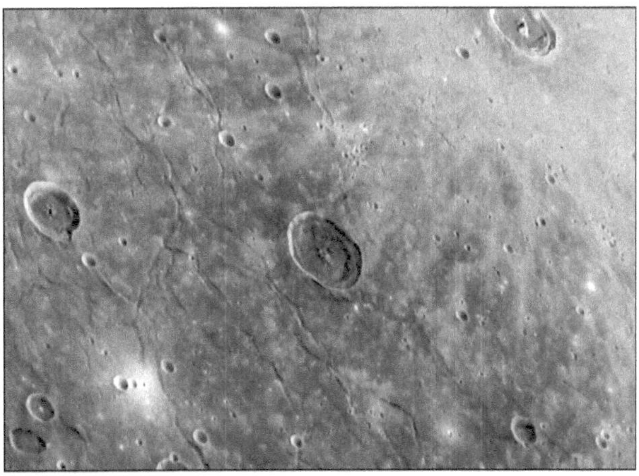

புதன் கிரகத்தில் வட்டவடிவப் பள்ளங்கள் மிக நிறையவே உள்ளன

சூரியமண்டலம் உருவானதற்குச் சில காலத்துக்குப் பிறகு விண்வெளியில் பெரிய பெரிய பாறைகள் உலவிக்கொண்டிருந்தன. இவை புதன், வெள்ளி, பூமி, சந்திரன் முதலியவற்றைத் தாக்கின. ஒரு பாறையல்ல; பல நூறு பாறைகள் வந்து விழுந்தால், என்ன ஆகும்? விழுந்த இடத்தில் பெரிய பள்ளம் உண்டாகும். விழுந்த பாறையின் சிதறல்கள் நாலாபுறங்களிலும் கிடக்கும். புதன் கிரகத்தின் மேற்பரப்பில் இப்படியான பள்ளங்கள் நிறையக் காணப்படுகின்றன.

பூமியின் மேற்பரப்பில் இவ்விதம் ஏற்பட்ட பள்ளங்கள் நாளா வட்டத்தில் மழை நீர் நிரம்பி ஏரிகளாயின. பள்ளங்களின் விளிம்புகள் காற்றினால் அரிக்கப்பட்டன. புல், பூண்டு, செடி, கொடி, மரங்கள் வளர்ந்தன. அபூர்வமாக அமெரிக்காவில் அரிசோனா மாநிலத்தில் உள்ள பெரிய பள்ளம் (பாரிஞ்சர் பள்ளம்) தவிர, மற்றபடி இவ்விதப் பள்ளங்கள் முற்றிலுமாக மறைந்துவிட்டன.

ஆனால், புதனில் காற்று, புயல், மேகம், மழை, தண்ணீர், ஆறு, குளம் இப்படி எதுவும் இல்லை. ஆகவே பள்ளங்கள் அழிவில்லாமல் அப்படியே உள்ளன.

புதன் பற்றிய பல தகவல்களும் பல படங்களும் அமெரிக்கா செலுத்திய மாரினர்–10 என்னும் விண்கலம் மூலம் தெரியவந்தன. ஆளில்லாத மாரினர்–10 விண்கலம் 1974 மார்ச், 1974 செப்டம்பர், 1975 மார்ச் என மூன்று தடவை புதன் கிரகத்தை நெருங்கி, 10 ஆயிரம் படங்களைப் பிடித்து அனுப்பியது. பல தகவல்களையும் அனுப்பியது. எனினும் மாரினர் -10 விண்கலம் புதன் கிரகத்தின் 45 சதவிகித நிலப் பரப்பை மட்டுமே படம் பிடித்தது. இந்த விண்கலம் எடுத்த படங்களை வைத்து விஞ்ஞானிகள் புதன் கிரகத்தில் உள்ள வட்ட வடிவப் பள்ளங்கள், பள்ளத்தாக்குகள், மலைகள் என்று சொல்லத்தக்க மேடுகள் ஆகிய வற்றுக்குப் பெயர் வைத்தனர். அதுவரை அறியப்படாத 200-க்கும் மேற்பட்ட வட்ட வடிவப் பள்ளங்களுக்குப் பெயர் வைக்கப்பட்டது.

உலகப் பிரசித்தி பெற்ற கவிஞர்கள், எழுத்தாளர்கள், ஓவியர்கள் ஆகியோரின் பெயர்கள் வைக்கப்பட்டன. வியாசர், வால்மீகி, காளிதாசர், தியாகய்யர், ஆண்டாள், சூர்தாஸ், அசுவகோஷ், தான்சேன் ஆகியோரின் பெயர்கள் வட்ட வடிவப் பள்ளங்களுக்கு வைக்கப்பட்டுள்ளன.

மாரினர் 10 விண்கலம் புதன் கிரகத்தை ஆராய்ந்தபின் சுமார் 35 ஆண்டுக்காலம் அமெரிக்காவின் நாஸா விண்வெளி அமைப்பு புதன் கிரகம் பக்கம் திரும்பவில்லை. பின்னர் விரிவான ஏற்பாடுகளைச் செய்து 2004-ம் ஆண்டு ஆகஸ்டில் மெஸஞ்சர் எனப்படும் விண்கலம் புதன் கிரகத்தை நோக்கிச் செலுத்தப்பட்டது. இந்த விண்கலம் 2011-ம்

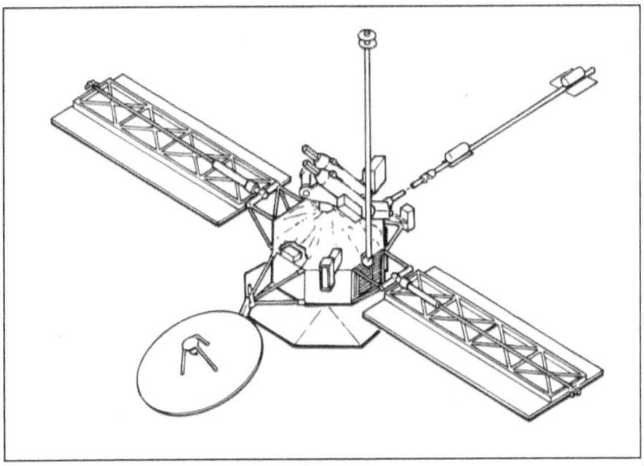

புதன் கிரகத்தை ஆராய்ந்த மாரினர்-10 விண்கலம்

ஆண்டுதான் புதன் கிரகத்தை எட்டியது. இந்த விண்கலம் புதன் கிரகத்துக்குப் போய்ச் சேர ஏழு ஆண்டுகள் பிடித்ததற்குப் பல காரணங்கள் உண்டு. இது பற்றி வேறு ஓர் அத்தியாயத்தில் காண்போம். புதன் கிரகத்தின் துருவப் பகுதியில் உள்ள மிக ஆழமான பள்ளங்களில் ஐஸ் கட்டிகள் இருப்பதாக அண்மையில் கண்டுபிடிக்கப்பட்டுள்ளது. இது வியப்பளிப்பதாக இருக்கலாம். இந்த ஐஸ் கட்டிகள் வால் நட்சத்திரங்கள் மூலம் வந்து விழுந்தவையாக இருக்கலாம் என ஒரு கருத்து உள்ளது. ஏதோ ஒரு காலத்தில் வந்து விழுந்த இந்த ஐஸ் கட்டிகள் வெயில் சுட்டுப் பொசுக்கும் புதன் கிரகத்தில் எப்படி உருகாமல் உள்ளன என்று கேட்கலாம்.

இந்த ஐஸ் கட்டிகள் புதன் கிரகத்தின் வட துருவப் பகுதியில், ஒருபோதும் வெயில் படாத இடத்தில், அதுவும் ஆழமான பள்ளங்களில் உள்ளன என்பதுதான் காரணங்கள் ஆகும். மெசஞ்சர் விண்கலம்தான் புதன் கிரகத்தில் ஐஸ் கட்டிகள் உள்ளதைக் கண்டுபிடித்துக் கூறியது.

புதன் கிரகத்தை மாரினர் 10 விண்கலம் ஆராய்ந்ததற்கும் மெசஞ்சர் விண்கலம் ஆராய்ந்ததற்கும் நிறைய வித்தியாசங்கள் உண்டு. நெடுஞ்சாலை வழியே காரில் செல்கையில் சாலை ஓரமாக உள்ள குடிசைகளை வீடியோ கேமரா மூலம் படம் எடுப்பதுபோல மாரினர் புதன் கிரகத்தைப் படம் எடுத்து அனுப்பியது. ஆனால் மெசஞ்சர் விண்கலமோ புதன் கிரகத்தைச் சுற்றிச் சுற்றி வந்து விரிவாக புதன் கிரகத்தை ஆராய்ந்தது. புதன் கிரகத்தில் ஆராயப்படாத இடமே இல்லை என்ற அளவுக்கு மெசஞ்சர் ஆராய்ந்துள்ளது. இதன் சாதனைக்கு விண்வெளித் தொழில்நுட்பத்தில் கடந்த காலத்தில் ஏற்பட்டுள்ள முன்னேற்றம் முக்கியக் காரணம்.

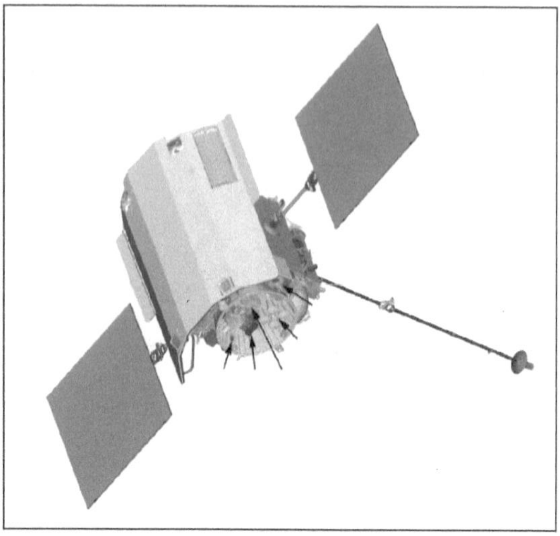

மெசஞ்சர் விண்கலம். புதன் கிரகத்தில் ஐஸ் கட்டிகளைக் கண்டுபிடித்தது.

புதன் கிரகத்துக்கு மெசஞ்சர் விண்கலம் அனுப்பப்பட்டதை அடுத்து 2017-ம் ஆண்டில் ஐரோப்பிய விண்வெளி அமைப்பும் ஜப்பானிய விண்வெளி அமைப்பும் கூட்டாகச் சேர்ந்து ஒரு விண்கலத்தை அனுப்ப உள்ளன. இதற்கு பெபிகொலம்போ என்று பெயர் வைக்கப் பட்டுள்ளது. இத்தாலியைச் சேர்ந்த விண்வெளி நிபுணர் பெபிகொலம் போவை கௌரவிக்கும் வகையில் அவரது பெயர் இந்த விண்கலத்துக்கு வைக்கப்பட்டுள்ளது.. இத்திட்டப்படி ஐரோப்பிய விண்வெளி அமைப்பு ஒரு விண்கலத்தையும் ஜப்பானிய விண்வெளி அமைப்பு ஒரு விண்கலத்தையும் தயாரிக்கும். இந்த இரண்டும் ஐரோப்பிய விண்வெளி அமைப்பின் ஏரியான் ராக்கெட் மூலம் செலுத்தப்படும். பெபிகொலம்போ புதன் கிரகத்துக்கு 2024-ம் ஆண்டு வாக்கில் போய்ச் சேர்ந்தபின்னர் இரண்டு விண்கலங்களும் தனித்தனியே பிரிந்து புதன் கிரகத்தைச் சுற்றி வர ஆரம்பிக்கும்.

●

1969–ல் சந்திரனுக்கு மனிதர்களை அனுப்பி ஆராய்ந்ததுபோல, புதன் கிரகத்துக்கு மனிதன் அனுப்பப்படவில்லை. ஆனால் அதனால் ஒன்றும் கெட்டுவிடவில்லை. சந்திரனைப் பார்த்தபிறகு புதனைப் பார்க்கத் தேவையில்லை.ஏனெனில், புதனின் நிலப்பரப்பு, சந்திரனில் உள்ளது போலவே இருக்கிறது. சந்திரனில் உள்ளது போலவே புதனிலும் வடுக்கள் – அதாவது வட்டப் பள்ளங்கள் உள்ளன. இந்த ஒற்றுமையைத் தவிர இரண்டுக்கும் இடையே நிறைய வேறுபாடுகளும் உள்ளன.

உதாரணமாக, சந்திரனில் காந்தப்புலம் கிடையாது. புதன் கிரகத்தில் இது உண்டு. புதன் கிரகத்துக்கு காந்த ஊசியை எடுத்துச் சென்றால், பூமியில் நிகழ்வதுபோல அது வட-தென் திசைகளைக் காட்டும். புதன் கிரகத்துக்கு உள்ளே, பூமியில் இருப்பதுபோல இரும்புக் குழம்பு உள்ளதாகத் தெரிய வந்துள்ளது. இதில் ஒரு தனிச்சிறப்பு உள்ளது.

நீங்கள் சப்போட்டாப் பழத்தினுள்ளே சிறிய விதைகள் இருப்பதைப் பார்த்திருப்பீர்கள். சப்போட்டாவில் பழமாக உள்ள பகுதி அதிகம். கொட்டை சிறியது. ஆனால் இலந்தைப் பழம் சிறியது; அவ்வளவு சிறிய பழத்தில் உள்ள கொட்டை பெரியது. இலந்தைப் பழத்தில் மேல்தோலுக்கும் கொட்டைக்கும் இடையே கதுப்பு மிகவும் குறைவு.

புதன் இலந்தைப் பழம் மாதிரி.

புதனின் மையத்தில் இரும்புக் குழம்புப் பகுதி கணிசமான அளவில் உள்ளதால், புதன் கிரகத்தை வலுவான இரும்பு இதயம் கொண்டது எனலாம்.

வானவியல் பற்றிச் சுமாராகத் தெரிந்த ஒருவரின் உதவியின்றி உங்களால் அதிகாலையில் அல்லது சூரிய அஸ்தமனத்தின்போது புதன் கிரகத்தைக் காண இயலாது. ஆனால் புதன் கிரகம் பூமிக்கும் சூரியனுக்கும் நேர் குறுக்கே வந்து நிற்கும் நாட்களில் நீங்கள் புதன் கிரகத்தை சூரியனின் ஒளித் தட்டில் சிறிய கருப்புப் புள்ளியாகக் காண முடியும்.

புதன் கிரகத்தின் சுற்றுப்பாதை சாய்வாக இருப்பதால் பெரும்பாலான சமயங்களில் அது சூரியனுக்கும் பூமிக்கும் நேர் குறுக்கே வருவதில்லை. புதன் கிரகம் வானில் ஒன்று சூரியனுக்கு மேற்புறத்தில் இருக்கும். அல்லது கீழ்ப்புறத்தில் இருக்கும். அபூர்வமாகத்தான் நேர் குறுக்கே வரும். ஆனால் அப்போது புதன் கிரகம் சூரிய ஒளித்தட்டை மறைக்காது. அதாவது சூரிய கிரகணத்தின் போது சூரியன் மறைக்கப்படுவதுபோன்று நிகழாது.

புதன் கிரகம் பூமியிலிருந்து மிகத் தொலைவில் இருப்பதால் அது சூரிய ஒளித்தட்டில் கருப்புள்ளியாகத்தான் தெரியும். ஆகவே இதை கிரகணம் என்று சொல்வதில்லை. புதன் கடப்பு என்றே குறிப்பிடுகின்றனர். 2006-ஆம் ஆண்டில் புதன் கடப்பு நிகழ்ந்தது.

பின்னர் இதேபோன்ற புதன் கடப்பு 2016-ம் ஆண்டு மே 9-ம் தேதி நிகழ்ந்தது. அதன் பின்னர் 2019-ம் ஆண்டு நவம்பர் 11-ம் தேதி நிகழும்.

2

வெள்ளி

மிகவும் பிரகாசமான கிரகம்

சூரிய மண்டலத்தில் வெள்ளி கிரகம்தான் எவரும் எளிதில் வெறும் கண்ணால் காணக்கூடிய கிரகம். மாலை வேளையில் சூரிய அஸ்தமனத்துக்குப் பிறகு மேற்கு வானில் அல்லது பொழுது விடிவதற்கு முன்னர் கிழக்கே அடிவானத்துக்கு மேலே பளீர் என ஒளிவிடும் வெள்ளி கிரகத்தைப் பார்க்காதவர்கள் இருக்க முடியாது. பலரும் அதை ஒரு நட்சத்திரம் என்றே கருதுவர்.

வானத்து மங்கையின் வைர மூக்குப் பொட்டுபோல வெள்ளி கிரகம் வானில் ஜொலிப்பது தனி அழகு. ஆகவேதான் மேலை நாட்டவர் வெள்ளி கிரகத்துக்கு அழகு தேவதையைக் குறிக்கும் வகையில் வீனஸ் என்று பெயரிட்டனர்.

ஜோதிடத்தில் நம்பிக்கை உள்ளவர்களுக்கு வெள்ளி மிகவும் வேண்டப் பட்ட கிரகம். நமக்கு எப்போது சுக்கிர தசை அடிக்குமோ என (வெள்ளி கிரகத்துக்கு சுக்கிரன் என்ற பெயரும் உண்டு) ஏங்குபவர் பலர் உண்டு.

ஆனால் அழகு தேவதையாகக் காட்சி அளிக்கிற, அதிருஷ்டத்தை அளிப்பதாக நம்பப்படுகிற வெள்ளி கிரகம் உண்மையில் ஒரு நரகம் போன்றதே.

புதனை ஆராய்ந்த மாரினர்–10 விண்கலம் ஒரு சுற்றின்போது வெள்ளி கிரகத்தையும் ஆராய்ந்தது. புதனுடன் ஒப்பிடுகையில் வெள்ளி கிரகம் ஆரம்பத்திலிருந்தே மர்மமாக இருந்துவந்துள்ளது. வெள்ளி பற்றிய புதிய தகவல்கள் தெரியவந்தபோது அவை விஞ்ஞானிகளைத் திடுக்கிட வைத்தன.

சினிமாவில் வருவதுபோல சூரியமண்டலத்தில் இரட்டையர் உண்டு. ஒன்று பூமி. மற்றொன்று வெள்ளி. பருமன், சுற்றளவு, எடை, அடர்த்தி

இப்படியான அம்சங்களில் பூமியும் வெள்ளியும் கிட்டத்தட்ட ஒரே மாதிரியாக உள்ளன. பூமியை ஹீரோவாக வைத்துக்கொண்டால் வெள்ளிதான் வில்லன். வெள்ளி கிரகத்திடம் அப்படி என்ன தீங்கான அம்சங்கள் உள்ளன என்று நீங்கள் கேட்கலாம்.

முகில் போர்த்திய கிரகம்

பழங்காலசினிமாக்களில் வருகிற வில்லன் சில சமயங்களில் தான் யார் என்று அடையாளம் தெரியாதபடி இருக்க முகமூடி போட்டிருப்பான். குறைந்தபட்சம் கர்சீப்பையாவது முகத்தில் கட்டிக்கொண்டிருப்பான்.

வெள்ளி கிரகம் இப்படித்தான் ஒரு முகமூடிக்குள் ஒளிந்து கொண்டிருக்கிறது. பூமியிலிருந்து சக்திமிக்க தொலைநோக்கிமூலம் பார்த்தாலும் சரி, அந்த கிரகத்தின் சிறு பகுதிகூடத் தெரியாது. வெள்ளியைப் போர்த்தியுள்ள அடர்ந்த மேகங்கள் மட்டும்தான் தெரியும். இந்த மேகங்கள் வெள்ளியை எப்போதும் மறைத்தபடி உள்ளன.

நீங்கள் விண்ணிலிருந்து பூமியைப் பார்த்தால் ஆங்காங்கு மேகக் கூட்டங்கள் தெரியும். அதே நேரம், மேகங்களால் மூடப்படாத நிலப்பகுதிகளையும் கடல்களையும் பார்க்க முடியும். உங்கள் ஊரில் ஒருபோதும் சூரியனைக் காண முடியாதபடி, 24 மணி நேரமும், ஆண்டு முழுவதும் வானம் மேகங்கள் சூழ்ந்ததாக இருப்பது கிடையாது.

ஆனால், நீங்கள் வெள்ளி கிரகத்தில் இருந்தபடி வானை நோக்கினால் என்றுமே சூரியனைக் காண முடியாது. அந்த அளவுக்கு வெள்ளியை அடர்ந்த மேகங்கள் எப்போதும் சூழ்ந்துள்ளன. இந்த மேகங்கள்தான் வெள்ளி கிரகத்தை ஒரு வில்லனாக ஆக்கியுள்ளன. பூமிக்கும் இந்தக் கதி பிற்காலத்தில் நேரிடுமோ என விஞ்ஞானிகள் அஞ்சுகின்றனர்.

ஆதி காலத்தில் விவசாயிகள் விடிவதற்குள் எழுந்து வேலைக்குச் செல்லும்போது கிழக்கே வெள்ளியைப் பார்த்துப் பழக்கப்பட்ட காரணத்தால் இதற்கு ‘விடிவெள்ளி’ என்று பெயர் வைத்தனர். மேலை நாடுகளில் மக்கள் இதற்கு ‘மார்னிங் ஸ்டார்’ என்று பெயரிட்டனர். சூரிய அஸ்தமனத்துக்குப்பிறகு மேற்கு வானில் வெள்ளி தெரியும் போது அதை ‘அந்தி வெள்ளி’ என்று குறிப்பிட்டனர். மேலை நாட்டவர் அதை ‘ஈவினிங் ஸ்டார்’ என்று அழைத்தனர். ஆனால் அதிகாலையில் தெரிகின்ற வெள்ளியும் மாலையில் தெரிகின்ற வெள்ளியும் ஒன்றேதான்.

இரவு வானில் சந்திரனுக்கு அடுத்தபடியாகப் பிரகாசமாகத் தெரிவது வெள்ளிதான். பௌர்ணமி நிலவுகூட மங்கலாக, மஞ்சள் பூசியது போலத் தெரியும். ஆனால் வெள்ளி அதன் பெயருக்கேற்ப, பாலிஷ்

போட்ட வெள்ளிப் பாத்திரம்போலப் பளீர் என்று பிரகாசமாக இருக்கும். இதற்குக் காரணம் வெள்ளி கிரகத்தைப் போர்த்தியுள்ள மேகங்களே. பொதுவில் மேகங்கள் சூரிய ஒளியை நன்கு பிரதிபலிப்பவை.

எந்த ஒரு கிரகமாக இருந்தாலும், அதற்குச் சுய ஒளி கிடையாது. தொலைவில் இருக்கிற சூரியனிலிருந்து வருகிற ஒளி குறிப்பிட்ட கிரகத்தின்மீது பட்டு எதிரொளிப்பதிலிருந்தே நம்மால் அந்தக் கிரகத்தைக் காண முடிகிறது. வெயிலில் நின்றுகொண்டு முகம் பார்க்கிற கண்ணாடியில் படுகிற சூரிய ஒளியை வீட்டுக்குள் திருப்பி அடித்துக் குழந்தைகள் விளையாடுவது உண்டு. கிரகங்கள் இப்படித் தான் சூரிய ஒளியைப் பிரதிபலிக்கின்றன.

பிறை வடிவில் காட்சி அளிக்கும் வெள்ளி கிரகம்

கூர்ந்து கவனித்தால் இரவில் வெள்ளியின் ஒளியால் நிழல் விழுவதையும் காண முடியும் என்று விஞ்ஞானிகள் கூறுகின்றனர். நீங்கள் அதிகாலையில் (அல்லது மாலையில்) காண்கிற வெள்ளி வெறும் பிறைதான். சூரியனில் ஒளி படும்போது வெள்ளி கிரகத்தின் விளிம்புப் பகுதி மட்டுமே நமக்குத் தெரியும் என்பதால் அது நாலாம் பிறைச் சந்திரன் போன்று விடிவெள்ளியாகக் காட்சி அளிக்கிறது.

சந்திரனைவிட மிகத் தொலைவில் இருந்தாலும் வெள்ளி கிரகம் வடிவில் பெரியது. அத்துடன் பிரதிபலிப்புத் திறன் அதிகம். ஆகவேதான் வெள்ளி பிறை வடிவிலும் அழகாக, கம்பீரமாகக் காட்சியளிக்கிறது.

பௌர்ணமி நிலவுபோல வெள்ளியை இரவில் முழு வட்டமாக நம்மால் காண இயலாது. வெள்ளியின் முழு வட்டத்தின்மீது சூரிய ஒளி படும்போது அக் கிரகம் – எப்போதுமே – சூரியனுக்குப் பின்னால் அமைந்துவிடுகிறது. சூரியனின் பிரகாசத்தில் வெள்ளியின் முழு வட்டம் நம் கண்ணுக்குப் புலப்படுவதில்லை. இரவில் பெட்ரோமாக்ஸ் விளக்கின் பின்னால் வைத்த லாந்தர் விளக்கு நமக்குப் புலப்படாது என்பது போலத்தான் இதுவும். எனினும் பகலில் தொலைநோக்கி மூலம் பார்த்தால் சூரியனுக்கு அருகே வெள்ளி கிரகத்தைக் காணலாம். அப்போது அது ஒளி இழந்த சந்திரன் போன்று தெரியும். சுமார் 300 ஆண்டுகளுக்கு முன்னர், பல ஐரோப்பிய நாடுகளை வென்ற பிரெஞ்சுச்

சக்ரவர்த்தி நெப்போலியன் லக்சம்பர்க் நகருக்கு விஜயம் செய்தபோது அவரை வரவேற்பதற்காகக் கூடியிருந்த மக்கள் சக்ரவர்த்தியைக் காண்பதற்குப்பதில் வானைப் பார்த்துக்கொண்டிருந்தனர்.

பகலில் உச்சி வானில் வெள்ளி கிரகம் தெரிந்ததே அதற்குக் காரணம். வானில் அப்போது வெள்ளி ஒளியிழந்த சிறு வட்டமாக காட்சி அளித்துக்கொண்டிருந்தது என்று பிரெஞ்சு வானவியல் விஞ்ஞானி அரோகோ எழுதிவைத்துள்ளார்.

நெப்போலியனும் சிறிது நேரம் அந்த அதிசயத்தை உற்றுக் கவனித்துக் கொண்டிருந்தாராம். போரில் தானே வெற்றி வீரன் என்பதை அது காட்டுவதாக நெப்போலியன் குறிப்பிட்டாராம்.

வெள்ளிக்கு ஆங்கிலத்தில் வீனஸ் என்று பெயர். ரோமானிய, கிரேக்க புராணங்களின்படி வீனஸ் என்பவள் ஓர் அழகு தேவதை. காதல் தெய்வம். மேற்கத்திய நாட்டவர்கள் வெள்ளியை ஒரு பெண்ணாகக் கருதுகின்றனர். வெள்ளியை ஒரு பெண்ணாகக் கருதினால் அதன் மேகங்கள் அப்பெண்ணின் முகத்திரை போல உள்ளன. அந்த முகத்திரைக்குப் பின்னால் இருப்பது அழகிய முகமா அல்லது விகாரமான உருவமா என்பது நீண்ட காலம் தெரியாமல் இருந்தது.

விஞ்ஞானிகள் அந்த முகத்திரையை ஊடுருவிப் பார்த்தபோதுதான் வெள்ளி கிரகம் பூமியிலிருந்து எவ்வளவு மாறுபட்டது என்பது தெரியவந்தது.

அங்குமிங்குமாக மேகங்களுடன் பூமி (இடது புறம்).
அடர்ந்த மேகங்களால் சூழப்பட்ட வெள்ளி (வலது புறம்).

மேற்கே உதிக்கும் சூரியன்

'கிழக்கே உதிக்கிற சூரியன் மேற்கே உதித்தாலும் அந்தக் காரியம் மட்டும் நடக்காது' என்று சிலர் சபதம் செய்வதுண்டு. ஆனால் ஒருவர் வெள்ளி கிரகத்தில் இப்படிச் சபதம் செய்யவே முடியாது. ஏன் என்றால் வெள்ளி கிரகத்தில் சூரியன் மேற்கேதான் உதிக்கிறது!

சூரிய உதயம் என்பது என்ன? பூமி ஒரு பம்பரம்போல தனது அச்சில் மேற்கில் இருந்து கிழக்கு நோக்கிச் சுழல்கிறது. இதனால் சூரியன் கிழக்கில் உதிப்பதுபோல நமக்குத் தோன்றுகிறது. வெள்ளி, இதற்கு மாறாக, கிழக்கிலிருந்து மேற்கு நோக்கிச் சுழல்வதால் அங்கு சூரியன் மேற்கேதான் உதிக்கிறது. சூரிய மண்டலத்தில் இப்படி மாறுதிசையில் சுழல்கிற ஒரே கிரகம் வெள்ளி மட்டும்தான்.

தொலைநோக்கி மூலம் வெள்ளி கிரகத்தைப் பார்த்தால் வெள்ளியைச் சூழ்ந்துள்ள அடர்ந்த மேகங்கள் மட்டுமே தெரிகின்றன; மற்றபடி வெள்ளியின் நிலப்பரப்பு எப்படி இருக்கிறது என்று அறிய முடிவதில்லை என்று சற்றுமுன் சொல்லியிருந்தேன். அப்படி எதுவுமே தெரியாதபோது வெள்ளி எதிர்த்திசையில் சுழல்வதை எப்படிக் கண்டுபிடித்தார்கள் என்று நீங்கள் கேட்கலாம்.

பிரபல விஞ்ஞானி கலீலியோ தன் சிறு தொலைநோக்கி மூலம் 1610–ல் முதன்முதலாக வெள்ளி கிரகத்தைக் கவனித்தார். வெள்ளி பிறை வடிவில் தெரிகிறது என்று மட்டுமே அவரால் கூற முடிந்தது. வெள்ளியின் பிறைகள் எவ்விதமாக உள்ளன என்பதை அவர் தமது கையால் வரைந்துவைத்தார். கலீலியோவுக்குப் பிறகு 350 ஆண்டுகள் கழித்துத்தான் வெள்ளி கிரகம் பற்றி உருப்படியான தகவல்கள் தெரியவந்தன.

அதுவரையில் வெள்ளி எப்படி இருக்கும், அங்கு என்னவெல்லாம் இருக்கலாம் என்பது பற்றிப் பலவிதமான ஊகங்களே கூறப்பட்டன.

1686–ல் பிரெஞ்சு எழுத்தாளர் டி. போன்டினெல்லா எழுதுகையில், 'வெள்ளி கிரகத்தில் உள்ளவர்கள் எல்லாம் கருப்பாகக் குள்ளமாகத்தான் இருப்பார்கள் என்று எனக்கு நிச்சயமாகத் தெரியும்' என்று அடித்துக் கூறினார். அவர்கள் நகைச்சுவை மிக்கவர்களாக, கவிதை, இசை ஆகியவற்றில் ஆழ்ந்த ஈடுபாடு உள்ளவர்களாக இருப்பார்கள்; திருவிழா, இசைப்போட்டி ஆகியவற்றை நடத்தி சந்தோஷத்துடன் இருப்பார்கள் என்றும் அவர் எழுதினார்.

விஞ்ஞான அறிவு வளர்ந்தபோது வெள்ளியில் உயிர்கள் இருக்க வாய்ப்பில்லை என்று உணரப்பட்டது.

கடந்த நூற்றாண்டின் ஆரம்பத்தில்கூட விஞ்ஞானிகள் வெவ்வேறு கருத்துகளைக் கூறினர்.

வெள்ளி கிரகம் நீர் தோய்ந்ததாக இருக்கும்; எங்கு பார்த்தாலும் தண்ணீராக இருக்கும்; செடி, கொடிகளிலிருந்து தண்ணீர் சொட்டிக் கொண்டிருக்கும் என்று கூறினார் ஒரு விஞ்ஞானி. இன்னொருவரோ, வெள்ளியில் பெட்ரோலியம் குளம், குளமாகத் தேங்கி நிற்கும் என்று எழுதினார். ஆனால், இவை அனைத்தும் ஆதாரமற்றவை என்பது பின்னர் தெரிய வந்தது.

வெள்ளி கிரகம் கிழக்கிலிருந்து மேற்காகச் சுற்றுகிறது என்று 1960–க்குப் பிறகுதான் ராடார் சாதனம் மூலம் கண்டுபிடிக்கப்பட்டது. ராடார் சாதனத்தில் கிண்ண வடிவிலான டிஷ் ஆண்டெனா இருக்கும். இதன்மூலம் ராடார் அலைகள் அனுப்பப்படும். அந்த அலைகள் வெள்ளிமீது மோதிவிட்டுத் திரும்பும். இதை வைத்துப் பல தகவல் களையும் நில அமைப்பு பற்றிய படங்களையும் பெற முடிந்தது.

பிறகு மர்மமான வெள்ளி கிரகத்தை ஆராய ரஷ்யாவும் அமெரிக்காவும் ஆள் இல்லாத விண்கலங்களை அனுப்பின. ஐரோப்பிய விண்வெளி அமைப்பு தன் பங்குக்கு 2005 ஆம் ஆண்டில் வீனஸ் எக்ஸ்பிரஸ் என்னும் பெயர் கொண்ட ஒரு விண்கலத்தை வெள்ளிக்கு அனுப்பியது. வெள்ளியை நோக்கி நிறைய விண்கலங்கள் செலுத்தப்பட்டன. இதுவரை 30–க்கும் அதிகமான விண்கலங்கள் அனுப்பப்பட்டுள்ளன. நிறைய விண்கலங்களைச் செயலிழக்கச் செய்து பலி வாங்கியதும் வெள்ளி கிரகமே.

இதற்கு வெள்ளியில் உள்ள நிலைமைகளே காரணம். விண்கலங்கள் மூலமான ஆய்வுகளிலிருந்து வெள்ளி கிரகம் ஒரு நரகம் போன்றது என்பது தெரியவந்தது.

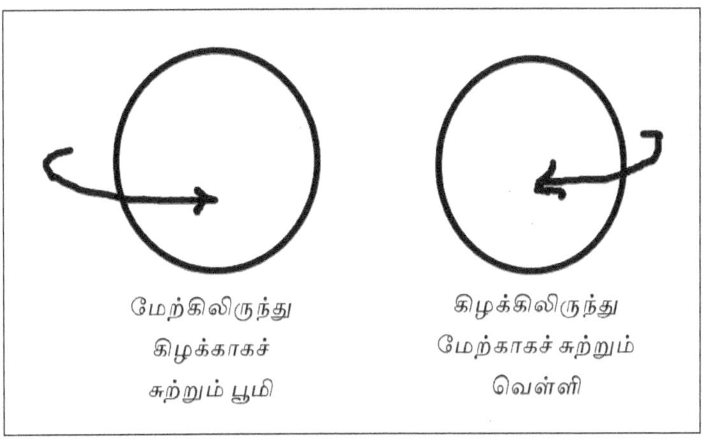

வெள்ளியின் நிலப்பரப்பில் உள்ள வெப்பம் சுமார் 480 டிகிரி செல்சியஸ். அதாவது வெள்ளியில் உள்ள வெப்பநிலை புதனில் உள்ள வெப்பத்தைக் காட்டிலும் அதிகம்! இதற்கு வெள்ளியை மேகங்கள் சூழ்ந்துள்ளதே காரணம். புதன் கிரகத்தில் இரவாக இருக்கும் பகுதியில் கடும் குளிர் நிலவுகிறது. ஆனால் வெள்ளி கிரகத்தில் அப்படியில்லை. இரவாக இருக்கும் பகுதியிலும் பயங்கர வெப்பமே. பகல் பகுதியைவிடச் சற்றுக் குறைவு. அவ்வளவுதான்.

வெள்ளி கிரகத்தில் கடும் வெப்பத்தைவிடப் பெரிய பிரச்னை ஒன்று உள்ளது. அதுதான் காற்று மண்டல அழுத்தம். வெள்ளியில் போய் இறங்குகிற எந்த ஒரு பொருளையும் காற்றழுத்தம் பிசாசு போல பயங்கரமாக அழுத்திக் கொன்றுவிடும்.

தண்ணீருக்கு எடை உண்டு என்பது உங்களுக்குத் தெரியும். தலையில் தண்ணீர்க் குடத்தை வைத்துக்கொண்டால் அது அழுத்துகிறது. தண்ணீரைப் போலவே காற்றுக்கும் எடை உண்டு. உங்களையும் என்னையும் ஒவ்வொரு பொருளையும் நம் தலைக்குமேல் உள்ள காற்று அழுத்துகிறது. காற்று மண்டலம் நம்மை எல்லாப் புறங்களி லிருந்தும் அழுத்துவதால் நாம் இதை உணருவதில்லை. தவிரவும் நாம் இந்த அழுத்தத்துக்குப் பழகிவிட்டோம்.(பூமியில்காற்று கடல் மட்டத்தில் நம்மை ஒரு சதுர சென்டிமீட்டருக்கு ஒரு கிலோ வீதம் அழுத்துகிறது. வெள்ளி கிரகத்தில் உள்ள இந்த அழுத்தம் பூமியில் உள்ளதைப் போல 94 மடங்கு அதிகமாக உள்ளது. வேறுவிதமாகச் சொல்வதானால் வெள்ளியில் உள்ள இந்த அழுத்தம் ஒருவரின் தோளில் பல டன் எடையைத் தூக்கி வைப்பதற்குச் சமமானது.

வெள்ளிக்கு முதன்முதலாக அனுப்பப்பட்ட சில விண்கலங்கள் செயல்படாமல் போனதற்கு இந்தப் பயங்கர அழுத்தம் முக்கியக் காரணமாகும். இந்த அழுத்தத்தைத் தாங்கும் வகையில் வடிவமைக்கப் பட்ட விண்கலங்களும் மிஞ்சிப் போனால் சுமார் ஒரு மணி நேரமே செயல்பட்டன. கடும் வெப்பம், அழுத்தம் ஆகியவற்றைத் தாங்கி அவை அவ்வளவு நேரம் செயல்பட்டதே பெரிய விஷயம்! ரஷியா அனுப்பிய வெனிரா 7 விண்கலம் வெள்ளியில் இறங்கி 23 நிமிஷ நேரமே செயல்பட்டது.

வெள்ளியின் நிலைமைகள் தெரியவந்தபிறகு, அக்கிரகத்தை ஆராய வேறு வழி கையாளப்பட்டது. அந்தக் கிரகத்தை நீண்ட நாள் சுற்றி வந்து ஆராய்வதற்கு ராடார் சாதனம் கொண்ட விண்கலங்கள் அனுப்பப்பட்டன.

அமெரிக்கா அனுப்பிய மெகல்லன் விண்கலம் அப்படிப்பட்டது. அது வெள்ளி கிரகத்தில் இறங்காமல், 1990 முதல் 1994 வரை அந்த

கிரகத்தைத் தொடர்ந்து சுற்றிச் சுற்றி வந்தது. அதுவும் அதன் பின்னர் அனுப்பப்பட்ட விண்கலங்களும் வெள்ளியின் மேல்பரப்பை முற்றிலுமாக ஆராய்ந்து முடித்துவிட்டன.

வெள்ளி கிரகத்தில் சூரியன் மேற்கே உதிக்கிறது என்று குறிப்பிட்டோம். ஆனால் நீங்கள் வெள்ளியில் இருந்தால் சூரிய உதயத்தையோ அஸ்தமனத்தையோ காணவே முடியாது. வெள்ளியைச் சூழ்ந்துள்ள மேகக் கூட்டங்களே இதற்குக் காரணம். இதே காரணத்தால் வெள்ளியில் வெளிச்சம் மங்கலாக, அதாவது நம் ஊரில் மழை வருவதற்கு முன்பாக சற்று இருட்டுமே, அந்த அளவுக்குத்தான் இருக்கும். அதே நேரம், இரவாக இருக்கின்ற பகுதியிலும் முழு இருட்டாக இல்லாமல் மங்கலான வெளிச்சம் இருந்துகொண்டே இருக்கும்.

பூமியும் வெள்ளியும் இரட்டையர் போன்றவை என்று குறிப்பிட்டோம். பூமி எண்ணற்ற உயிரினங்களின் சொர்க்க பூமியாக உள்ளது. வெள்ளியோ அக்கினிக் குண்டமாக, உயிரினங்களுக்குப் பாதகமான அம்சங்களைக் கொண்டதாக, நரகமாக விளங்குகிறது. வெள்ளிக்கு ஏன் இந்தக் கதி? இதில் பூமிக்கும் படிப்பினை உள்ளதா? பூமியும் இப்படி நரகமாக மாறிவிடக்கூடிய அபாயம் உள்ளதா?

வெள்ளியில் இருக்கும் லட்சுமி

சந்திரனில் முதலில் காலடி எடுத்து வைத்தவர் யார் என்று கேட்டால் நீல் ஆர்ம்ஸ்டிராங் என்று எந்த ஆரம்பப் பள்ளி மாணவரும் சட்டென்று கூறிவிடுவார். ஆனால் ஆர்ம்ஸ்டிராங் சந்திரனில் எந்த இடத்தில் போய் இறங்கினார் என்று கேட்டால் பலருக்கும் தெரியாது. அந்த இடத்தின் பெயர் 'ஸீ ஆப் டிரான்குவிலிடி', அதாவது 'அமைதிக் கடல்'.

ஆனால், சந்திரனில் ஏது கடல்? ஆரம்ப நாள்களில் தொலைநோக்கி மூலம் சந்திரனை ஆராய்ந்த நிபுணர்கள் சந்திரனிலும் கடல் இருக்கும் என்ற நினைப்பில் அந்த இடத்துக்கு அப்படிப் பெயர் வைத்து விட்டனர். அது நிலைத்துவிட்டது. சந்திரனில் மனிதன் காலடி வைத்ததற்குப் பலப்பல ஆண்டுகளுக்கு முன்னரே சந்திரனின் பல இடங்களுக்குப் பெயர் வைக்கப்பட்டுவிட்டது.

சந்திரனில் மட்டுமல்ல, புதன், செவ்வாய் ஆகிய கிரகங்களிலும் பல இடங்களுக்குப் பெயர்கள் வைக்கப்பட்டுள்ளன. வெள்ளி கிரகம் மட்டும்தான் இந்த விஷயத்தில் பாக்கியாக இருந்தது.

சக்திமிக்க தொலைநோக்கி மூலம் பார்த்தாலும் வெள்ளியின்மேல் கவிந்துள்ள மேகங்கள்தான் தெரிந்தன. வெள்ளி கிரகத்தின் நிலப்பரப்பு சிறிதுகூடத் தெரியவில்லை. நிலப்பகுதியில் இருக்கக்கூடிய

எரிமலைகள், மலைகள், பள்ளத்தாக்குகள் முதலியவை தென்படாத போது அவற்றுக்கு எப்படிப் பெயர் வைப்பது?

ரஷ்ய, அமெரிக்க ஆள் இல்லா விண்கலங்கள் ராடார் மூலம் வெள்ளியின் நிலப்பரப்பை ஆராய்ந்து தகவல்களை அனுப்பியபிறகு வெள்ளியிலும் பல இடங்களுக்குப் பெயர்கள் வைக்கப்பட்டுவிட்டன. அமெரிக்கா அனுப்பிய மெகல்லன் விண்கலம் கிட்டத்தட்ட வெள்ளியை முற்றிலுமாக ஆராய்ந்துவிட்டபிறகு அநேகமாக எல்லா இடங்களுக்கும் பெயர் வைக்கப்பட்டுவிட்டன. பெயர் என்று சொல்லும்போது இங்கு ஒன்றைக் குறிப்பிடவேண்டும். வெள்ளி கிரகத்துக்கு சுக்கிரன் என்ற பெயரும் உண்டு.

சந்திரன், புதன், வெள்ளி ஆகியவற்றில் பெயர் வைக்க ஊர்கள், தெருக்கள் என ஏதாவது இருக்கிறதா என்று நீங்கள் கேட்கலாம். பூமியில் உள்ள மலைகள், எரிமலைகள், பள்ளத்தாக்குகள், பாலை வனங்கள், பீடபூமிகள் ஆகியவற்றுக்குப் பெயர்கள் உள்ளனவே. அதே மாதிரியான இடங்கள் சந்திரன், புதன், வெள்ளி ஆகியவற்றிலும் உள்ளன. அவற்றுக்குப் பெயர் வைப்பது அடையாளத்துக்குத்தானே?

தவிரவும், வானியல் ஆராய்ச்சி நிபுணர்கள் எதையும் ஆழ்ந்து ஆராய்வார்கள். எதையும் மேலோட்டமாக விடுவதில்லை. சந்திரனில், புதனில், சுக்கிரனில் மலை இருக்கிறதா, அதில் உள்ள பாறை எவ்வகையைச் சேர்ந்தது, நீண்ட பள்ளத்தாக்கு இருக்கிறதா, அது எதனால் ஏற்பட்டது என்றெல்லாம் விரிவாக ஆராய்கிறார்கள். இவை பற்றித் தொடர்ந்து ஆராயப் பெயர்கள் அவசியம்.

வெள்ளியில் உள்ள இடங்களுக்குப் புராணக் கடவுள்களின் பெயர்களை வைப்பது என்று முடிவு செய்யப்பட்டு அதன்படி பெயர்கள் வைக்கப் பட்டன. உதாரணமாக வெள்ளியில் உள்ள எரிமலைச் சிகரத்துக்கு அசீரிய (இப்போதைய ஈராக், சிரியா பகுதி) பெண் கடவுளின் பெயரான 'குலா' என்பது வைக்கப்பட்டது. இதே போல உயர்ந்த பீடபூமிக்கு, இந்தியக் கடவுளான லட்சுமியின் பெயரைக் கொண்டு, 'லட்சுமி பீடபூமி' என்று பெயர் வைக்கப்பட்டது.

வெள்ளியில் சுமார் 19 மீட்டர் விட்டம் கொண்ட ஒரு பள்ளத்துக்கு சங்கப் புலவர் ஔவையார் பெயர் சூட்டப்பட்டுள்ளது.இதே போனற வேறு பள்ளங்களுக்கு இந்திரா,ராதிகா, தீபிகா என இந்தியப் பெயர்கள் வைக்கப் பட்டுள்ளன. கிளியோபாட்ரா, மோனா லிசா, எலிசபெத், கிறிஸ்டி, லைலா என்ற பெயர்களைத் தாங்கிய பள்ளங்களும் உள்ளன. வெள்ளி கிரகத்தில் அனேகமாக எல்லா இடங்களுக்கும் பெண்களின் பெயர்களே வைக்கப்பட்டுள்ளன. மேற்கத்திய வானவியலார் பண்டைக் காலத்திலிருந்தே வெள்ளி கிரகத்தை ஒரு பெண்ணாகக் கருதி வருவது இதற்குக் காரணமாக இருக்கலாம்.

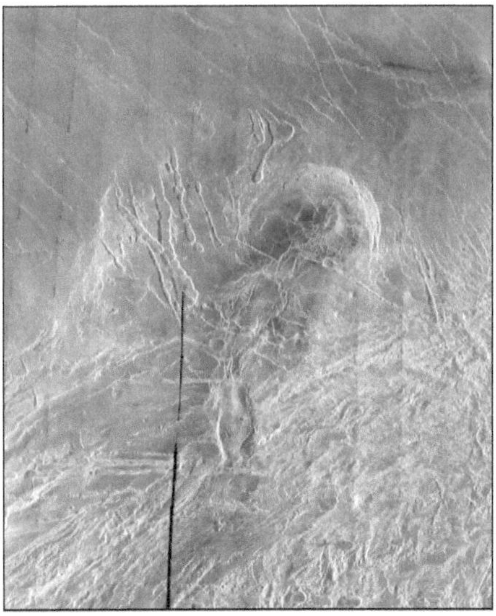

லட்சுமி பீடம்

இந்தியாவின் பண்டைய கணிதமேதை ஆர்யபட்டா, நமது காலத்தைச் சேர்ந்த அணுசக்தி விஞ்ஞானி ஹோமி பாபா, விண்வெளி விஞ்ஞானி விக்ரம் சாராபாய் ஆகியோரின் பெயர்களைத் தாங்கிய இடங்கள் சந்திரனில் உள்ளன.

எந்த நிபுணரும் தனது இஷ்டப்படி இப்படிப் பெயர் வைப்பது கிடையாது. சர்வதேச வானியல் சங்கம் என்ற உலகம் தழுவிய அமைப்பு உள்ளது. இப் பெயர்கள் எல்லாம் அந்த அமைப்பின் அங்கீகாரத்துடன்தான் வைக்கப்படுகின்றன.

அட்லஸ் உலகப்படத்தில் பூமியின்மீது அட்சரேகை, தீர்க்கரேகை என்று கோடுகள் வரையப்பட்டிருப்பதைப் பார்த்திருப்பீர்கள். சந்திரன், புதன், செவ்வாய் போன்றவற்றுக்கு ஏற்கெனவே இவ்விதம் அட்சரேகை, தீர்க்கரேகைகளுடன் அட்லஸும் மேப்புகளும் தயாரிக்கப்பட்டுள்ளன. நீங்கள் சந்திரனில் போய் இறங்கினால் வழி தவற வாய்ப்பே இல்லை. இப்படி மேப்பை வைத்துக்கொண்டு போகவேண்டிய இடத்துக்குச் சென்று விட்டு, வழி தவறாமல் உங்கள் இடத்துக்குத் திரும்பி வந்துவிட முடியும்.

விண்வெளிக் கலங்கள் சேகரித்து அளித்துள்ள தகவல்கள் மேப்களைத் தயாரிக்க மிக உதவியாக உள்ளன. வெள்ளியில் இஷ்டார், அப்ரோடைட் என்று இரு கண்டங்கள் உள்ளன. இவற்றில் அப்ரோடைட், பூமியில் உள்ள தென்அமெரிக்கா அளவுக்குப் பெரிதாக உள்ளது. இஷ்டார் என்பது ஆஸ்திரேலியா அளவுக்கு உள்ளது. இஷ்டாரில் உள்ள மவுண்ட் மாக்ஸ்வெல் என்ற சிகரம் (10,800 மீட்டர்) இமய மலையில் உள்ள மவுண்ட் எவரெஸ்ட்டைவிட உயரமானது. லட்சுமி பீடபூமி, தரை மட்டத்திலிருந்து நான்கு மீட்டர் உயரத்தில் உள்ளது.

வெள்ளியை ஆராய்ந்த மெகல்லன் விண்கலம், அந்த கிரகத்தில் சுமார் 7,100 கிலோமீட்டர் நீளம் உள்ள ஆறுபோன்ற தடத்தைக் கண்டறிந்தது. இது எகிப்து வழியே ஓடும் நைல் நதியைவிட நீண்டதாகும். வெள்ளியில் ஆறு ஓடியது போன்று தெரிகிற தடம், எரிமலைக் குழம்பு ஓடியதால் ஏற்பட்டிருக்கலாம். வெள்ளியில் சுமார் 40 எரிமலைகள் உள்ளன.

வெள்ளியைப் பற்றிய குறிப்பிடத்தக்க விஷயத்தை இங்கு கூறியாக வேண்டும். இந்தக் கிரகம் தனது அச்சில் மிக மெதுவாக, புதனை விடவும் மெதுவாக, சுழல்கிறது. பூமி ஒரு தடவை தனது அச்சில் சுழல சுமார் 24 மணி நேரம் ஆகிறது என்று நாம் அறிவோம். வெள்ளி ஒரு தடவை தனது அச்சில் சுழல, பூமிக் கணக்குப்படி 243 நாள்கள் ஆகின்றன. ஆனால் வெள்ளி கிரகம் சூரியனை ஒரு தடவை தனது பாதையில் சுற்றிவர 225 நாள்கள்தான் எடுத்துக்கொள்கிறது. இந்த விசித்திர நிலைமை காரணமாக வெள்ளியில் ஒருநாள் என்பது ஒரு வருடத்தைவிட நீண்டதாக இருக்கிறது! அதாவது ஒரு நாள் முடிவதற்குமுன்பு ஒரு வருடம் ஓடிவிடும்!

இந்தக் குழப்பம் போதாது என வெள்ளியில் நாள் என்பதே வேறு மாதிரி உள்ளது. மேற்கே சூரியன் உதித்து, அஸ்தமனமாகி, மறுபடியும் மேற்கே தலைகாட்டுவதற்கு ஆகிற காலம் எவ்வளவு என்று பார்த்தால், அது பூமிக்கணக்குப்படி 117 நாள்கள்! இதைத்தானே நாம் ஒரு 'வெள்ளி நாள்' என்று சொல்லவேண்டும்?

வெள்ளியில் மட்டும்தான் இப்படி இரண்டு வகை நாள்கள் உள்ளனவா என்று வியக்கவேண்டாம். பூமிக்கும் இப்படி இரண்டு வித நாள்கள் உண்டு. ஆனால், இந்த இரண்டுக்கும் இடையிலான கால வித்தியாசம் சில விநாடிகளே. ஆகவே இதை நாம் ஒரு பொருட்டாக எடுத்துக் கொள்வதில்லை.

வெள்ளி தனது அச்சில் மெதுவாகச் சுழன்றாலும் அதைச் சூழ்ந்துள்ள மேகங்கள், குறிப்பாக வெளிப்புற மேகங்கள், பயங்கர வேகத்தில் வெள்ளியைச் சுற்றிச் சுற்றிவருகின்றன. இவை நான்கே நாள்களில் வெள்ளியை ஒரு ரவுண்டு அடித்துவிடுகின்றன.

இப்படிச் சுற்றிவரும் மேகங்களில் இருந்து மழை பொழியாதா; அப்படிப் பொழிந்தால் வெள்ளியின் தரையில் உள்ள 480 டிகிரி செல்சியஸ் வெப்பம் தணிந்துவிடுமே; வெள்ளி அக்கினிக் குண்டமாக இருக்கவேண்டியதில்லையே என்று நீங்கள் கேட்கலாம். இவை மழை பொழியா மேகங்கள். வெள்ளி கிரகம் சூரியனுக்கும் பூமிக்கும் இடையே அமைந்துள்ளதாகும். எனினும் அது மிக அபூர்வமாகவே சூரியனுக்கும் பூமிக்கும் நேர் குறுக்கே வந்து நிற்கிறது. ஆனால் பூமியிலிருந்து வெள்ளி பல கோடி கிலோ மீட்டருக்கு அப்பால் இருப்பதால் அது சூரியனின் ஒளித் தட்டை முற்றிலுமாக மறைப்பது கிடையாது.மாறாக அது சூரிய ஒளித் தட்டில் கருப்புப் பொட்டு போலக் காட்சி அளிக்கிறது.இதை கிரகணம் என்று சொல்வது கிடையாது. வெள்ளி கடப்பு என்று குறிப்பிடுகின்றனர்.

கடந்த 2004 ஆம் ஆண்டு ஜூன் 8 ஆம் தேதியும் பிறகு 2012 ஜூன் 5 ஆம் தேதியும் வெள்ளி கடப்பு நிகழ்ந்தது. இனி 2117 ஆம் ஆண்டில் தான் மறுபடி இதைக் காண முடியும்.

வெள்ளிக்கு சுக்கிரதசை அடிக்குமா?

உங்கள் வீட்டில் தோசை தயாரித்ததற்குப் பிறகு அடுப்பிலிருந்து தோசைக் கல்லை இறக்கினால் அது மிகச் சூடாக இருக்கும். அதை யாரும் உடனே தொட்டுவிடக்கூடாது என்பதற்காகத் தனியே ஓரமாக வைப்பார்கள். தோசைக்கல்லின் சூடு தணிய நீண்ட நேரம் ஆகும்.

தோசைக்கல்லைப் போலவே பகல் நேரத்தில் பூமியும் சூடேறுகிறது. இரவு வரும்போது பகலில் ஏறிய சூட்டில் கணிசமான பகுதி காற்று மண்டலத்துக்குச் சென்று பிறகு விண்வெளிக்குப் போய்விடுகிறது.

சில சமயங்களில் இரவில் வானில் மேகங்கள் இருப்பதுண்டு. அப்படிப் பட்ட சமயத்தில் வழக்கத்தை விட இரவில் சற்றுப் புழுக்கமாக இருக்கும். மேகம் கூடப் பரவாயில்லை. நம் கண்ணுக்குத் தெரியாத சில வகை வாயுக்கள் இவ்விதம் வெப்பம் வெளியேறாதபடி செய்து விடக் கூடியவை.

கார்பன் டையாக்சைட், மீத்தேன் ஆகியவை இவ்வித வாயுக்களில் குறிப்பிடத்தக்கவை. கார்பன் டையாக்சைட் பற்றி உங்களுக்கு நன்கு தெரியும். கோலி சோடா பாட்டிலில் குபு குபு என்று வெளியே வருவது கார்பன் டையாக்சைட் வாயுக் கொப்பளங்களே! மீத்தேன் என்பது சதுப்பு நிலங்களில் (நெல் வயல்களிலும்) இயற்கையாகத் தோன்றுகிற வாயு ஆகும்.

நாம் வெளியே விடும் மூச்சிலும் கார்பன் டையாக்சைட் அடங்கியுள்ளது. உலகில் மனிதன் உட்படக் கோடானுகோடி ஜீவராசிகளும் ஒவ்வொரு நிமிடமும் காற்று மண்டலத்தில் கார்பன் டையாக்சைடைச் சேர்த்துக்கொண்டே இருக்கின்றன. ஆனால் பூமியில் இருக்கிற செடி, கொடி, மரங்கள் – பெரிய, பெரிய காடுகள், தங்கள் உணவைத் தயாரிக்கப் பகல் நேரங்களில் கார்பன் டையாக்சைட் வாயுவை எடுத்துக்கொள்கின்றன. காற்றுமண்டலத்தில் ஓரளவு கார்பன் டையாக்சைட் இருப்பது நல்லதுதான். இல்லாவிட்டால் பூமியில் நாம் விறைத்துப் போகும் அளவுக்குக் குளிர் இருக்கும்.காற்று மண்டலத்தில் கார்பன் டையாக்சைட் சேர்மானத்துக்கும், கார்பன் டையாக்சைட் இயற்கையாக அகல்வதற்கும் இடையே பலப் பல நூற்றாண்டுகளாக ஒரு வித சம நிலை இருந்து வந்துள்ளது. இப்போது அந்த நிலை மாறி விட்டது.

பத்தொன்பதாம் நூற்றாண்டின் பிற்பகுதியிலிருந்து ஏற்பட்டுவரும் ஏராளமான சிறிய, பெரிய தொழிற்சாலைகள், ரயில், லாரி, கார், ஆட்டோ இப்படியான எண்ணற்ற வாகனங்கள் கார்பன் டையாக்சைடை இடைவிடாது காற்று மண்டலத்தில் சேர்த்துவருகின்றன.

கார்பன் டையாக்சைடும் வேறு சில வாயுக்களும் காற்று மண்டலத்தில் அளவுக்கு மீறிச் சேர்ந்துவருவதாக விஞ்ஞானிகள் அஞ்சுகிறார்கள். இதைத் தடுப்பதற்காக, கடந்த சில ஆண்டுகளாக உலக நாடுகளின் தலைவர்கள், அரசு அதிகாரிகள், நிபுணர்கள் ஆகியோர் அவ்வப்போது சர்வதேச மாநாடுகள் நடத்தி விவாதித்து வருகிறார்கள். உலகம் தழுவிய அளவில் கட்டுப்பாட்டு நடவடிக்கைகளை மேற்கொண்டு வருகிறார்கள்.

இந்த வகை வாயுக்கள் காற்று மண்டலத்தில் சேர்ந்துகொண்டே போனால் என்ன ஆகும்? பூமிக்கு ஜுரம் வரும். அதாவது பூமியின் சராசரி வெப்பம் அதிகரிக்கும். இதனால் வட, தென் துருவங்களில் மலை போலக் குவிந்துள்ள பனிக்கட்டிகள் உருகும். கடல் மட்டம் உயரும். கடல் ஓரமாக உள்ள சென்னை, கடலூர், தூத்துக்குடி, மும்பை, கொல்கத்தா, இன்னும் லண்டன், நியூ யார்க் போன்ற நகரங்களுக்குள் எல்லாம் கடல் நீர் புகுந்துவிடும். மாலத்தீவுகள் என்ற நாடு அடியோடு கடலில் மூழ்கிவிடும். அதேபோல அந்தமான், நிக்கோபார் தீவுகள் இல்லாமலேயே போய்விடலாம். உலகில் பருவநிலை மாறும். கோதுமை விளையும் குளிர் பிரதேசங்களில் நெல்தான் பயிரிட முடியும் என்ற நிலை ஏற்படும். சில இடங்களில் மழை பெய்து தள்ளும். வேறு சில இடங்களில் மழை பெய்யாமல் போய்விடும். இப்படி அடுக்கிக் கொண்டே போகலாம்.

இதுவரை பேசி வந்த கார்பன் டையாக்சைட் பிரச்னைக்கும் வெள்ளி கிரகத்துக்கும் என்ன தொடர்பு என்று நீங்கள் கேட்கலாம்.

வெள்ளி கிரகத்தின் காற்று மண்டலத்தில் கார்பன் டையாக்சைட் 96.5 சதவீதம் உள்ளது. பூமியின் காற்று மண்டலத்தில் இது 0.033 சதவீத அளவில் உள்ளது. பூமியில் கார்பன் டையாக்சைட் அளவு அதிகரித்தால் பூமிக்கு ஜுரம் வந்துவிடும் என்றோம். வெள்ளி கிரகத்தில் கிட்டத்தட்ட காற்று மண்டலம் முழுவதுமே கார்பன் டையாக்சைடாக இருக்கிறது. அப்படியானால் வெள்ளிக்கு ஜுரம் எந்த அளவுக்கு இருக்கும் என்பதை நீங்கள் புரிந்துகொள்ளலாம். அதனால்தான் அந்தக் கிரகத்தில் தரை வெப்பம் 480 டிகிரி செல்சியஸ் அளவுக்கு உள்ளது. வெள்ளியில் இருக்கிற அளவுக்கு பூமியிலும் கார்பன் டையாக்சைட் அளவு அதிகரித்தால் பூமியில் நாமெல்லாம் இருக்கமாட்டோம். பூமியும் வெள்ளி போல நரகமாகிவிடும். நல்லவேளையாக பூமியில் அந்த அளவுக்கு கார்பன் டையாக்சைட் உயர வாய்ப்பில்லை.

கார்பன் டையாக்சைட் அளவு அதிகரிப்பதற்கும் பூமி சூடாவதற்கும் அப்படி என்ன தொடர்பு?

நீங்கள் ஊட்டி, கொடைக்கானல் போன்ற இடங்களுக்குப் போயிருக் கலாம். இப்படிக் குளிராக உள்ள இடங்களில் செடி, கொடிகளைக் குளிர் தாக்காமல் இருக்க, முற்றிலும் கண்ணாடியால் ஆன கூடாரங்களை அமைத்திருப்பார்கள். இவற்றின்மேல் சாதாரணக் கூரைக்குப் பதில் சூரிய ஒளி உள்ளே வரும் வகையில் கண்ணாடிப் பலகைகளை அமைத் திருப்பார்கள். செங்கல் சுவர்களுக்குப் பதில் கண்ணாடிப் பலகைகள் சுவர்களாக அமைந்திருக்கும்.

கண்ணாடி எதற்கு? செடி, கொடிகளுக்குத் தேவையான வெயிலைக் கண்ணாடி உள்ளே அனுமதிக்கும், அதே சமயத்தில் கூடாரத்தில் உள்ள இதமான வெப்பம் இரவில் வெளியே போய்விடாதபடி கண்ணாடி தடுக்கும். வெளியே உள்ள குளிர், உள்ளே இருக்கிற செடி, கொடிகளைத் தாக்காதபடி கண்ணாடி தடுக்கும். இந்த விளைவுக்கு 'கண்ணாடி அறை விளைவு' என்று பெயர். இந்த அமைப்பை 'பசுமைக் குடில்' என்றும் அழைக்கிறார்கள்.

காற்று மண்டலத்தில் கார்பன் டையாக்சைட், மீத்தேன் போன்ற வாயுக்கள் அதிகரிக்கும்போது இதுபோன்ற 'கண்ணாடி அறை விளைவு' ஏற்படும். பூமியிலிருந்து இரவில் வெளியேறவேண்டிய வெப்பம் விண்வெளிக்குச் செல்ல முடியாதபடி தடுக்கப்பட்டுவிடும்.

வெள்ளி கிரகத்துக்கு சூரியனிலிருந்து கிடைக்கும் வெப்ப அளவு பூமிக்குக் கிடைப்பதைப் போல இரண்டு மடங்கு. அப்படி வெள்ளியின் நிலப்பரப்பை அடைகிற வெப்பம் வெளியேற வாய்ப்பு இல்லாமல் இருக்கிறது. வெள்ளியின் காற்று மண்டலத்தில் மிக அதிக அளவுக்கு இருக்கும் கார்பன் டையாக்சைட் மேகங்கள்தான் இந்த வெப்பத்தை இறுக்கிப் பிடித்து உள்ளேயே வைத்துக்கொள்கின்றன.

சூரியனுக்கு மிக அருகில் உள்ள புதனைக் காட்டிலும் அதைவிடச் சற்றுத் தொலைவில் உள்ள வெள்ளி கிரகம் அக்கினிக் குண்டமாக உள்ளதற்கு இதுவே காரணம்.

நம்மூரில் நல்ல வெயில் அடிக்கும்போது ஓரிரு மேகங்கள் சூரியனை மறைத்தால் நமக்கு இதமாக இருக்கிறது. பூமியின் மேகங்கள் மிக நுண்ணிய நீர்த்துளிகளாலும் நுண்ணிய பனிக்கட்டித் துணுக்குகளாலும் ஆனவை. ஆனால், வெள்ளியின் கார்பன் டையாக்சைட் மேகங்கள் அந்தக் கிரகத்தை முற்றிலுமாக மூடியுள்ளதால் கண்ணாடி அறை விளைவு ஏற்பட்டு நேர்மாறாகக் கடும் வெப்பம் ஏற்படுகிறது. தவிர, வெள்ளி கிரகத்தின் காற்று மண்டலத்தில் உயர் மட்டத்தில் கந்தக

டையாக்சைடும், அத்துடன் கந்தக அமிலமும் அடங்கியுள்ளது. இந்த கந்தக அமிலம் சாரல் போல வெள்ளியின் தரையை நோக்கி இறங்க முற்படுகிறது. ஆகவே வெள்ளியில் கந்தக அமில மழை பெய்வதாகவும் கூறலாம்.

இரட்டையர்கள் எனக் கருதப்படும் பூமியும் வெள்ளியும் தோன்றிய போது ஆரம்ப காலத்தில் பூமியின் காற்று மண்டலத்தில் கணிசமான அளவு கார்பன் டையாக்சைட் இருந்தது. ஆக்சிஜன் இல்லை. பிறகு காலப்போக்கில் பல காரணங்களால் பூமியின் காற்று மண்டலம் முற்றிலும் மாறி, உயிரினத்துக்கு உகந்ததாக, உயிர்களைக் காக்கும் கவசமாக ஆகிவிட்டது.

வெள்ளியில் ஆரம்ப காலத்தில் பூமியில் உள்ளது போன்று கடல்கள் இருந்ததாக ஒரு கருத்து உள்ளது. ஏதோ ஒரு கட்டத்தில் வெள்ளியில் இருந்த நிலைமைகள் மாறி விபரீதத்தில் போய் முடிந்துள்ளது.

எனினும், சில ஆண்டுகளுக்கு முன்னர் ஒரு விஞ்ஞானி வெள்ளிக்கு விமோசனம் பிறக்க ஒரு வழி சொன்னார். வெள்ளி கிரகத்தில் மேல் மட்டக் காற்று மண்டலத்தில் நுண்ணிய பசுமையான தாவரங்களை வளர்க்கலாம் என்று அவர் சொன்னார். அப்படிச் செய்தால் அவை கார்பன் டையாக்சைடை எடுத்துக்கொண்டு ஆக்சிஜனை வெளிவிடும். இந்த வகையில் வெள்ளியின் காற்று மண்டலத்தை மாற்றி அமைத்து விட முடியும் என்றார் அவர். இதனால் நாளடைவில் வெள்ளி குளிர்வடையலாம் என்றார் அவர். மனித முயற்சியால் இது சாத்தியம் ஆகலாம். வெள்ளிக்கு இப்படி ஒரு விமோசனம் ஏற்பட்டால் அது வெள்ளிக்கு சுக்கிர தசை அடிப்பதாக அமையும்.

ஆனால் பூமியின் காற்று மண்டலத்தில் கார்பன் டையாக்சைட் சேருவதைக் கட்டுப்படுத்துவதில் மெத்தனமாக இருந்துவிட்டால் அது பூமிக்கு சனி தசையாக அமைந்துவிடலாம்.

3

செவ்வாய்

பச்சை மனிதர்கள்

‘**மு**க்கிய அறிவிப்பு. பெரிய ஆபத்து நேர்ந்துவிட்டது. செவ்வாய் கிரகத்தின் பச்சை நிற மனிதர்கள் பூமியின்மீது படையெடுத்துள்ளனர். விண்கலங்கள் மூலம் அவர்கள் பல நகரங்களில் இறங்கித் தாக்கிக் கொண்டிருக்கின்றனர். உயிர் பிழைக்க, உடனே ஓடி ஒளிந்து கொள்ளுங்கள்.’

1938 ஆம் ஆண்டு அக்டோபர் 30 ஆம் தேதி. அமெரிக்க ரேடியோ நிலையம் ஒன்றில் இப்படி ஓர் அறிவிப்பு வாசிக்கப்பட்டது. அவ்வளவு தான். அமெரிக்காவில் பல நகரங்களிலும் பீதி கிளம்பியது. கார்களில் சென்றுகொண்டிருந்தவர்கள் கார் ரேடியோ மூலம் இந்த அறிவிப்பைக் கேட்டு ஆங்காங்கு காரை நிறுத்திவிட்டு, பதுங்கும் இடங்களை நோக்கி ஓடினார்கள். வீடுகளில் உள்ளவர்கள் இந்த அறிவிப்பைப் கேட்டு எங்கு ஒளிவது என்று தெரியாமல் திண்டாடினார்கள்.

எல்லாமே சில நிமிஷங்கள்தான். ரேடியோ அறிவிப்பு உண்மையல்ல, அது ஒரு ரேடியோ நாடகத்தின் முதல் காட்சி பற்றிய எடுப்பான அறிமுகம் என்பது சற்று நேரத்தில் தெரிந்துவிட்டது. நாடகத்துக்கு விறுவிறுப்பு ஏற்றுவதற்காக இப்படி அமைத்திருந்தார்கள்.

செவ்வாய் கிரகத்தில் பச்சை நிற மனிதர்களோ, நீல நிற மனிதர்களோ கிடையாது. சொல்லப்போனால் அந்த கிரகத்தில் ஈ, எறும்பு, புழு, பூச்சிகூடக் கிடையாது. நுண்ணிய ஜீவராசிகள் இருப்பதுகூடச் சந்தேகமே. அப்படி இருக்க, அமெரிக்க மக்கள் எப்படி இந்த அறிவிப்பை நம்பினார்கள்? ஏன் அப்படி ஒரு பீதி தோன்றியது?

செவ்வாய் பற்றி எதைக் கூறினாலும் நம்பிவிடக்கூடிய சூழ்நிலை அப்போது நிலவியது என்பதே இதற்குக் காரணம். ஏன் இந்தச்

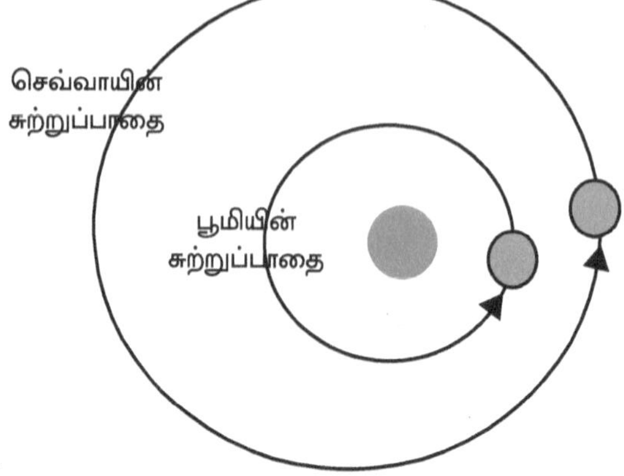

பூமியின் சுற்றுப்பாதையும் செவ்வாயின் சுற்றுப்பாதையும்
பூமியில் 1 வருடம் = 365 நாள்கள்;
செவ்வாயில் 1 வருடம் = 687 நாள்கள் (669 sols - martian days)

சூழ்நிலை இருந்தது என்பதைப் பின்னர் கவனிப்போம். முதலில் செவ்வாய் கிரகம் பற்றிச் சற்று தெரிந்துகொள்வோம்.

செவ்வாய் என்ற பெயர் உங்களுக்குப் புதியது அல்ல. செவ்வாய்க் கிழமைக்கு இந்தக் கிரகத்தின் பெயர்தான் வைக்கப்பட்டுள்ளது. செவ்வாய் தோஷம், அதனால்தான் இன்னும் கல்யாணம் நடக்காமல் தள்ளிப்போகிறது என்று மக்கள் பேசிக்கொள்வதைக் கேட்டிருப்பீர்கள். அதற்குக் காரணமாகக் கூறப்படுவது இந்தக் கிரகமே.

மற்ற பல கிரகங்களைக் காட்டிலும் செவ்வாய் கிரகம் ஒரு வகையில் விசேஷமானது. பூமியிலிருந்து கிளம்பிக் குடியேறுவதற்கு ஓரளவேனும் வாய்ப்பு கொண்ட கிரகம் சூரிய மண்டலத்திலேயே இது ஒன்றுதான். பையன் செவ்வாய் கிரகத்தில் வேலை பார்க்கிறான் என்று தாய்மார்கள் பெருமையாகச் சொல்கின்ற நாள் என்றாவது வரலாம்.

சூரிய மண்டல அமைப்பை வைத்துச் சொல்வதானால் செவ்வாய் நமக்குப் பக்கத்து வீடு மாதிரி. சூரிய மண்டலத்தின் நடு மையத்தில் சூரியன் உள்ளது. அடுத்தடுத்த சுற்றுப் பாதைகளில் கிரகங்கள் சூரியனைச் சுற்றி வருகின்றன. முதலாவது வட்டத்தில் உள்ள புதன், இரண்டாவது வட்டத்தில் உள்ள சுக்கிரன் எனப்படும் வெள்ளி ஆகிய இரண்டையும் ஏற்கெனவே நாம் விரிவாகப் பார்த்துவிட்டோம். சூரியனிலிருந்து தொடங்கி மூன்றாவதாக இருப்பது பூமி. இதைத் தாண்டி, பூமிக்கு அடுத்த வட்டத்தில் இருப்பதுதான் செவ்வாய்.

வானை அண்ணாந்து பார்த்த நிலையில் பிராஹே சிலை

பூமியையும் அதைச் சுற்றிச் சுற்றி வந்து கொண்டிருக்கிற சந்திரனையும் நாம் பிற்பாடு பார்த்துக்கொள்ளலாம். பூமி ஒரு பங்களா என்றால் சந்திரன் அதன் அவுட்ஹவுஸ். இந்த இரண்டையும் பற்றி நமக்கு ஓரளவு நன்றாகத் தெரியும். ஆகவேதான் வெள்ளிக்கு அடுத்தபடியாக செவ்வாயை எடுத்துக்கொண்டிருக் கிறோம். செவ்வாய் கிரகத்துக்கும் இப்போதைய டென்மார்க் நாட்டைச் சேர்ந்த வான் ஆராய்ச்சியாளர் டைக்கோ பிராஹேவுக்கும் நெருங்கிய தொடர்பு உண்டு. பிராஹே *(1546-1601)* டெலஸ்கோப் கண்டுபிடிக்கப்படாத காலத்தில் வாழ்ந்தவர். வானம் தெளிவாக இருக்கிற நாட்களில் அவர் கடும் குளிரையும் பொருட்படுத்தாமல் வெறும் கண்ணால் வானை ஆராய்வார். குறிப்புகளை எடுப்பார். வான்காட்சிப் படங்களை வரைவார்.

இப்படிவானையே பார்த்துக் கொண்டிருந்தார் என்பதால் தான் பின்னர் அவருக்கு சிலை வைத்த போது அவர் அண்ணாந்து வானை பார்த்து நிற்பவர் போல சிலை வடிவமைக்கப்பட்டது.

பிராஹே குறிப்பாக செவ்வாய் கிரகம் அவ்வப்போது வானில் எங்கு எந்தக் கோணத்தில் தெரிகிறது என்று தொடர்ந்து கவனித்து விரிவாக குறிப்புகளைஎடுத்து வைத்திருந்தார்.பிராஹேயின் உதவியாளரான ஜோஹன்னஸ் கெப்ளருக்கு*(1571-1630)* இக்குறிப்புகள் மீது ஒரு கண். பிராஹே அகால மரணமடைந்ததும் கெப்ளர் யாரிடமும் கேட்காமல் அக்குறிப்புகள் அனைத்தையும் எடுத்துக் கொண்டு சென்று விட்டார். கெப்ளர் அவற்றைத் திருடிக் கொண்டு ஓடி விட்டார் என்றும் சொல்வதுண்டு.

ஜோகன்னஸ் கெப்ளர்

கெப்ளரும் சிறந்த வான் ஆராய்ச்சியாளரே. அவர் அக்குறிப்புகளையும் மற்றும் பல தகவல் களையும் வைத்து தமது சிந்தனையாற்றல் மூலம் சூரிய மண்டலத்தில் கிரகங்களின் சுற்றுப்பாதைகள் எப்படி அமைந்துள்ளன, அவற்றின் இயக்கம் எவ்விதமாக உள்ளது என்பது குறித்துப் பொது விதிகளைக் கண்டு பிடித்துக் கூறினார். இன்றளவும் கெப்ளர் வகுத்த விதிகள் ஏற்கத்தக்கவையாக உள்ளன.

பிராஹே மற்றும் கெப்ளர் குறித்து சுவையான தகவல்கள் உண்டு. பிராஹே கணிதத்தில் வல்லவர். அவர் மாணவராக இருந்த போது அவருக்கும் வேறு ஒரு மாணவருக்கும் கணிதத்தில் யார் வல்லவர் என்று வாக்குவாதம் ஏற்பட்டு அது கத்திச் சண்டையில் போய் முடிந்தது. பிராஹே கணிதத்தில் வல்லவர்தான். ஆனால் கத்திச் சண்டையில் திறமை போதாது. விளைவு? கத்திச் சண்டையின் போது அவரது மூக்கின் நுனி துண்டிக்கப்பட்டது. பிராஹே உலோகத்தால் மூக்கு நுனியைத் தயாரிக்கச் செய்து ஆயுள் முழுவதும் செயற்கை மூக்கை அணிந்து கொண்டிருந்தார். அவர் வெவ்வேறு உலோகத்தால் ஆன செயற்கை மூக்குகளை வைத்திருந்தார். தங்கத்தால் ஆன மூக்கும் அவற்றில் ஒன்று.

பிராஹே வசதி படைத்தவர். ஒரு சமயம் குட்டித் தீவில் வான் ஆராய்ச்சிக்கூடம் அமைத்து அத் தீவுக்கு ராஜா போல விளங்கியவர்.

கெப்ளர் வசதியற்றவர். வான் ஆராய்ச்சியில் ஈடுபட்டிருந்த அதே சமயத்தில் பிரபுக்களுக்கும் அரசர்களுக்கும் ஜோசியம் சொல்லி பணம் சம்பாதித்தவர். போரில் யாருக்கு வெற்று என்பது பற்றி ஒரு சமயம் அவர் கூறிய ஜோசியம் பலிக்கவே அவர் ,மீதான மதிப்பு கூடியது.

எனினும் கிரகங்களின் இயக்கம் பற்றிய கண்டுபிடிப்புக்காகவே கெப்ளர் இன்றும் போற்றப்படுகிறார்.

கிரகங்களை ஆராய கி.பி. 1610–ல் கலீலியோ தொலைநோக்கியைப் பயன்படுத்தியதற்குப் பின்னர் நிறைய விஞ்ஞானிகள் செவ்வாயை ஆராய்ந்துள்ளனர். புதன், வெள்ளி மாதிரி செவ்வாய் கிரகம், காலையில் அல்லது மாலையில் சிறிது நேரம் தலைகாட்டிவிட்டு மறைந்துவிடுவது அல்ல. வாய்ப்பான சமயங்களில் மாதக்கணக்கில் செவ்வாயை விடிய விடியப் பல மணி நேரம் தொலைநோக்கி மூலம் பார்த்து ஆராய முடியும். வெள்ளியைப் போல செவ்வாய், மேகங்களால் மூடப்பட்டது அல்ல. ஆகவே, தொலைநோக்கி மூலம் பார்த்தால் செவ்வாயின் நிலப்பரப்பு நன்றாகவே தெரியும். இரவு வானில் செவ்வாய் கிரகத்தை வெறும் கண்ணால் பார்க்க இயலும். அது மினுமினுக்காமல் சிவந்த ஒளிப்புள்ளியாகத் தெரியும்.

செவ்வாய் தனது அச்சில் ஒரு தடவை சுழல (பூமியைப் போலவே) சுமார் 24 மணி நேரம் ஆகிறது; அதன் துருவப் பகுதி பூமியைப் போலவே பனி மூடியதாக உள்ளது; செவ்வாயில் ஓரளவு காற்று மண்டலம் உள்ளது என்ற விபரம் எல்லாம் தொலைநோக்கிமூலம் சுமார் 200 ஆண்டுகளுக்கு முன்னரே கண்டுபிடிக்கப்பட்டுவிட்டன. இப்படிப் பல தகவல்கள் தெரியவந்ததைத் தொடர்ந்து செவ்வாயில் மனிதர்கள்

இருக்கலாம் என்று ஊகம் கிளம்பியது. அப்படியானால் செவ்வாய் கிரக மனிதர்களுக்கு நம்மைப் பற்றித் தகவல் சொல்லலாமே என்ற யோசனையும் கிளம்பியது.

செவ்வாயில் இருப்பவர்கள் தொலைநோக்கி மூலம் பார்த்தால் தெரிகிற அளவுக்கு, ரஷ்யாவின் சைபீரியாவில், திறந்தவெளிப் பகுதியில், பெரிய பெரிய எழுத்துகளை அமைக்கலாமே என்று 1802-ம் ஆண்டில் கணித மேதை ஒருவர் கூறினார். இன்னொரு நிபுணர் சகாரா பாலைவனத்தில் பெரிய நெருப்பு மூட்டி செவ்வாய் கிரகவாசிகளுக்கு சிக்னல் அனுப்பலாம் என்றார். வேறு ஒரு நிபுணர் பெரிய முகம் பார்க்கும் கண்ணாடிகளைப் பயன்படுத்தி சூரிய ஒளியைப் பிரதி பலிக்கச் செய்து செவ்வாய் கிரகவாசிகளுக்கு நம்மைப் பற்றித் தெரிவிக்கலாம் என்றார். ஆனால் நடை முறையில் எதுவும் செய்யப் படவில்லை.

செவ்வாய் கிரகத்தில் கருமையான திட்டுகள் போல இருப்பது கடலாக இருக்கலாம் என்றார் ஒரு விஞ்ஞானி. தண்ணீராக இருந்தால் சூரிய ஒளி பட்டு மின்னும். அப்படி மின்னாத காரணத்தால் அது செடி, கொடி, பயிர் போன்ற தாவரங்கள் வளர்ந்த பகுதியாக இருக்கலாம் என்றார் இன்னொரு விஞ்ஞானி.

செவ்வாயைப் பற்றி இப்படி ஊகங்கள் வளர்ந்துகொண்டே போயின. 1877-ம் வாக்கில் கியோவன்னி ஷியாபரேலி என்ற இத்தாலிய வான் ஆராய்ச்சி நிபுணர், செவ்வாய் கிரகத்தில் கால்வாய்கள் உள்ளன என்ற புரட்சிகரமான கருத்தை வெளியிட்டார். அவர் உண்மையில் பெரிய விஞ்ஞானி. வரைபடம் போடுவதிலும் வல்லவர். அவர் அடுத்தடுத்துப் பல ஆண்டு காலம் செவ்வாயைத் தொலைநோக்கி மூலம் விரிவாக ஆராய்ந்தார். செவ்வாயில் காவி நிறத்தில் தெரிந்த திட்டுப்பகுதிகளிலிருந்து நீண்ட கோடுகள் செல்வதுபோல அவருக்குத் தெரிந்தது. அவை கருமையான வறண்ட பகுதிகளுக்குச் செல்வதாக அவர் ஊகித்தார். இந்த நீண்ட கோடுகள் பாசனக் கால்வாய்களாக இருக்கவேண்டும் என்று அவர் முடிவு கட்டினார்.

சுமார் 40 பாசனக் கால்வாய்கள் உள்ளதாக ஷியாபரேலி கணக்கு கூறினார். பாசனக் கால்வாய்களுடன் கூடிய செவ்வாயின் வரைபடத்தையும் அவர் தயாரித்தார். இதற்குள்ளாக செவ்வாயில் கால்வாய்கள் இருக்குமா என்பது பற்றிச் சர்ச்சை எழுந்தது. கால்வாய்கள் இருக்கும் என்பது ஒரு கட்சி. கிடையாது என்பது இன்னொரு கட்சி.

இந்தக் கட்டத்தில் வந்து சேர்ந்தார் பெர்சிவல் லோவல். ஷியாபரேலி விட்ட இடத்திலிருந்து அவர் தொடர்ந்தார். அமெரிக்காவைச் சேர்ந்த

லோவல் உண்மையிலேயே பெரிய நிபுணர். அமெரிக்காவில் அரிசோனா மாநிலத்தில் வான் ஆராய்ச்சி நிலையம் அமைத்தவர். 1894ம் ஆண்டிலிருந்து 1916–ல் அவர் காலமானதுவரை வானவியலில் பல புதிய விஷயங்களைக் கண்டுபிடித்தார். 1906–ம் ஆண்டில் 'செவ்வாயும் அதன் கால்வாய்களும்' என்ற நூலை அவர் வெளியிட்டார்.

செவ்வாயில் கால்வாய்கள் உள்ளன என்று அவர் அடித்துக் கூறினார் . வரைபடம் தயாரித்து 700 கால்வாய்கள் உள்ளதாக அவர் கணக்கு சொன்னார். செவ்வாயின் துருவப் பகுதிகளிலிருந்து நீரைக் கொண்டு செல்லும் கால்வாய்களில் பம்பிங் நிலையங்களும் இருக்க வேண்டும்; செவ்வாயில் உள்ள மனிதர்கள் பொறியியலிலும் வல்லவர்களாக இருக்கவேண்டும் என்றார் அவர். சில நிபுணர்கள் அவரது கருத்தை ஆதரித்தனர்.

வேறு சில நிபுணர்கள் இக்கருத்துகளைக் கடுமையாக ஆட்சேபித்தனர். அவர்களில் ஒருவர் இங்கிலாந்தைச் சேர்ந்த இ.டபிள்யூ. மாண்டர். அவர் ஆட்சேபித்ததுடன் நிற்கவில்லை. 1902–ல் அவர் பள்ளிச் சிறுவர்களை அழைத்துவந்தார். சுவரில் செவ்வாய் கிரக மேப்பை (கால்வாய்களைக் குறிக்கும் கோடுகள் இல்லாமல்) மாட்டினார். அந்த மேப்பைப் பார்த்து வரையும்படி மாணவர்களிடம் கூறினார். மாணவர்களில் பலர் மேப்பில் காணப்பட்ட திட்டுகள், கருமையான பகுதிகள் ஆகியவற்றை இணைத்துக் கோடுகளை வரைந்தனர். செவ்வாயில் தெரியும் கால்வாய்கள் நம் கண்ணுக்குத் தோன்றும் மாயை என்றார் மாண்டர். லோவல் இதை சிறுபிள்ளைத்தனமான கொள்கை என்றார். மாண்டர் கூறியதுதான் சரி என்பது பின்னர் நிரூபணமானது.

இப்படிப்பட்ட சர்ச்சை நீடித்துக்கொண்டிருந்த சமயத்தில்தான் அமெரிக்காவில் செவ்வாயைப் பற்றிக் கற்பனையான பல அறிவியல் புனைகதைகள் வெளிவந்தன. செவ்வாயில் புத்திசாலி மனிதர்கள் இருக்கலாம் என்று விஞ்ஞானிகளே கூறிவிட்டபிறகு கதாசிரியர்கள் கண், காது, மூக்கு வைத்து செவ்வாயில் பச்சை நிற மனிதர்கள் உள்ளதாக சாகசக் கதைகளைக் கட்டினர். இந்தக் கற்பனை அடிப்படையில் காமிக் சீரியல்களும் வெளிவந்தன. டார்சான் என்ற கதாபாத்திரத்தை உருவாக்கிய அமெரிக்கரான எட்கார் ரைஸ்பரோ 1906 ஆம் ஆண்டில் எழுதிய 'செவ்வாயின் இளவரசி' என்ற நாவலில் செவ்வாய் கிரகத்தில் பச்சை நிற மனிதர்கள் உள்ளதாக வருணிக்கப் பட்டது. நாவலில் அவ்வாறே படங்களும் வரையப்பட்டன. இதைத் தொடர்ந்தே செவ்வாயில் பச்சை நிற மனிதர்கள் உள்ளதாக அமெரிக்க மக்கள் மனதில் எண்ணம் பதிந்தது.

கதைகளும் காமிக்ஸ்களும் போதாதென ஹாலிவுட் படத் தயாரிப்பாளர்களும் செவ்வாய் கிரகவாசிகள் பூமியின் மீது படையெடுப்பது போன்ற கற்பனையில் படங்களை எடுத்தனர்.

இப்படியான சூழ்நிலையில் செவ்வாய் கிரக மனிதர்கள் வந்து இறங்கி விட்டதாக வெளிவந்த, அதுவும் ரேடியோ நாடகத்தில் வந்த, அறிவிப்பைக் கேட்டு அமெரிக்கர்கள் அலறிப் புடைத்துக்கொண்டு ஓடியதில் வியப்பில்லை.

விண்வெளி யுகம் பிறந்து 1976–ம் ஆண்டு அமெரிக்க வைக்கிங்-1 விண்கலம் செவ்வாயில் இறங்கியபோது அதை வரவேற்க பச்சைநிற மனிதர்கள் யாரும் இல்லை. பச்சை நிற வண்டுகள் கூட இல்லை.

மண்ணைத் தோண்டி ஆராய்ச்சி

செவ்வாய் கிரகத்தில் பச்சை நிற மனிதர்களோ, நீல நிற மனிதர்களோ இல்லை என்பது ஏற்கெனவே தெரிந்துவிட்டது. மரீனர்–4 விண்கலம் செவ்வாயை நெருங்கி, ஆனால் செவ்வாயில்தரை இறங்காமல், வானிலிருந்து அனுப்பிய தகவல்களும் பின்னர் மரீனர்–9 விண்கலம் அனுப்பிய படங்களும் இதனை உறுதிப்படுத்திவிட்டன.

ஆனால் செவ்வாயின் மண்ணில் ஒரு வேளை பாக்டீரியங்கள் போன்ற நுண்ணுயிர்கள் இருக்கலாம். அல்லது என்றோ இருந்த நுண்ணிய உயிரினங்களின் தடயங்கள் செவ்வாயின் மண்ணிலும் கல்லிலும் இருக்கலாம். அமெரிக்க விஞ்ஞானிகள் இவற்றை ஆராய விரும்பினர். தவிர, செவ்வாயின் நிலப்பரப்பையும் காற்று மண்டலத்தையும் விரிவாக ஆராய விரும்பினர்.

இந்த நோக்கில்தான் வைகிங் திட்டம் உருவாகியது. வைகிங் என்பது விண்கலத்தின் பெயர். அந்த விண்கலத்துக்குள் லாண்டர் என்ற இன்னொரு கலத்தை வைத்தார்கள். வைகிங் விண்கலம் செவ்வாயைச் சுற்றிச் சுற்றி வந்து படம் எடுக்கும். தாய்க்கலமான வைகிங்கிலிருந்து லாண்டர் கலம் விடுபட்டுச் செவ்வாயில் இறங்கும். இதுதான் ஏற்பாடு.

செவ்வாய்க்கு இப்படி ஒரு டூ–இன்–ஒன் விண்கலத்தை அனுப்புவது நல்ல திட்டம்தான். ஆனால் போகிற வழியில் ஏதாவது கோளாறு ஏற்பட்டுவிட்டால் எல்லாம் பாழாய்ப் போய்விடும். ஆகவே வைகிங்–2 என்னும் பெயரில் அதே அச்சாக இன்னொரு விண்கலத்தையும் தயார்படுத்தினர்.

வைகிங்–1, வைகிங்–2 விண்கலங்களைத் தயாரிப்பதில் அமெரிக்க நிபுணர்களுக்குப் பெரிய பிரச்னை இருக்கவில்லை. ஆனால் லாண்டர்

என்னும் இறங்குகலத்தைத் தயார்ப்படுத்துவதில்தான் மிக ஜாக்கிரதையாக இருக்கவேண்டியிருந்தது. பூமியில் காற்றில்கூட எவ்வளவோ பாக்டீரியங்கள் உள்ளன. எனவே, லாண்டர் கலத்தில் ஒட்டிக்கொள்ளும் பாக்டீரியங்கள் செவ்வாய் கிரகத்துக்கு ஓசிப்பயணி களாகப் போய்ச் சேர்ந்துவிடலாம். இதனால் ஒருவரின் ஜலதோஷம் மற்றவருக்குப் பரவுவது போலப் பூமியின் கிருமிகள் செவ்வாயைத் தொற்றிக்கொள்ளலாம். இது செவ்வாயின் சுற்றுச் சூழலைக் கெடுத்துவிடலாம். பிற கிரகங்களில் உள்ள நிலைமைகளைக் கெடுக்க உலகில் எந்த நாட்டுக்கும் உரிமை இல்லை. இந்த விஷயங்களில் சர்வதேச உடன்பாடு உள்ளது. தவிர லாண்டர் கலத்தில் நுண்ணுயிர்கள் ஒட்டிக்கொண்டு செல்ல அனுமதித்தால், செவ்வாயிலிருந்து பிறகு லாண்டர் அனுப்புகிற தகவல்கள் பூமியிலிருந்து சென்ற நுண்ணுயிரிகளைப் பற்றியதாகவே அமைந்துவிடும்.

ஆகவே கிருமி நீக்கம் செய்ய அமெரிக்க விஞ்ஞானிகள் லாண்டர் கலத்தை கிட்டத்தட்ட சூளையில் வைப்பதுபோல வெப்ப அறை ஒன்றில் வைத்து சுமார் 125 டிகிரி செல்சியஸ் அளவுக்குச் சூடேற்றினார்கள். சுமார் 200 மணி நேரம் இந்த சிகிச்சை நடந்தது. ராக்கெட்டில் வைகிங் கலத்தை வைக்கவேண்டிய நேரத்தில்தான் லாண்டர் வெளியே எடுக்கப்பட்டு வைகிங் தாய்க்கலத்துக்குள் பொருத்தப்பட்டது.

வைகிங் லாண்டர் மாடல்

வைகிங்–1 விண்கலம் 1975–ம் ஆண்டு ஆகஸ்ட் 20–ம் தேதி ராக்கெட் மூலம் செலுத்தப் பட்டது. அது 1976–ம் ஆண்டு ஜூன் மாதம் 19–ம் தேதி செவ்வாயை நெருங்கி அக்கிரகத்தைச் சுற்ற ஆரம்பித்தது. லாண்டர் இறங்குகலம் 1976 ஜூலை 20–ம் தேதி செவ்வாயில் பாரசூட் மூலம் இறங்கியது.

பிறகு லாண்டர் கலத்திலிருந்து நீண்ட குழல் போன்ற கருவி ஒன்று வெளிப்பட்டது. அரிசி மூட்டைக்குள் குத்தூசியைச் செருகி, அரிசியை அள்ளுவதுபோல அது செயல்பட்டு செவ்வாயின் நிலப்பரப்பிலிருந்து மண்ணையும் சிறு கற்களையும் அள்ளி, உள்ளே இழுத்துக்கொண்டது. லாண்டர் கலத்துக்குள் இருந்த

பல கருவிகள் இந்த மண்ணையும் கல்லையும் பரிசோதித்தன. பிறகு 1976 ஆகஸ்டில் செவ்வாய்க்கு வந்து சேர்ந்த வைகிங்–2 விண்கலத்தில் இருந்த லாண்டர் கலமும் இதே போலப் பரிசோதனை நடத்தியது.

இந்தச் சோதனைகளின்போது, செவ்வாய் கிரகத்தில் நுண்ணுயிர்கள் இருப்பதற்கான சான்றுகள் எதுவும் கிடைக்கவில்லை. எனினும் செவ்வாயில் எந்த நுண்ணுயிரும் இல்லை என்று தீர்மானமாகச் சொல்ல முடியாத அளவில் இப் பரிசோதனையின் முடிவுகள் அமைந்திருந்தன.

லாண்டர் கலங்களும் உயரே செவ்வாயைச் சுற்றிக் கொண்டிருந்த வைகிங் கலங்களும் செவ்வாயை விரிவாகப் படம் எடுத்து அனுப்பின.

செவ்வாய் கிரகம்

செவ்வாயின் நிலப்பரப்பு சிவந்த நிறத்துடன் உள்ளதை இப்படங்கள் காட்டின. இதன் காரணமாகத்தான் பூமியிலிருந்து பார்க்கும்போது இரவு வானில் செவ்வாய் கிரகம் சிவந்த நிறத்துடன் தெரிகிறது. இந்தச் சிவந்த நிறம் காரணமாகத்தான் செவ்வாய்க்கு அப்பெயர் ஏற்பட்டது. சிவப்பு நிற அரளியைச் செவ்வரளி என்பார்கள். சிவந்த வாழைப்பழத்துக்குச் செவ் வாழை என்பார்கள். அது போன்றுதான் செவ்வாய்க்கு அப்பெயர் ஏற்பட்டது.

வைகிங் விண்கலங்கள் அனுப்பிய படங்களை ஆராய்ந்தபோது செவ்வாயில் பசுமை என்பதே தென்படவில்லை. செவ்வாய் பெரிதும் பாலைவனம்போல உள்ளது. ஆங்காங்கு மணற்குன்றுகள் போன்று காணப்படுகின்றன. சகாரா பாலைவனத்தில் பகலில் கடும் வெப்பமாகவும் இரவில் குளிராகவும் இருக்கும். ஆனால் செவ்வாயில் எங்கும் எப்போதும் நல்ல குளிர் நிலவுகிறது.

சூரிய மண்டலத்தில் சூரியனுக்கு அருகில் உள்ள புதனில் கடும் வெப்பம். அதை அடுத்துள்ள சுக்கிரன் எனப்படும் வெள்ளி கிரகத்தில் அதைச் சூழ்ந்துள்ள மேகக்கூட்டத்தால், புதனைவிடப் பயங்கரமான வெப்பம் நிலவுகிறது. இவற்றுடன் ஒப்பிட்டால் செவ்வாய் கிரகத்தில் குளிர்தான்.

மனிதன் செவ்வாய் கிரகத்தில் போய் இறங்கினால் குளிரிலிருந்து காத்துக்கொள்ள வகை செய்துகொள்ள வேண்டும். செவ்வாயின் காற்று மண்டலத்தில் கார்பன் டையாக்சைட் அதிகம். ஆக்சிஜன் மிகச் சொற்ப

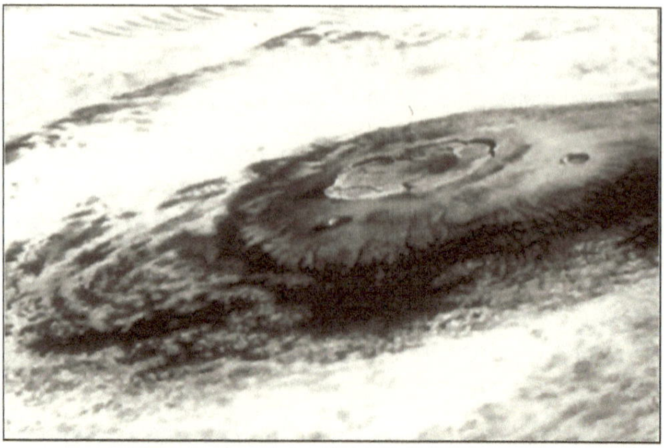

செவ்வாயில் உள்ள ஒலிம்பஸ் மான்ஸ் எரிமலையின் உயரம் எவரெஸ்ட் சிகரத்தைக் காட்டிலும் மூன்று மடங்கு அதிகம்

அளவே உள்ளது. ஆகவே மனிதன் சுவாசிப்பதற்கு ஆக்சிஜன் அடங்கிய சிலிண்டரை முதுகில் கட்டிக்கொள்ள வேண்டும். விண்வெளியிலிருந்தும் சூரியனிலிருந்தும் வருகிற ஆபத்தான கதிர்களைத் தடுக்கும் அளவுக்கு செவ்வாயின் காற்று மண்டலம் அடர்த்தி கொண்டது அல்ல. எனவே இந்த ஆபத்திலிருந்து காத்துக் கொள்ள தகுந்த காப்பு உடை அணிந்திருக்க வேண்டும் தவிர, விண்வெளியிலிருந்து சிறிய மற்றும் பெரிய கற்கள் வந்து தாக்கும் ஆபத்து பூமியில் உள்ளதைக் காட்டிலும் செவ்வாயில் அதிகம்.

செவ்வாயில் அவிந்துபோன எரிமலைகள் உள்ளதை வைகிங் படங்கள் காட்டின. இவற்றில் ஒலிம்பஸ் மான்ஸ் என்னும் எரிமலை 27 கி.மீ. உயரம் கொண்டது. அதாவது இதன் உயரம் பூமியில் உள்ள எவரெஸ்ட் சிகரத்தைப்போல 3 மடங்கு.

செவ்வாய் கிரகத்தில் பல மில்லியன் ஆண்டுகளுக்கு முன்னர் ஓடிய பெரிய ஆறுகளின் தடங்களையும் வைகிங் படங்கள் காட்டின. பிரம்மாண்டமான இந்த ஆறுகளில் ஓடிய தண்ணீர் என்ன ஆயிற்று? செவ்வாயில் ஏன் இன்று தண்ணீரே இல்லை? இவை இன்னமும் புதிராகவே உள்ளன.

செவ்வாயில் தெரிந்த முகம்

அமெரிக்க வைகிங் விண்கலம் 1976-ம் ஆண்டில் அனுப்பிய படங்களை விஞ்ஞானிகள் ஆராய்ந்தபோது குறிப்பிட்ட ஒரு படம் அவர்களைத்

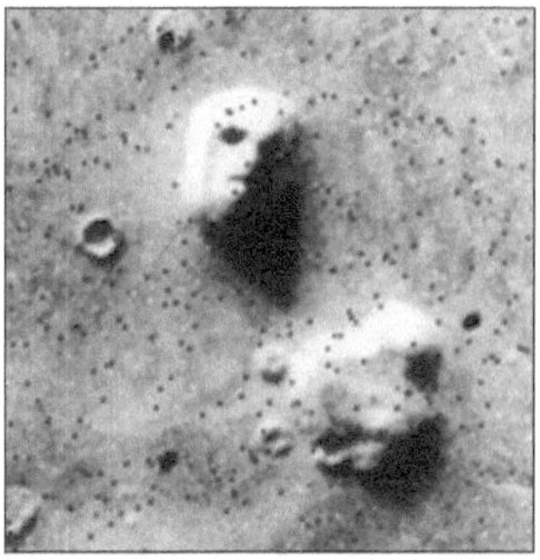

செவ்வாயில் தெரிந்த முகம்

திகைக்க வைத்தது. காரணம், அந்தப் படத்தில் ஒரு 'மனித முகம்' தெரிந்தது. செவ்வாய்க்கு மேலே பறந்தபடி வைகிங் எடுத்த படத்தில்தான் மனித முகம் தெரிந்தது. அந்தச் சிற்பம் சுமார் ஒன்றரை கிலோமீட்டர் நீளம் கொண்டதாக இருக்கவேண்டும் என்று நிபுணர்கள் கருதினர்.

செவ்வாயில் ஏதோ ஒரு காலத்தில் வாழ்ந்திருக்கக்கூடிய புத்திசாலி மனிதர்கள் இந்தச் சிற்பத்தை உருவாக்கி இருக்கலாம் என்று அவர்கள் எண்ண முற்பட்டார்கள். செவ்வாயில் உயிரினம் இல்லை என்று கிட்டத்தட்ட உறுதியாகத் தெரிந்தபிறகும் கூட, *1988*-ல், அதாவது *12* ஆண்டுகளுக்குப் பிறகு நிபுணர்கள் மேலும் துல்லியமான கேமிராக்கள் மூலம் அந்த மனித முகப் படத்தை எடுத்து ஆராய்ந்தனர். பின்னர் தான் இயற்கையாக அமைந்த பாறைகளும் அவற்றில் உள்ள குழிவுகளும் பாறைகளின் நிழலும் உயரே இருந்து பார்க்கும் போது மனித முகம் போலக் காட்சி அளிக்கின்றன என்பது தெரிய வந்தது.

சுமார் *100* கோடி ஆண்டுகளுக்கு முன்னர் செவ்வாயில் பெரிய நதிகள் ஓடின என்பது திட்டவட்டமாகத் தெரியவந்துள்ளது. இந்த ஆறுகள் பூமியில் ஓடுகின்ற ஆறுகளை விடப் பிரம்மாண்டமானவையாக இருந்திருக்கவேண்டும். இவை பெரு வெள்ளமாகப் பெருக்கெடுத்து ஓடியிருக்கவேண்டும். வைகிங்-*1*, வைகிங்-*2* ஆகியவை எடுத்த படங்களிலிருந்து இவை தெரியவந்தன. கங்கை, யமுனை, கோதாவரி போன்ற நதிகளில் ஓடும் தண்ணீர் திடீரென மாயமாக மறைந்தால்,

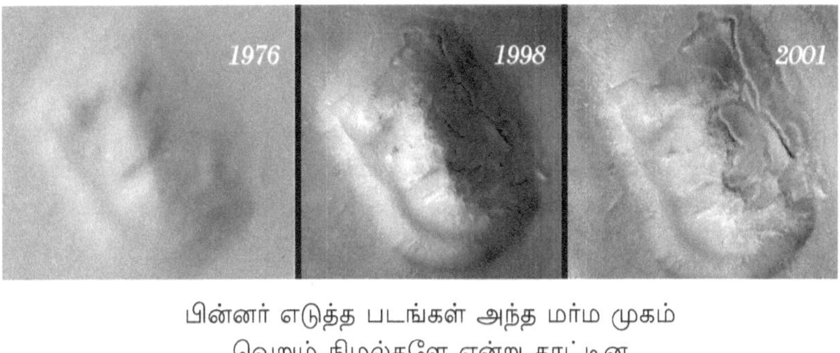

பின்னர் எடுத்த படங்கள் அந்த மர்ம முகம் வெறும் நிழல்களே என்று காட்டின

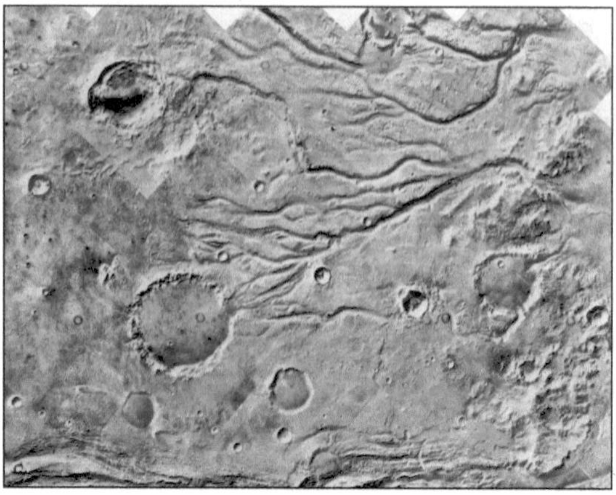

செவ்வாயில் எப்போதோ பெருக்கெடுத்து
ஓடிய நதிகளின் தடங்கள்

அந்நதிகள் ஓடிய இடங்கள் அப்படியே இருக்கும். இப்படியான தடங்களை வைகிங் படங்கள் காட்டின.

1997–ல் செவ்வாயில் இறங்கிய அமெரிக்க பாத்ஃபைண்டர் கலமும் செவ்வாயில் தண்ணீர் பெருக்கெடுத்து ஓடியதை உறுதிப்படுத்தியது. இந்த விண்கலம் இறங்கிய குறிப்பிட்ட இடத்தில் பெருவெள்ளம் பாய்ந்த தடங்கள் உள்ளன. இங்கு பல ஆயிரம் கிலோமீட்டர் அகலத்துக்குப் பல நூறு மீட்டர் ஆழத்தில் வெள்ளம் ஓடியிருக்க வேண்டும். இது பல ஆயிரம் கிலோமீட்டர் தூரத்துக்கு ஓடியிருக்க வேண்டும் என்பதை பாத்ஃபைண்டர் தகவல்கள் காட்டுகின்றன. இது நிரந்தரமாக ஜீவநதி ஓடிய இடமா அல்லது ஏதோ ஒரு சமயத்தில் மட்டும் இப்படிப் பெருவெள்ளம் ஓடியதா என்பது தெரியவில்லை.

இப்படி வெள்ளம் ஓடிய செவ்வாயில் இன்று ஆறுகள், நதிகள் அனைத்தும் காலியாக உள்ளன. தண்ணீர் இருப்பதற்கான சான்று எதும் இல்லை. செவ்வாயில் தெரிந்த முகத்தைவிட இதுவே பெரிய மர்மமாக இருந்தது.

செவ்வாயில் இருந்த தண்ணீரில் கணிசமான பகுதி அதன் வடதுருவப் பகுதியில் பனிக்கட்டியாக உள்ளது. இன்னொரு பகுதி மண்ணோடு மண்ணாகச் சேர்ந்து நிலத்துக்கு அடியில் உறைந்து கிடக்கிறது. தண்ணீரில் இன்னொரு பகுதி ஹைட்ரஜன் வாயுவாக, ஆக்சிஜன் வாயுவாகத் தனித்தனியே பிரிந்து உயரே சென்று விண்வெளிக்குத் தப்பி விட்டது என்று நிபுணர்கள் கருதுகிறார்கள். (இரு பங்கு ஹைட்ரஜனும் ஒரு பங்கு ஆக்சிஜனும் சேர்ந்ததுதான் தண்ணீர் என்பது உங்களுக்குத் தெரிந்திருக்கும்.)

பூமி மட்டும் செவ்வாய் கிரகம்போல் சிறியதாக இருந்திருக்குமானால் பூமியிலும் இன்று தண்ணீரே இல்லாமல் போயிருக்கலாம்.

இங்கு ஒன்றைக் கவனிக்கவேண்டும். நமது சாதாரண வாழ்க்கை முறையில் வலியவர்களையும் எளியவர்களையும் பார்க்கிறோம். பொதுவில் வலியவனிடம் உள்ளதைப் பிறரால் எளிதில் பிடுங்கிக் கொள்ள முடியாது. வலியவனால் தன்னிடம் உள்ளதைக் காத்துக்கொள்ள முடியும். எளியவனால் தன்னிடம் உள்ளதைக் காத்துக்கொள்வது கடினம்.

இந்த உதாரணத்தில் பூமிதான் வலியவன். செவ்வாய் எளியவன். பூமி, வடிவில் பெரியது. அதற்கு ஏற்ப அதன் ஈர்ப்பு சக்தி அதிகம். ஆகவே காற்று மண்டலத்தைத் தன்னிடம் நன்கு ஈர்த்து வைத்துக்கொள்ள முடிகிறது. ஆனால் செவ்வாயோ வடிவில் சிறியது. அதன் ஈர்ப்பு சக்தியும் குறைவு. ஆகவே காற்று மண்டலத்தைத் தன்னிடம் ஈர்த்து வைத்துக்கொள்வதில் அதன் திறன் மிகவும் குறைவு.

இங்கு மேலும் ஒரு விஷயத்தைக் கவனிக்கவேண்டும். பூமியில் போதுமான காற்றழுத்தம் இருப்பதால்தான் தண்ணீர் திரவ வடிவில் இருக்கிறது. இந்தக் காற்றழுத்தம் குறைந்தால் தண்ணீர் தனித் தனி வாயுக்களாகப் பிரிந்து மேலே சென்றுவிடும். செவ்வாயில் ஒரு காலத்தில் காற்றழுத்தம் தகுந்த அளவில் இருந்தது. அதன் பலனாகவே அங்கு ஆறுகள் பெருகி ஓடின. ஏதோ ஒரு கட்டத்தில் காற்றழுத்தம் மிகவும் குறைந்தது. அதனால் தண்ணீரில் பெரும்பகுதி தனித் தனி வாயுக்களாகப் பிரிந்து வான் வழியே விண்வெளிக்குப் போய்விட்டது என்று நிபுணர்கள் கருதுகின்றனர். செவ்வாயின் வட துருவப் பகுதியில் உறைந்த பனிக்கட்டி போல காணப்படுவது ஒரு வேளை உறைந்த கார்பன் டையாக்சைடாக இருக்குமோ என்று ஒரு கட்டத்தில் ஐயம் ஏற்பட்டது. பின்னர் விண்கலங்கள் நடத்திய ஆய்வுகளில் அது தண்ணீர் உறைந்ததால் ஏற்படுகின்ற பனிக்கட்டியாகத்தான் இருக்க வேண்டும் என்று விஞ்ஞானிகள் கருதலாயினர்.

எனினும் 2008 ஆம் ஆண்டில் அமெரிக்க நாஸா அமைப்பின் பீனிக்ஸ் மார்ஸ் லாண்டர் என்னும் ஆய்வுக் கலம் மண்ணைத் தோண்டி ஆராய்ந்த போது தான் செவ்வாயில் மண்ணுக்கு அடியில் உறைந்த பனிக்கட்டி வடிவில் தண்ணீர் உள்ளது என்பது நிரூபணமாகியது.

இதில் வேடிக்கையான விஷயம் ஒன்று உண்டு. பீனிக்ஸ் மண்ணைத் தோண்டிய போது தென்பட்ட ஐஸ் கட்டிகள் நான்கு நாட்களில் காணாமல் போயின.செவவாயில் பனிக்கட்டியானது தண்ணீராக உருகாமலேயே ஆவியாகி விடுகிறது என்பதே இதற்குக் காரணம். இதற்குப் பதங்கமாதல் என்று பெயர். கட்டி வடிவில் உள்ள ஒரு பொருளை சூடேற்றும் போது அது உருகாமல் ஆவியாவது பதங்கமாதல்

அமெரிக்கா அனுப்பிய கியூரியாசிடி

எனப்படுகிறது. நீங்கள் கற்பூரத்தைக் கொளுத்தினால் அது உருகாமல் திட வடிவிலிருந்து நேரடியாக ஆவியாகிவிடுகிறது. பதங்கமாதலுக்கு இது ஓர் உதாரணமாகும்.

செவ்வாயின் நிலப்பரப்பில் மித வெப்பப் பகுதிகளில் ஆங்காங்கு மண்ணுக்கு அடியில் நிறையவே பனிக்கட்டிகள் உள்ளன என்பதும் தெரிய வந்துள்ளது. மனிதன் என்றாவது செவ்வாய்க்குச் சென்றால் இந்த பனிக்கட்டிகளை ஆவியாக விடாமல் தக்கபடி சேகரித்து அவற்றைத் தகுந்த வகையில் உருக்கித் தண்ணீரைப் பெற முடியும் என்று கருதப்படுகிறது.

ஆக, செவ்வாயில் தண்ணீர் உள்ளது உறுதியாகி விட்டது. ஆனால் செவ்வாயில் உயிரினம் தோன்ற கடந்த காலத்தில் என்றேனும் வாய்ப்பு இருந்ததா என்ற கேள்விக்கு இன்னும் விடை கிடைக்கவில்லை.

அமெரிக்க நாஸா இதுவரை இல்லாத அளவுக்கு சுமார் ஒரு டன் எடை கொண்ட கியூரியாசிடி என்னும் பெயர் கொண்ட நடமாடும் ஆராய்ச்சிக்கூடத்தைசெவ்வாய்க்கு அனுப்பியது. 2012 ஆண்டு ஆகஸ்ட் மாதம் செவ்வாய்க்குப் போய்ச் சேர்ந்த கியூரியாசிடி சில ஆண்டுக்காலம் செயல்பட்டு மேற்படி கேள்விக்கு விடை தேடும்.

இந்தியாவின் மங்கள்யான்

இது ஒரு புறம் இருக்க,இந்தியா 2013 ஆம் ஆண்டு நவம்பர் மாதத்தில் செவ்வாய் கிரகத்தை நோக்கி மங்கள்யான் என்னும் சிறிய விண்கலத்தைச் செலுத்தியது. மங்கள்யான் நவம்பர் 5 ஆம் தேதி உயரே

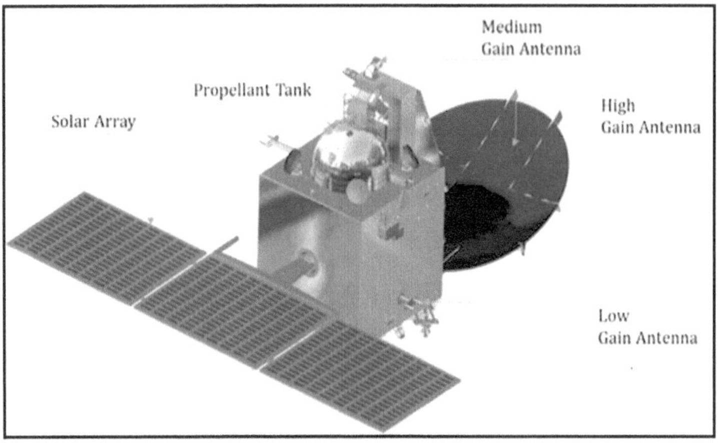

மங்கள்யான்

செலுத்தப்பட்டாலும் முதலில் அது தொடர்ந்து 25 நாட்கள் பூமியைத் தான் சுற்றி வந்தது. பூமியின் ஈர்ப்பு சக்தியைப் பயன்படுத்தி மங்கள்யானின் வேகத்தை அதிகரிப்பதற்காக இந்த ஏற்பாடு பின்பற்றப்பட்டது. இந்த உத்தி மூலம் மங்கள்யானின் வேகம் மணிக்கு 42 ஆயிரக் கிலோ மீட்டராக அதிகரித்த கட்டத்தில் அதாவது நவம்பர் 30 ஆம் தேதி மங்கள்யான் செவ்வாயை நோக்கிப் பயணம் மேற்கொண்டது. அந்த விண்கலம் சுமார் 300 நாட்கள் பயணம் செய்து 2014 ஆம் ஆண்டு செப்டம்பர் 24 ஆம் தேதி செவ்வாய் கிரகத்தை நீள்வட்டப் பாதையில் சுற்றி வர ஆரம்பித்தது.

அப்போதிலிருந்து அது செவ்வாயின் காற்று மண்டலத்தையும் நிலப்பரப்பையும் ஆராயத்தொடங்கியது. குறிப்பாக செவ்வாயின் காற்று மண்டலத்தில் மீத்தேன் வாயு உள்ளதா என்று ஆராயமுற்பட்டது.

செவ்வாய்க்கான இந்திய விண்கலத்துக்கு மங்கள்யான் என்று பெயர் வைக்கப்பட்டதற்குக் காரணம் உண்டு. ஹிந்தி மொழியில் செவ்வாய் கிரகத்துக்கு 'மங்கள்' என்று பெயர்.

செவ்வாய்க்கு மேலே பீதி, பயங்கரம்

'கல்லிவரின் பயணங்கள்' (Gulliver's Travels) என்ற தலைப்பிலான கதைப் புத்தகம் குழந்தைகள் விரும்பிப் படிப்பவை. இந்தப் புத்தகத்தை எழுதியவர் இங்கிலாந்தைச் சேர்ந்த ஜொனாதன் ஸ்விப்ட் என்ற எழுத்தாளர். இவருடைய கதைகளில் வரும் கல்லிவர், வெவ்வேறான

விசித்திர நாடுகளுக்குச் செல்வார். அந்த நாடுகளில் அவருக்கு ஏற்படும் அனுபவங்கள் சுவாரசியமாக இருக்கும். வாயேஜ் டு லாபுதா என்ற கதையில் கல்லிவர் ஒரு நாட்டுக்குச் செல்வார். அது அந்தரத்தில் (திரிசங்கு சொர்க்கம் போல) மிதக்கிற கற்பனையான தீவு நாடு. அந்த நாட்டில் இருக்கிற வான ஆராய்ச்சி நிபுணர்கள், செவ்வாய் கிரகத்துக்கு இரண்டு குட்டிச் சந்திரன்கள் இருப்பதைக் கண்டுபிடித்துக் கூறுகின்றனர்.

ஜொனாதன் ஸ்விப்ட் இந்தக் கதையை எழுதியது கி.பி.1727–ம் ஆண்டில் ஆகும்.

அடுத்து பிரான்ஸ் நாட்டின் புகழ்பெற்ற எழுத்தாளரான வால்டேர் தமது 'மைக்ரோமெகாஸ்' (Micromegas) என்னும் சிறுகதையில் செவ்வாய் கிரகத்துக்கு இரண்டு குட்டிச் சந்திரன்கள் உள்ளதாக எழுதினார். இது கி.பி.1752–ம் ஆண்டில் வெளியானது.

இதில் வேடிக்கை என்னவென்றால் இந்த இருவரின் கதைகள் வெளிவந்து சுமார் 125 ஆண்டுகள் கழித்து, அதாவது 1877–ம் ஆண்டில்தான் செவ்வாய்க்கு இரு குட்டிச் சந்திரன்கள் இருப்பது கண்டுபிடிக்கப்பட்டது.

ஜொனாதன் ஸ்விப்டும் வால்டேரும் எப்படி செவ்வாய்க்கு இரு சந்திரன்கள் உள்ளதை மிகச் சரியாக முன்கூட்டியே கூறினார்கள்?

பூமியைச் சந்திரன் சுற்றுவது தெரிந்த விஷயம். செவ்வாய் கிரகத்தைத் தாண்டி மேலும் தொலைவில் உள்ள வியாழன் (Jupiter) கிரகத்துக்கு 4 சந்திரன்கள் உள்ளன என்று கி.பி.1610–ம் ஆண்டிலேயே கலீலியோ கண்டுபிடித்துக் கூறியிருந்தார். பூமிக்கு ஒரு சந்திரன். வியாழனுக்கு நான்கு சந்திரன்கள். இந்த இரண்டுக்கும் நடுவில் உள்ள செவ்வாய்க்கு இரண்டு சந்திரன்கள் இருக்கலாம் என்ற ஊகத்தில்தான் ஸ்விப்ட்டும் வால்டேரும் தங்களது கதைகளில் அவ்விதம் எழுதினர். ஆனால் அதுவே உண்மை என்று பின்னர் கண்டறியப் பட்டது.

செவ்வாயின் சந்திரன்களில் ஒன்றான போபோஸ்

செவ்வாயைச் சுற்றுகிற இரு துணைக் கோள்களும் மிக மிகச் சிறியவை. சக்தி மிக்க தொலைநோக்கியால்தான் அவற்றைக் காண முடியும். ஆகவேதான் அவை இருப்பதைக் கண்டுபிடிக்க அவ்வளவு காலம் ஆகியது. ஆசப் ஹால் என்று நிபுணர் இந்த இரண்டையும் கண்டுபிடித்தபோது,

இவற்றுக்குப் பெயர் வைப்பது பிரச்னையாக இருக்கவில்லை.

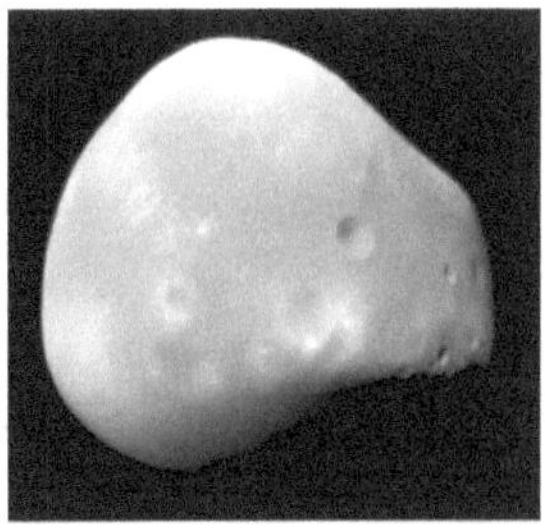
டெய்மோஸ்

ஆங்கிலத்தில் செவ்வாய் கிரகத்துக்கு மார்ஸ் (Mars) என்று பெயர். இது ரோமானியப் புராணத்தில் வரும் போர்க் கடவுளைக் குறிப்பதாகும்.

செவ்வாய்க்குப் போர்க் கடவுளின் பெயரை வைத்தபிறகு அதைச் சுற்றுகிற இரு துணைக் கோள்களுக்கும் போர்க் கடவுளின் இரு தளபதிகள் பெயர்களைத்தானே வைத்தாக வேண்டும். ஆகவேதான் செவ்வாயின் ஒரு சந்திரனுக்கு போபோஸ் (Phobos) என்றும் மற்றொன்றுக்கு டெய்மோஸ் (Deimos) என்றும் பெயர் வைக்கப்பட்டது. கிரேக்க மொழியில் போபோஸ் என்றால் பீதி என்று அர்த்தம். டெய்மோஸ் என்றால் பயங்கரம் என்று அர்த்தம். மிகப் பொருத்தமான பெயர்கள்தான். போர் என்றால் பீதியும் பயங்கரமும் சூழ்ந்ததாகத்தானே இருக்கும்.

ஆனால் செவ்வாயின் இந்த இரு தளபதிகளும் வெறும் நோஞ்சான்கள். பூமியைச் சுற்றும் சந்திரனின் விட்டம் சுமார் 3500 கி.மீ. இத்துடன் ஒப்பிட்டால் போபோஸும் டெய்மோஸும் சிறியவை.

இந்த இரண்டில் எந்த ஒன்றில் நீங்கள் இருந்தாலும் சில மணி நேரத்திலேயே ஒருமுறை சுற்றி வந்துவிடலாம். ஏனெனில் போபோஸின் குறுக்களவு 18 கி.மீ.; டெய்மோஸின் குறுக்களவு 10 கி.மீ. அதாவது, நமது சந்திரனுடன் ஒப்பிட்டால் இவை சுண்டைக் காய்கள். தவிரவும் இவை நம் சந்திரனைப்போல் உருண்டை வடிவம் கொண்டவை அல்ல. போபோஸ் உருளைக்கிழங்கு வடிவில் உள்ளது. டெய்மோஸ் பஜ்ஜி மாதிரி நீண்டு உள்ளது.

போபோஸ், டெய்மோஸ் ஆகிய இரண்டிலும் நீங்கள் ஸ்கிப்பிங் ஆடினால் ஒவ்வொரு தடவையும் சுமார் 2 மீட்டர் உயரம் எழும்புவீர்கள். ஒரு முனையில் இருந்து மறு முனை நோக்கி வேகமாக சைக்கிள் ஓட்டிச் சென்றால் ஒரு தமிழ் சினிமாப் படத்தில் வருகிற மாதிரி அந்தரத்தில் சைக்கிளுடன் பறக்க ஆரம்பித்து விடுவீர்கள். இவற்றின் ஈர்ப்பு சக்தி மிகக் குறைவு என்பதே இதற்குக் காரணம்.

செவ்வாயில் இருக்கிற ஒருவருக்கு இரவு வானில் இரண்டு நிலா தெரியும் என்று நீங்கள் நினைக்கலாம். இரண்டும் சிறியவை என்பதால் செவ்வாயின் இரவு வானில் இவை வெறும் ஒளிப்புள்ளிகளாகத்தான்

தெரியும். நிழல் விழுகிற அளவுக்கோ, வழி அறிந்து நடக்க வெளிச்சம் தெரிகிற அளவுக்கோ இவை வெளிச்சம் அளிப்பதில்லை.

செவ்வாயின் வானில் இவை ஒன்றோடு ஒன்று மோதிக்கொள்கிற வாய்ப்பும் கிடையாது. செவ்வாயிலிருந்து போபோஸ் சுமார் 9,000 கிலோமீட்டர் தொலைவிலும், டெய்மோஸ் சுமார் 23,000 கிலோமீட்டர் தொலைவிலும் உள்ளன. இந்த இரண்டுமே வடிவில் சிறியவை, கரிய நிறம் கொண்டவை என்ற ஒற்றுமை உள்ள அதே நேரத்தில் வேற்றுமை ஒன்றும் உள்ளது. செவ்வாய் கிரகத்தின் வானில் போபோஸ் மேற்கே உதித்து கிழக்கே மறையும். டெய்மோஸ், வழக்கமான பாணியில் கிழக்கே உதித்து மேற்கே மறையும்.

இந்த இரண்டையும் ஆராய சில ஆண்டுகளுக்கு முன்னர் ரஷ்யா ஒரு விண்வெளிக் கலத்தை அனுப்பியது. ஆனால் துரதிர்ஷ்டவசமாக அது பாதி வழியில் செயல்படாமல் போய்விட்டது.

போபோஸ் துணைக்கோள் செவ்வாய்க்கு மிக அருகில் அமைந்தபடி சுற்றுகிறது என்று கவனித்தோம். அது ஒரு நூற்றாண்டுக்கு 18 மீட்டர் வீதம் கீழ்நோக்கி இறங்கிக்கொண்டிருக்கிறது. இதனால் இன்னும் சுமார் 4 கோடி ஆண்டுகளுக்குப்பிறகு அது செவ்வாயில் வந்து விழும். இது பயங்கர நிகழ்ச்சியாக இருக்கும். இத்துடன் ஒப்பிட்டால் நமது சந்திரன் கொஞ்சம் கொஞ்சமாக பூமியை விட்டு விலகிப் போய்க் கொண்டிருக்கிறது.

போபோஸ், டெய்மோஸ் இரண்டுமே எங்கிருந்தோ வந்து செவ்வாயின் ஈர்ப்புப் பிடியில் சிக்கி செவ்வாயைச் சுற்ற ஆரம்பித்தன என்ற ஒரு கருத்து உண்டு. போபோஸ், டெய்மோஸ் ஆகிய இரண்டையும் உடைந்துபோன ஒரு கிரகத்தின் துண்டுகள் என்று வைத்துக்கொள்வோம். செவ்வாய் கிரகத்துக்கு அப்பால் பல கோடி கி.மீ. தூரத்தில் இப்படியான துண்டுகள் மிக ஏராளமாக உள்ளன. இப்படியான ஒரு சில துண்டுகள் பூமியை உரசுகிற அளவுக்கு வந்ததும் உண்டு. இவை எப்படித் தோன்றின, இவற்றால் பூமிக்கு ஆபத்து ஏற்படுமா என்பது பற்றி அடுத்து கவனிப்போம்.

4

விண்கற்கள்

கிரகத்தைத் தேடிய வான் போலீஸ்

1, *3, 5, 7, 9, __, 13, 15* என்ற இந்த எண் வரிசையில் நடுவில் விட்டுப் போன எண்ணை உங்களால் கண்டுபிடிக்க முடியுமா? விடுபட்ட எண் *11* என்று எந்த ஒரு மாணவனும் எளிதில் பதில் கூறிவிடுவார்.

ஜெர்மனியில் 1772–ம் ஆண்டில் போடே என்ற ஜெர்மானிய வானவியல் நிபுணர் இப்படியான ஒரு கணக்குப் புதிரை உருவாக்கினார். சூரியனில் இருந்து தொடங்கினால் புதன், வெள்ளி, பூமி, செவ்வாய், வியாழன், சனி ஆகிய கிரகங்கள் அமைந்துள்ளன. சூரியனிலிருந்து இவை அமைந்துள்ள தூரத்தை அவர் வரிசைப்படுத்தினார். இவை குறிப்பிட்ட விகிதத்தில் அமைந்திருப்பதை அவர் கவனித்தார். இந்த வரிசையை ஆராய்ந்தபோது செவ்வாய் கிரகத்துக்கும் வியாழன் கிரகத்துக்கும் இடையில் ஒரு கிரகம் இருந்திருக்க வேண்டும் என்று அவருக்குத் தோன்றியது. செவ்வாய்க்கு அப்பால் குறிப்பிட்ட தொலைவில் இருந்திருக்க வேண்டிய கிரகம் எங்கே போயிற்று என்பது நிபுணர் களுக்குப் புதிராக இருந்தது.

காணாமல் போன நபரை அல்லது கடத்தப்பட்ட ஒருவரை போலீஸ் தேடுவதுபோல ஜெர்மனியைச் சேர்ந்த ஆறு நிபுணர்கள் இந்த கிரகத்தைத் தேட முடிவு செய்தனர். அவர்கள் லிலியன்தால் என்ற நகரில் கூடி ‘வான் போலீஸ் படை’ என்ற பெயரில் ஒரு குழுவை உருவாக்கினர். வானில் எங்கு தேடினால் அந்த கிரகம் தென்படலாம் என்பதை நிர்ணயித்து வானில் குறிப்பிட்ட பாதையைப் பல பகுதிகளாகத் தங்களுக்குள் பிரித்துக்கொண்டனர். நேரம் கிடைக்கும் போதெல்லாம் ஒவ்வொரு நிபுணரும் தனக்கு ஒதுக்கப்பட்ட பகுதியை ஆராயவேண்டும் என்பது ஏற்பாடு.

வானை இப்படிச் சல்லடை போட்டுத் தேடுவதில் சிக்கல் உள்ளது. அமாவாசை இரவில் வானைக் கவனித்தால் எண்ணற்ற ஒளிப்

புள்ளிகளை நீங்கள் காணலாம். இவற்றில் ஒரு சில மட்டுமே கிரகங்கள். மற்ற அனைத்தும் நட்சத்திரங்கள். கிரகங்களுக்குச் சுய ஒளி கிடையாது. தவிர கிரகங்கள் இடம் விட்டு இடம் நகருபவை. அவை சூரியனைச் சுற்றி வருவதால் இப்படி இடம் பெயர்கின்றன. வெள்ளி, செவ்வாய், வியாழன், சனி போன்ற கிரகங்களை உங்களால் அடையாளம் காண முடிகிறதாக வைத்துக்கொள்வோம். வானில் அவை இருக்கிற இடங்களை நீங்கள் கவனித்துக்கொண்டு, சில வாரங் களுக்குப் பிறகு பார்த்தால் வானில் அவை இடம் மாறியிருப்பதை அறிவீர்கள்.

ஆகவே, காணாமல் போன கிரகத்தைக் கண்டுபிடிக்க ஒரே ஒரு துப்புதான் உள்ளது. வானில் உள்ள எண்ணற்ற ஒளிப்புள்ளிகளில் ஏதேனும் இடம் மாறுகிறதா என்று தொலைநோக்கி மூலம் தொடர்ந்து கவனித்து வரவேண்டும். அப்படி ஒரு ஒளிப்புள்ளி இடம் மாறி யிருந்தால் அது கிரகமாக இருக்கலாம். வான் போலீஸ் படையைச் சேர்ந்த நிபுணர்களும் இப்படித்தான் ஆராய்ந்துகொண்டிருந்தனர்.

இதற்கிடையே 1801–ம் ஆண்டு ஜனவரி முதல் தேதியன்று பியாசி என்ற நிபுணருக்கு தற்செயலாக வெற்றி கிட்டியது. அவர் இத்தாலிக்குத் தெற்கே உள்ள சிசிலி என்ற தீவில் அமைந்த வான் ஆராய்ச்சிக் கூடத்தின் இயக்குநர். அவர் வான் போலீஸ் படை யில் உறுப்பினர் அல்லர். தொடர்ந்து வானை ஆராய்ந்த அவர் மிகச் சிறிய ஒளிப்புள்ளி ஒன்று இடம் மாறுவதைக் கண்டறிந்தார். அது மிகச் சிறிய கிரகமாக இருக்கவேண்டும் என்பது உறுதியாகிவிட்டது.

இந்தக் குட்டி கிரகத்துக்கு சிசிலித் தீவின் காவல் தெய்வத்தைக் குறிக்கும் செரீஸ் என்ற பெயரை வைத்தார். அவரது இக்கண்டுபிடிப்பு பெரிய பரபரப்பை ஏற்படுத்தியது. வான் போலீஸ் படையில் அவர் உறுப்பினராகச் சேர்த்துக்கொள்ளப்பட்டார். இக் குட்டிக் கிரகத்தின் குறுக்களவு வெறும் 800 கிலோமீட்டர். காணாமல் போன கிரகம் எவ்வளவு தொலைவில் இருக்கவேண்டும் என்று போடே சொன்னாரோ, அதே தொலைவில் இது இருந்தது.

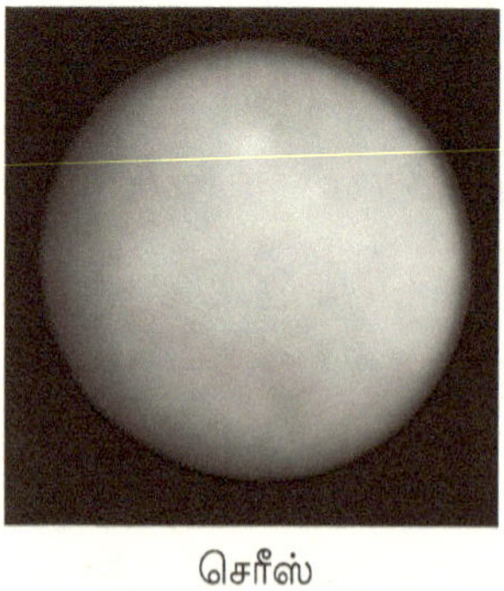

செரீஸ்

பிறகு வான் போலீஸ் படையைச் சேர்ந்த எச்.ஓல்பர்ஸ் 1802–ம் ஆண்டில் இரண்டா வது குட்டிக் கிரகத்தைக் கண்டுபிடித்தார். இதற்கு பல்லாஸ் என்று பெயர் வைக்கப் பட்டது.

ஏதோ ஒரு பெரிய கிரகம் இருந்திருக்க வேண்டும். அதற்கு விபத்து ஏற்பட்டு அது

சுக்கு நூறாக உடைந்திருக்கவேண்டும். செரீஸ், பல்லாஸ் ஆகியவை அப்படி உடைந்துபோன கிரகத்தின் துண்டுகளாக இருக்கவேண்டும் என்று ஓல்பர்ஸ் கொள்கை ஒன்றைக் கூறினார். இரண்டு துண்டுகள் கண்டுபிடிக்கப்பட்டதால் மேலும் நிறைய துண்டுகள் இருக்கவேண்டும் அல்லவா? 1804–ம் ஆண்டில் ஜூனோ கண்டுபிடிக்கப்பட்டது. 1807–ல் வெஸ்டா கண்டுபிடிக்கப்பட்டது. இவையும் குட்டிக் கிரகங்களே. மேலும் முயற்சிகள் மேற்கொள்ளப்பட்டன. ஆனால் பலன் கிட்டவில்லை. 1815–ல் வான் போலீஸ் படை கலைக்கப்பட்டது. பிறகு சுமார் 15 ஆண்டுக் காலம் புதிதாக எதுவும் கண்டுபிடிக்கப்படவில்லை. 1830–ல் ஹெங்கே என்ற அமெச்சூர் ஆராய்ச்சியாளர் புதிதாக இரண்டைக் கண்டுபிடித்தார். இங்கிலாந்தைச் சேர்ந்த ஹிண்ட் மேலும் 10 குட்டி கிரகங்களைக் கண்டுபிடித்தார்.

1870–ம் ஆண்டுக்குள்ளாக சுமார் 109 குட்டிக் கிரகங்கள் கண்டுபிடிக்கப் பட்டன. சில ஆண்டுகளில் இது 300-ஐத் தாண்டியது. 1891–ல் புகைப்பட முறை கண்டுபிடிக்கப்பட்டது. வானைத் தொடர்ந்து புகைப்படம் எடுத்து வருவதால் இடப்பெயர்ச்சியின் விளைவாக குட்டிக் கிரகங்கள் எளிதில் தென்பட்டு விடும். இந்த முறையின் பலனாக எண்ணற்ற குட்டிக் கிரகங்கள் கண்டுபிடிக்கப்பட்டன. இதுவரை பல லட்சம் குட்டிக் கிரகங்கள் கண்டுபிடிக்கப்பட்டு அவற்றின் பாதைகள் நிர்ணயிக்கப்பட்டுள்ளன.

இவை அனைத்தும் ஒட்டுமொத்தமாக அஸ்டிராய்ட்ஸ் என்று குறிப்பிடப்படுகின்றன. விரல்விட்டு எண்ணக்கூடியவை தவிர மற்ற அனைத்துக்கும் குட்டிக் கிரகம் என்று பெயர் உண்மையில் பொருந் தாதுதான். ஏனெனில் இவை அளவில் மிகச் சிறியவை. இவற்றில் சில குட்டிக் கிரகங்கள் உங்கள் ஊருக்கு வெளியே இருக்கிற பாறை அளவுக்குக்கூட இருக்காது. நம் வீடுகளில் உள்ள ஆட்டுக் கல், அம்மிக் கல் அளவுக்கே உள்ளவையும் உண்டு.

ஒரு பெரிய பானையைக் கீழே ஓங்கிப் போட்டு உடைத்தால் 100 துண்டுகள் தேறலாம். நன்கு தடவிப் பார்த்தால் உடைந்த சிறிய துணுக்கு களும் இருக்கும். பானை உடைந்தாலே நூறு துண்டு தேறும். ஒரு கிரகம் உடைந்தால் நிச்சயம் பல லட்சம் துண்டுகள் இருக்காதா? அஸ்டிராய்டுகளின் தோற்றம் குறித்து இப்போது வேறு கருத்து உள்ளது. அதாவது ஆதியில் சூரிய மண்டலம் உருவான போது எண்ணற்ற துண்டுகள் ஒன்று சேர்ந்து தான் கிரகங்களாக உருவெடுத்தன. அந்த அளவில் அஸ்டிராய்டுகள் கிரகம் உடைந்ததால் தோன்றியவை அல்ல. மாறாக இத்துண்டுகள் அனைத்தும் ஒன்று சேர்ந்து கிரகமாக உருவெடுக்க முயன்ற போது சாத்தியமாகாமல் போனதால் பல லட்சம் துண்டுகளாகவே நீடிக்கின்றன என்று சொல்லப்படுகிறது.

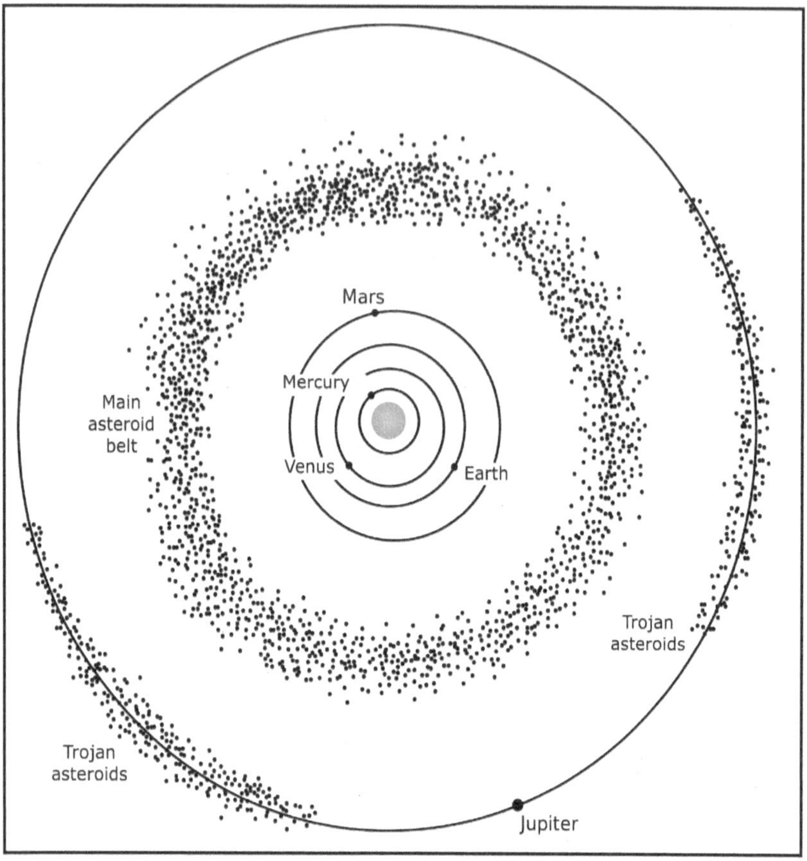

சூரிய மண்டலத்தில் அஸ்டிராய்டுகளின் பாதை

இந்த அஸ்டிராய்டுகள் அனைத்தும் செவ்வாய்க்கும் வியாழனுக்கும் இடைப்பட்ட பகுதியில் கிரிவலம் வரும் பக்தர்களைப் போல கும்பலாக ஒன்று சேர்ந்து சூரியனைச் சுற்றி வருகின்றன. இவை அனைத்தும் மெயின் அஸ்டிராய்ட் பெல்ட் என்று குறிப்பிடப் படுகின்றன.

ஆரம்பத்தில் சில அஸ்டிராய்டுகளே கண்டுபிடிக்கப்பட்டபோது கிரேக்க, ரோமானிய புராணங்களில் வரும் கடவுள்களின் பெயர்கள் வைக்கப்பட்டன. பிறகு வானியல் நிபுணர்கள் தங்கள் இஷ்டத்துக்குப் பெயர் வைக்க ஆரம்பித்தனர்.

இறக்கை முளைத்த மலைகள்

மலைகளுக்கெல்லாம் இறக்கைகள் இருந்ததாகவும் இந்திரன் ஒரு சமயம் இந்த மலைகளின் இறக்கைகளை வெட்டியதாகவும் ஒரு புராணக் கதை உண்டு. இந்த மலைகளில் ஒன்று மட்டும் தப்பிக் கடலில் ஒளிந்து கொண்டதாம். சீதையைத் தேடி அனுமார் இலங்கைக்கு வான் வழியே பறந்து செல்கிறார். இந்திரனிடமிருந்து தப்பித்த மலை அப்போது உயரே பறந்து வந்து அனுமார் தங்கிச் செல்ல உதவி புரிந்தது என்று ராமாயணத்தில் கூறப்பட்டுள்ளது.

நல்லவேளையாக பூமியில் உள்ள மலைகளுக்கு இப்போது இறக்கைகள் இல்லை. ஆனால் அஸ்டிராய்டுகள் இறக்கை இல்லாம லேயே பறக்கும் மலைகளாக விளங்குகின்றன

சூரியனைச் சுற்றி வருகின்ற அஸ்டிராய்டுகளிடையே தள்ளுமுள்ளு ஏற்பட்டு மோதிக்கொண்டு பாதை மாறுவது உண்டு. இதல்லாமல் வியாழன் கிரகத்தின் ஈர்ப்பு சக்தியால் சில அஸ்டிராய்டுகள் பிரதான பாதையிலிருந்து வெளியே தள்ளப்படுவது உண்டு.

இப்படியாக அஸ்டிராய்ட் கும்பலிலிருந்து வெளியே தள்ளப்பட்டவை குறுக்குப் பாதையில் சூரியனைச் சுற்றுகின்றன. அதன் விளைவாக இவை பூமியின் சுற்றுப் பாதையைக் கடக்கின்றன. லெவல் கிராசிங்கில் ரயில் தண்டவாளத்தைக் கடக்கிற லாரி, பஸ், வேன்கள் போல இவை பூமியின் பாதையைக் குறுக்காகக் கடந்து செல்கின்றன. அப்படிச் செல்லும் அவை சூரியனைச் சுற்றிவிட்டு மறுபடி லெவல் கிராசிங் வழியே பூமியின் சுற்றுப்பாதையை இரண்டாம் முறை கடக்கின்றன.

ஆள் இல்லா லெவல் கிராசிங்கில் ரயில் வராத நேரத்தில் ஒரு வாகனம் ரயில் தண்டவாளத்தைக் கடந்து சென்றால் விபத்துக்கு வாய்ப்பு இல்லை. ஆனால் ரயில் வருகிற நேரம் பார்த்து பஸ் அல்லது லாரி அந்தத் தண்டவாளத்தைக் கடந்து சென்றால் ஆபத்து நிச்சயம். குறிப்பிட்ட இடத்தை பூமி கடந்து சென்ற பிறகே, அஸ்டிராய்டுகள் பலவும் பூமியின் சுற்றுப் பாதையைக் கடந்து செல்கின்றன. அல்லது, மேம்பாலம் வழியே அல்லது சுரங்கப்பாதை வழியே செல்வதுபோல பூமியின் சுற்றுப் பாதைக்கு மேலே அல்லது கீழே சென்று விடுகின்றன. சில சமயங்களில் இவை பூமியை உரசிச் செல்வதுபோல மிக அருகில் கடந்து செல்வதும் உண்டு.

ஈரோஸ் என்ற ஒருஅஸ்டிராய்ட்குறைந்தபட்சம் இருமுறை பூமிக்கு மிக அருகில் வந்தது. அப்போது பூமிக்கும் அதற்கும் இடையே இருந்த தூரம் சுமார் 2.5 கோடி கிலோமீட்டர். ஹெர்மிஸ் என்ற அஸ்டிராய்ட் சுமார் 60 ஆண்டுகளுக்குமுன் பூமிக்கு மிக அருகில் வந்தது. அப்போது

பூமிக்கும் அதற்கும் இருந்த தூரம் 3.2 லட்சம் கிலோமீட்டர். (பூமியிலிருந்து சந்திரன் சுமார் 3.75 லட்சம் கிலோமீட்டர் என்பதை இத்துடன் ஒப்பிடவும்!)

1989–ம் ஆண்டில் ஓர் அஸ்டிராய்ட் பூமியைச் சுமார் 7 லட்சம் கிலோமீட்டர் தூரத்தில் கடந்து சென்றது. பூமி குறிப்பிட்ட இடத்தைக் கடந்து சென்ற 6 மணி நேரத்துக்குப் பிறகு அந்த இடத்தை இந்தப் பறக்கும் மலை கடந்து சென்றது. அப்போது பத்திரிகைகள் 6 மணி நேர வித்தியாசத்தில் பூமி தப்பியது என்று கொட்டை எழுத்துகளில் செய்தி வெளியிட்டன. மயிரிழையில் தப்பியது என்று கூறுவது ஒன்றும் மிகைப்படுத்தப்பட்ட வருணனை அல்ல. சூரிய மண்டலத்தில் ஒரு கிரகத்துக்கும் மற்றொரு கிரகத்துக்கும் உள்ள தூரம் பல கோடி கிலோமீட்டர் அளவில் உள்ளது. அத்துடன் ஒப்பிட்டால் பூமியை நெருங்குகின்ற அஸ்டிராய்டுகளுக்கும் பூமிக்கும் உள்ள தூரம் அற்பமே.பூமியை மிக அருகாமையில் கடந்து சென்ற அஸ்டிராய்ட் ஒன்று உண்டு. அந்த அஸ்டிராய்ட் 2013 ஆண்டு பிப்ரவரி மாதம் 15 ஆம் தேதி பூமியைக் கடந்து சென்ற போது பூமிக்கும் அதற்கும் இருந்த தூரம் வெறும் 20 ஆயிரம் கிலோ மீட்டர். பூமியிலிருந்து சுமார் 35,800 மீட்டர் உயரத்தில் இந்தியாவின் செயற்கைக்கோள்கள் உட்பட பல தகவல் தொடர்பு செயற்கைக்கோள்கள் பூமியைச் சுற்றி வருகின்றன. இவற்றுக்கும் பூமிக்கும் நடுவே இந்த அஸ்டிராய்ட் பறந்து சென்றது. அந்த அஸ்டிராய்ட் இந்த செயற்கைக்கோள்கள் எதன் மீதும் மோதாமல்

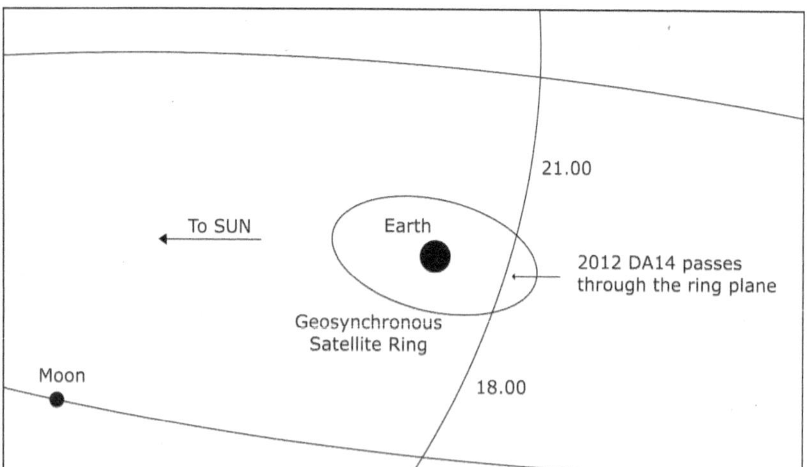

2013 ஆம் ஆண்டில் பூமிக்கு மிக
அருகில் வந்த அஸ்டிராய்ட்

அமெரிக்க அரிசோனா மாகாணத்தில் உள்ள
பாரிஞ்சர் பள்ளம். வானிலிருந்து எடுத்த படம்

பறந்து சென்றது. 2012 ஆம் ஆண்டில் கண்டுபிடிக்கப்பட்டது என்பதால் அந்த அஸ்டிராய்டின் பெயர் 2012 டி.ஏ என்பதாகும்.

வழி தவறிய அஸ்டிராய்டுகள் பூமியை நெருங்கிச் செல்வது ஒரு புறம் இருக்க, பறக்கும் பாறைகள் பூமியில் வந்து மோதியதும் உண்டு. சுமார் 50,000 ஆண்டுகளுக்கு முன்னர், சுமார் 100 அடி குறுக்களவு உள்ள ஒரு பெரிய அஸ்டிராய்ட் வட அமெரிக்காவில் இன்றைய அரிசோனா மாகாணத்தில் வந்து விழுந்தது. இதன் விளைவாக அங்கு ஒரு பெரிய பள்ளம் ஏற்பட்டது. அந்தப் பள்ளம் இன்னமும் அப்படியே உள்ளது.

கடந்த நூற்றாண்டில் அதாவது 1908-ம் ஆண்டில், அஸ்டிராய்ட் போன்ற ஒரு பொருள் பூமியை நோக்கி வேகமாக இறங்கி ரஷ்யாவின் சைபீரியா பிராந்தியத்தில் துங்குஸ்கா என்ற இடத்துக்கு மேலாக நடுவானில் வெடித்தது. இது பல அணுகுண்டுகள் ஒரே இடத்தில் வெடித்தது போன்ற விளைவை உண்டாக்கியது. இதனால் ஏற்பட்ட அதிர்ச்சி அலைகள், பல நூறு கிலோமீட்டர் பரப்பில் காடுகளை அழித்தன. நல்ல வேளையாக அந்தப் பகுதியில் மக்கள் யாரும் வசிக்கவில்லை. அந்த இடத்தில் இருந்த மரங்கள் தரைமட்டமாகின. அது வெடித்த போது பெரும் தீப்பிழம்பு தோன்றியது. பல நூறு கிலோமீட்டருக்கு அப்பால் இருந்த நபர்களுக்கும் இந்த ஒளி தெரிந்தது. தீப்பிழம்பு தோன்றிய சில நிமிஷங்களில் பூமியே அதிரும் வகையில் அடுத்தடுத்து இடி முழக்கம் போன்ற ஓசை எழுந்தது. இந்தச் சத்தம் 1,000 கிலோ மீட்டருக்கு அப்பாலும் கேட்டது. வானில் தோன்றிய ஒளியால் இங்கிலாந்திலும் மேற்கு ஐரோப்பாவிலும் இரவானது பிரகாசமாகியது.

பெரும் வெடிப்பினால் ஏற்பட்ட அதிர்ச்சி பூகம்பம்போல் இருந்தது. சுமார் 5,200 கிலோமீட்டருக்கு அப்பாலும் இந்த அதிர்வுகள் பதிவாயின.

துங்குஸ்காவில் சரிந்து கிடந்த மரங்கள்

எளிதில் அணுக முடியாத பிராந்தியம் என்பதால் சுமார் 20 ஆண்டுகளுக்குப் பிறகுதான் துங்குஸ்காவில் என்ன நடந்தது என்பதை ஆராய நிபுணர்கள் சென்றனர். துங்குஸ்காவில் ஏற்பட்ட இந்தச் சம்பவத்துக்குக் காரணம் என்ன என்பது இன்னமும் புரியாத புதிராகவே உள்ளது. இது அஸ்டிராய்டாக இல்லாமல் ஒரு வால் நட்சத்திரமாகவும் இருக்கலாம் என ஒரு கருத்து உள்ளது.

பூமியின் பாதையைக் கடந்து செல்கிற அஸ்டிராய்டுகள் நிறையவே உள்ளன. ஒன்று முதல் இரண்டு கிலோமீட்டர் குறுக்களவு கொண்டவை சுமார் 50 உள்ளன. அரைக் கிலோமீட்டருக்கும் குறைவான குறுக்களவு கொண்டவை 1,500-க்கும் அதிகமாகவே உள்ளன.சில சமயம் பெரிய விண்கல் பூமியில் வந்து விழுவது உண்டு. ஆப்பிரிக்காவில் இப்போதைய நமீபியா நாட்டில் வந்து விழுந்த விண்கல் அது விழுந்த இடத்திலேயே காட்சிப் பொருளாகப் பாதுகாக்கப்பட்டு வருகிறது. இது சுமார் 80 ஆயிரம் ஆண்டுகளுக்கு முன்னர் வந்து விழுந்திருக்கலாம் என்று கருதப்படுகிறது.ஹோபா விண்கல் என்று அழைக்கப்படும் இந்த விண்கல்லின் எடை 60 டன்.

அரிசோனாவில் அல்லது துங்குஸ்காவில் விழுந்த அஸ்டிராய்டுகள் சிறியவையாகவே இருக்கவேண்டும். சிறிய அஸ்டிராய்ட் பூமியின்மீது விழுந்தால், அது விழுந்த பிராந்தியத்தில் மட்டும் சேதம் ஏற்படும். ஆனால் இரண்டு அல்லது மூன்று கிலோமீட்டர் குறுக்களவு கொண்ட அஸ்டிராய்ட் பூமியில் மோதினால் ஏற்படக்கூடிய விளைவு மிகப் பயங்கரமாகவே இருக்கும்.

நமீபியாவில் வந்து விழுந்த விண்கல்

டைனோசர்கள் அழிந்தது ஏன்?

'ஜுராசிக் பார்க்' படம் பார்த்து ரசித்த உங்களிடம் டைனோசர்களைப் பற்றித் தனியாக விளக்கிக்கொண்டிருக்க வேண்டாம்தானே! டைனோசர்களில் பல வகைகள் இருந்தன. இரண்டாவது மாடி பால்கனிவரை எட்டிப் பார்க்கும் திறன் உள்ள கழுத்து நீண்ட டைனோசர்கள், கண்ணில்பட்ட விலங்குகளை எல்லாம் அடித்துத் தின்னும் டைனோசர்கள், வெறும் தாவரங்களை மட்டுமே உண்ணும் பரமசாது டைனோசர்கள் எனப் பல இருந்தன.

உலகின் பல கண்டங்களில் வாழ்ந்த இவை, பூமியில் ராஜ்ஜியம் பண்ணிக்கொண்டிருந்தன. மனிதன் தோன்றாத காலம் அது. ஆனால் சுமார் 65 மில்லியன் ஆண்டுகளுக்கு முன் டைனோசர்கள் அடியோடு அழிந்துபோயின.

பூமியில் புதைந்து கல்லாகிப்போன இவற்றின் எலும்புகளைக் கொண்டுதான் உலகில் ஏதோ ஒரு காலத்தில் இவை வாழ்ந்தன என்று நிபுணர்கள் கண்டுபிடித்துள்ளனர்.

டைனோசர் விலங்குகள் திடீரென அழிந்தது ஏன் என்ற கேள்வி எழுந்தது. இது பற்றி ஆராய்ச்சிகள் நடத்தப்பட்டன. 65 மில்லியன் ஆண்டுகளுக்கு முன்னர் பூமியில் பயங்கர விபரீதம் நடந்திருக்க வேண்டும். விண்வெளியிலிருந்து ஏதோ ஒன்று பூமியை வந்து தாக்கியிருக்கவேண்டும். அதன் விளைவாக பூமியில் அப்போது இருந்த உயிரினங்களில் பெரும்பாலானவைஅழிந்திருக்கவேண்டும் என்று

டைனோசரின் எலும்புக்கூடு

நிபுணர்களுக்குத் தோன்றியது. பூமியை அப்படி எது தாக்கியிருக்கக் கூடும்?

பூமியை இப்படித் தாக்கக்கூடிய விண்பொருட்கள் கணிசமான எண்ணிக்கையில் உள்ளன. செவ்வாய் கிரகத்துக்கும் வியாழன் கிரகத்துக்கும் இடையில் ஒரு கிரகம் இருந்திருக்கவேண்டிய இடத்தில் இன்று பல்லாயிரம் அஸ்டிராய்டுகள் இருக்கின்றன என்று ஏற்கெனவே பார்த்தோம். இவற்றில் பல திசை தவறிப் பூமியின் சுற்றுப்பாதையைக் கடந்து சூரியனைச் சுற்றிச் செல்கின்றன. இவற்றில் ஏதேனும் ஒன்று பூமியைத் தாக்கியதால் டைனோசர்கள் அழிந்து போயிருக்கவேண்டும் என்று நிபுணர்கள் கூறுகின்றனர்.

டைனோசர்கள் வாழ்ந்த காலத்தில் இப்படி ஓர் அஸ்டிராய்ட் தாக்கியதற்குப் பூமியில் இன்னும் சில ஆதாரங்கள் காணப்படு வதாகவும் அவர்கள் கூறுகின்றனர்.

ரோடு போடுவதற்குப் பயன்படும் ஜல்லி போன்ற சிறிய கல் ஒன்று பூமியில் வந்து விழுந்தால் பெரிய ஆபத்து எதுவும் ஏற்பட்டுவிடாது. ஆனால் சுமார் 100 மீட்டர் குறுக்களவு கொண்ட பெரிய பாறை வந்து விழுந்தால், ரஷ்யாவில் துங்குஸ்காவில் ஏற்பட்டது போன்ற பெரும் நாசம் ஒரு குறிப்பிட்ட வட்டாரத்தில் ஏற்படலாம்.துங்குஸ்காவில் ஏற்பட்டது போல ரஷியாவில் 2013 பிப்ரவரி 15 ஆம் தேதி நடுவானில் திடீரென பெரும் வெடிப்பு நிகழ்ந்தது. அப்போது பயங்கர வெடி சத்தம் கேட்டது. இந்த வெடிப்பினால் தோன்றிய அதிர்ச்சி அலைகள் காரணமாகப் பல நூறு கட்டடங்களில் கண்ணாடி ஜன்னல்கள் உடைந்தன. இவற்றின் சிதறல்கள் காரணமாக ஆயிரத்துக்கும் மேற்பட்டவர்கள் காயமடைந்தனர். ரஷியாவில் செல்யாபின்ஸ்க் என்ற

நகரில் இச்சம்பவம் நிகழ்ந்தது. அஸ்டிராய்ட் ஒன்று வானில் நுழைந்த பிறகு வெடித்ததன் விளைவாகவே இந்த சம்பவம் நிகழ்ந்ததாகக் கருதப்படுகிறது. அந்த வட்டாரத்தில் பின்னர் அஸ்டிராய்ட் ஒன்றின் பல சிறிய துண்டுகள் கண்டெடுக்கப்பட்டன.

உலகில் கடந்த 100 ஆண்டுகளில் இது போன்ற சம்பவம் நடப்பது இதுவே முதல் தடவை என்று கருதப்படுகிறது.

எவ்வளவு பெரிய அஸ்டிராய்ட் பூமியில் வந்து விழுந்தால் உயிரினத்தில் பெரும் பகுதி அழிந்துவிடும் என்று நிபுணர்கள் கணக்கிட்டுள்ளனர். இரண்டு கிலோமீட்டருக்கும் அதிகமான குறுக்களவு கொண்ட அஸ்டிராய்ட் ஒன்று பூமியில் வந்து விழுந்தால் உலகளாவிய அளவில் விபரீத நாசம் ஏற்படுமாம். டைனோசர்கள் அழிவதற்குக் காரணமாக இருந்த அஸ்டிராய்ட் சுமார் 10 கிலோமீட்டர் குறுக்களவு கொண்டதாக இருந்திருக்கும் என்று கருதப்படுகிறது.

பூமியின் வடிவத்துடன் ஒப்பிடுகையில் 10 கிலோமீட்டர் குறுக்களவு கொண்ட அஸ்டிராய்ட் ஒரு சுண்டைக்காய்தான். அது பூமியில் உள்ள உயிரினங்கள் அனைத்தையும் எப்படி அழிக்க முடியும் என்ற சந்தேகம் உங்களுக்கு ஏற்படலாம்.

இவ்வளவு பெரிய அஸ்டிராய்ட், அதாவது இவ்வளவு பெரிய பாறை 20 மீட்டர் உயரத்திலிருந்து விழுந்தால் மிஞ்சிப்போனால் அதன் அடியில் சிக்குபவர்கள் உயிர் இழப்பார்கள். அந்தப் பாறையின் பளு தாங்காமல் கட்டடங்களும் குடிசைகளும் நசுங்கிப் போகும்.

ஆனால் இப்படிப்பட்ட அஸ்டிராய்ட் விண்வெளியிலிருந்து மணிக்கு சுமார் 65 ஆயிரம் அல்லது 70 ஆயிரம் கிலோமீட்டர் வேகத்தில் பாய்ந்து

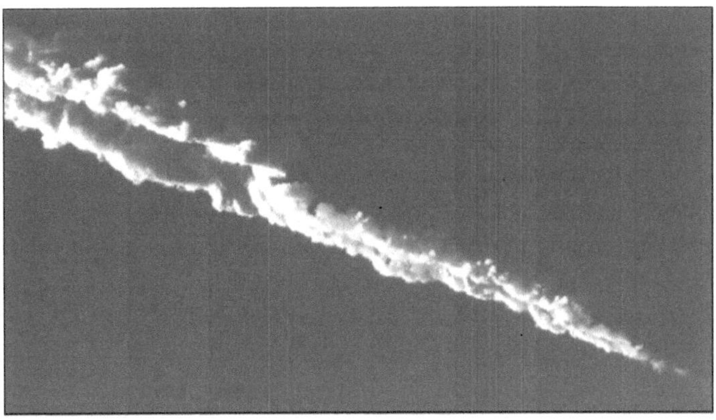

ரஷ்யாவில் 2013 ஆம் ஆண்டில் நடுவானில் வெடித்த விண்கல்

வரும். அப்படி வரும்போது காற்று மண்டலத்தைக் கடக்கும். காற்று மண்டலம் வழியே பாயும் போது பயங்கரமாகச் சூடேறும். அது தரையை நெருங்கும்போது வெடிக்கும். அந்த வெடிப்பு சுமார் 100 ஹைட்ரஜன் குண்டுகள் ஒரே சமயத்தில் ஓரிடத்தில் வெடிக்கும்போது ஏற்படுகின்ற விளைவை உண்டாக்கும். கடும் அதிர்ச்சி அலைகள் தோன்றும். பெரும் தீப்பிழம்பு கிளம்பும். அது பயங்கர வெப்பம் கொண்டதாக இருக்கும். எங்கும் தீ பரவும்.கடும் பூகம்பம் மற்றும் பெரிய சுனாமி அலைகளும் தோன்றலாம். காற்று மண்டலத்தில் உள்ள நைட்ரஜன் தீப்பற்றும். அது நைட்ரிக் அமிலமாக மாறும். நதி, குளம், ஏரி, கிணறு ஆகியவற்றில் உள்ள நீர் அமிலம் கலந்ததாகிவிடும். இவற்றைவிட மோசமான விளைவு ஒன்று உண்டு. அது நுண்ணிய தூசு.

இந்தத் தூசுப் படலம் பூமியைச் சூழ்ந்துகொள்ளும். இதனால் சூரியன் மறைக்கப்படும். இருள் கவ்வும். பல மாதங்கள் தொடர்ந்து இரவாக இருக்கும். சூரிய வெப்பம் இல்லாததால் குளிர் வாட்டும். பயிர்கள் வளராது. தாவர இனம் அழியும். மனிதனுக்கும் விலங்குகளுக்கும் உணவு கிடைக்காது.

சில மாதங்கள் கழித்துத் தூசுப் பட்லம் அகலும். ஆனால் காற்று மண்டலத்தில் கார்பன் டையாக்சைடு சேர்மானம் அதிகரித்திருக்கும். இதனால் வெப்பம் உயரும். இப்படியாகத் தொடர் விளைவுகள் ஏற்படும். மேற்கூறிய அளவிலான அஸ்டிராய்ட் பூமியைத் தாக்கினால் பூமியில் குறைந்தது 100 கோடிப் பேர் உயிர் இழப்பர். நிபுணர்கள் இப்படியாக விபரீத விளைவுகளை அடுக்கிக்கொண்டே போகிறார்கள்.

இதைப் படிக்கும்போது திடீரென ஒருநாள் அஸ்டிராய்ட் ஒன்று பூமியைத் தாக்கி நாம் அனைவரும் அழிந்துவிடுவோமோ என்று அச்சம் உங்களுக்கு ஏற்படலாம்.

எனினும் 2 கிலோமீட்டருக்கு அதிகமான அஸ்டிராய்ட் 10 முதல் 30 மில்லியன் ஆண்டுகளுக்கு ஒரு முறைதான் பூமியைத் தாக்க வாய்ப்பு உள்ளதாக நிபுணர்கள் கூறுகிறார்கள். பூமியில் மனித இனம் தோன்றிய நாள் முதலாக இப்படி ஒரு பெரிய தாக்குதல் ஏற்படவில்லைதான்.

ஆனாலும் இப்படியான ஒரு விபரீதம் ஏற்படுவதை முன்கூட்டித் தடுக்க வழி வகை உள்ளது. ராக்கெட் மூலம் சக்தி மிக்க ஹைட்ரஜன் குண்டை அஸ்டிராய்ட் மீது ஏவிவிடலாம். அஸ்டிராய்ட் ஒன்று தொலைவில் இருக்கும்போதே இப்படி எதிர்த் தாக்குதல் நடத்தினால் பூமியை நோக்கி வருகிற அஸ்டிராய்ட் திசை மாறிவிடும். இதனால் பூமிக்கு ஏற்படக்கூடிய ஆபத்தைத் தவிர்க்க முடியும்.

எனினும் பூமியைத் தாக்கும் இந்த எதிரி விண்ணில் எங்காவது இருக்கிறதா என்று இதே காரியமாக வானைக் கண்காணித்துக்

கொண்டிருக்கவேண்டும். உலகின் பல நாடுகளில், குறிப்பாக அமெரிக்காவில், பல நிபுணர்கள் தகுந்த தொலைநோக்கி மூலம் அஸ்டிராய்டுகளை ஆராய்ந்துகொண்டிருக்கிறார்கள். உதாரணத்துக்குக் கூறுவதானால் அமெரிக்காவில் கிட்ஸ் பீக் என்னும் இடத்தில் உள்ள தொலைநோக்கி மூலம் டாம் கெரல்ஸ் என்ற நிபுணர் வானை ஆராய்ந்து கொண்டிருந்தார். 1991–ம் ஆண்டு ஜனவரி 18–ம் தேதி இரவு 10.25 மணிக்கு தொலைநோக்கியுடன் இணைக்கப்பட்ட கம்ப்யூட்டர் திரையில் ஒரு மெல்லிய கீற்று தெரிந்தது. அது 30 அடி நீள அஸ்டிராய்ட் என்பது தெரிய வந்தது. அது வான்வெளியில் மணிக்கு 32 ஆயிரம் கிலோமீட்டர் வேகத்தில் பூமி உள்ள பகுதியை நோக்கி வந்து கொண்டிருந்தது. அதற்கு 12 மணி நேரம் கழித்து ஆராய்ந்தபோது அந்தக் குட்டி அஸ்டிராய்ட் பூமியை 1,60,000 கிலோமீட்டருக்கு அப்பால் கடந்து சென்றது என்பது தெரிய வந்தது. அஸ்டிராய்டுகளைக் கண்டுபிடிப்பதற்காக உள்ள ஸ்பேஸ் வாட்ச் எனப்படும் மிக நவீன தொலைநோக்கியை இயக்கும் குழுவை 1980-ம் ஆண்டு கெரல்ஸ் தொடங்கி, அதன் தலைவராக இருந்து வந்தார். 2011-ம் ஆண்டு, தன் 86-வது வயதில் இவர் இறந்துவிட்டார்.

பூமியை நெருங்குகிற அஸ்டிராய்டுகளைக் கண்டுபிடிப்பதற்கு என்றே உலகம் தழுவிய அமைப்புகள் பல ஏற்படுத்தப்பட்டுள்ளன. இவற்றில் முக்கியமானது ஐ.என்.ஏ.எஸ் என்ற அமைப்பாகும். குறைந்தபட்சம் 16 நாடுகள் இதில் அங்கம் வகிக்கின்றன. இந்த நாடுகளின் நிபுணர்கள் தகுந்த தொலைநோக்கிகள் மூலம் வானை ஆராய்ந்து வருகின்றனர். அமெரிக்க ஸ்மித்சோனியன் கழகத்தின் உதவியுடன் இந்தியாவிலும் விசேஷ தொலைநோக்கி அமைக்கப்பட்டு வருகிறது. தொலை னோக்கிகள் மட்டுமன்றி அஸ்டிராய்டுகளைக் கண்டுபிடிக்க ராடார் கருவிகளும் பயன்படுத்தப்படுகின்றன.

இவ்விதமான நடவடிக்கைகளை மேலும் விரிவுபடுத்த முயற்சிகள் மேற்கொள்ளப்பட்டுள்ளன. சுமார் 30 மீட்டர் விட்டம் கொண்ட அஸ்டிராய்டுகளும் கண்டறியப்பட்டு அவற்றின் பாதைகள் நிர்ணயிக் கப்பட்டுள்ளன. மேலும் சிறிய அஸ்டிராய்டுகளையும் கண்டுபிடிக்கத் திட்டம் உள்ளது.பூமியின்மீது மோதக்கூடிய வாய்ப்புள்ளவை என்று வகைப்படுத்தப்பட்ட அஸ்டிராய்டுகளின் பட்டியலில் 2016 நிலவரப் படி சுமார் 1700 அஸ்டிராய்டுகள் உள்ளன. இவற்றின் எண்ணிக்கை அதிகரித்துக் கொண்டே போகலாம்.

இப்படியான அஸ்டிராய்டுகள் நேர்கோட்டுப் பாதையில் செல்பவை அல்ல. இவை நீள் வட்டப்பாதையில் செல்பவை. இவற்றின் பாதைகள் பல காரணங்களால் மாறுவது உண்டு.சூரியனில் விழுந்து அழிபவையும் உண்டு. சூரிய மண்டல வட்டாரத்திலிருந்து தூக்கி

எறியப்படுபவையும் உண்டு. அந்த அளவில் இவற்றின் எண்ணிக்கை குறைந்து வர வேண்டும். ஆனால் மெயின் அஸ்டிராய்ட் பெல்டி லிருந்து புதிதாகமேலும் அஸ்டிராய்டுகள் வந்து கொண்டிருக்கின்றன என்பது தான் பிரச்சினை.

எனினும் விண்வெளியில் இருந்து பெரிய மலை அளவிலான பாறை தான் வந்து விழவேண்டும் என்பதில்லை. நுண்ணிய துணுக்குகளும் தூசும் வந்து விழலாம். யாராலும் தடுக்க முடியாத அளவில் இந்தத் துகள்மாரியும் தூசுமாரியும் பூமியின்மீது இரவு பகலாக ஓயாது பொழிந்துகொண்டுதான் இருக்கின்றன.

விண்ணிலிருந்து கல்மாரி

1991 ஆம் ஆண்டு மே மாதம் இங்கிலாந்தில் கிளாட்டன் என்ற கிராமம். அங்கு ஆர்தர் பெட்டிபோர் என்ற விவசாயி தனது நிலத்தில் வெங்காயம் நட்டுக்கொண்டிருந்தார். அப்போது பொத் என்று ஏதோ ஒன்று வந்து விழுந்தது. நிச்சயம் அது கல்தான். அவர் நிதானமாகச் சென்று அதை எடுத்துப் பார்த்தார். அது சாதாரணமான கல்அல்ல. அது விண்ணி லிருந்து விழுந்த கல்.

அந்தக் கல்லின் எடை 767 கிராம். கன்னங்கரேல் என்று இருந்த அந்தக் கல் – விண்கல் – ஓர் அதிசயப் பொருளே. அவர் விரும்பியிருந்தால் அந்தக் கருப்புக் கல்லைக் குறைந்தது 10 ஆயிரம் டாலருக்கு (ரூ. 6லட்சம்) விற்றிருக்கலாம். ஆனால் அவர் அதை மியூசியத்துக்கு அன்பளிப்பாகக் கொடுத்துவிட்டார்.

1946-ம் ஆண்டு ஆகஸ்ட் மாதம் 2-ம் தேதி. அமெரிக்காவில் டெக்சாஸ் மாநிலத்தின் மேற்குப் பகுதியில் மாரத்தான் என்று ஊருக்கு வெளியே பண்ணை வீட்டில் ஒரு குடும்பத்தினர் உணவு அருந்தி முடித்த நேரத்தில் இடி முழக்கம் போலச் சத்தம். வெளியே சற்றுத் தொலைவில் தேக்கி வைக்கப்பட்ட நீரில் ஒரு பெரிய கல் விழுந்தது. அது விழுந்த வேகத்தில் வாரி அடித்த தண்ணீரில் அருகே ஒரு வேனில் இருந்த இருவர் தொப்பலாக நனைந்துவிட்டனர்.

அக்குடும்பத்தின் விருந்தாளியாகத் தங்க வந்த ஆஸ்கார் மோனிங் பின்னர் அந்த நீரை வெளியேற்றி அக்கல்லை எடுத்தார். அதன் எடை சுமார் 70 கிலோ. ஒரு மூட்டை அரிசி அளவுக்குக் கனம். நல்லவேளை, அது தண்ணீரில் விழுந்தது. ஒரு சமயம் அமெரிக்காவில் மரத்தால் ஆன கூரையைப் பொத்துக் கொண்டு ஒரு விண்கல் வந்து விழுந்தது. வீட்டுக்குள் இருந்த ஒரு பொருள் மீது விழுந்து எகிறிய போது அந்த வீட்டில் இருந்த ஒரு பெண்ணுக்கு லேசான காயம் ஏற்பட்டது.

இப்படியான பல சம்பவங்கள் உண்டு.

விண்ணிலிருந்து பூமியில் அவ்வப்போது சிறியதும், பெரியதுமாகக் கற்கள் விழுந்து கொண்டே இருக்கின்றன.

ஆண்டுதோறும் சுமார் 100 கிராமுக்கும் அதிகமான எடை கொண்ட சுமார் 26,000 விண் கற்கள் பூமியில் வந்து விழுகின்றன என்று ஒரு நிபுணர் கூறுகிறார்.

வானிலிருந்து ஒளிக்கீற்று.
கீழே விழுவது நட்சத்திரம் அல்ல.

ஒரு கோபுரத்திலிருந்து நீங்கள் ஒரு கல்லைக் கீழே போட்டால் அது எந்தப் பாதிப்புக்கும் உள்ளாகாமல் அப்படியே கீழே வந்து விழும். ஆனால் விண்வெளியிலிருந்து மணிக்கு சுமார் 50,000 கிலோமீட்டர் வேகத்தில் பாய்ந்து வரும் விண்கல், காற்று மண்டலத்தில் நுழைந்தவுடன் உராய்வு காரணமாகப் பயங்கரமாகச் சூடேறித் தீப்பற்றும். அந்த விண்கல் பட்டாணி அளவுக்கு அல்லது நெல்லிக்காய் அளவுக்கு இருந்தால் கீழே இறங்கும் போதே முற்றிலுமாக எரிந்து சாம்பலாகிவிடும். அந்தச் சாம்பல் துணுக்குகள்தான் பூமியில் வந்து விழும். சற்றுப் பெரிய கல்லாக இருந்தால் தீப்பற்றி எரிந்ததுபோக மீதம் உள்ளது நிலத்தில் வந்து விழும்.

பல சமயங்களில் இவ்விதம் பூமியை நோக்கி இறங்குவது கல்லாக இல்லாமல் சில மில்லிமீட்டர் குறுக்களவு கொண்ட நுண்ணிய துணுக்குகளாகவும் இருக்கலாம். இவை அனைத்துமே எரிகல் (ஆங்கிலத்தில் 'மீட்டியோர்') என்றே குறிப்பிடப்படுகின்றன. நீங்கள் நிலா இல்லாத நாளில் இரவில் ஊருக்கு வெளியே சென்று சுமார் ஒரு மணி அல்லது இரண்டு மணி நேரம் கரிய வானைக் கவனித்தால் திடீரென்று மிகப் பிரகாசமான ஒன்று கோடு கிழித்தது போல கீழ்நோக்கி இறங்குவதைக் காணலாம். பிரகாசமான பொருள் சில கணத்தில் அழிந்துவிடும். பலரும் இதை நட்சத்திரம் விழுகிறது என்பார்கள். இது நட்சத்திரம் அல்ல. மேலே நாம் குறிப்பிட்ட விண்கல் அல்லது விண்துணுக்குதான் இப்படித் தீப்பற்றிக் கீழே இறங்குகிறது.

விண்கல் ஒன்று பூமியிலிருந்து குறைந்தது 80 கிலோமீட்டர் உயரத்தில் தீப்பற்ற ஆரம்பிக்கிறது. சில விண்கற்கள் மிகவேகமாக இறங்கும். அவை இன்னும் அதிக உயரத்திலேயே தீப்பற்றிக்கொள்ளும். எனினும் இத்தீப்பிழம்பு சுமார் 40 கிலோமீட்டர் உயரத்தில் அழிந்துவிடுகிறது.

ஒரு விண்கல் எப்போது எங்கு வந்து விழும் என்று சொல்ல முடியாது. மிக அபூர்வமாகத்தான் நம் கண் முன்னால் விழுகின்றது. அப்படி கண் முன்னே விழுந்து கண்டெடுக்கப்படுவதும் மிக அபூர்வமே. உலகில் ஓராண்டில் இப்படி கண் முன்னே விழுந்து கைப்பற்றப்படுகிற விண்கற்கள் 5 அல்லது 6 கூட இருக்காது. பல சமயங்களில் ஆள் நடமாட்டம் அற்ற இடங்களில் விழுகிற கற்கள் மீட்கப்படுவது உண்டு. விவரம் தெரிந்தவர்கள் இது அபூர்வமாக இருக்கிறது என்று எண்ணி அவற்றை எடுத்து வரலாம். நிபுணர்கள் சோதித்தபிறகு அது உண்மையில் விண்கல்தான் என்று தெரிய வரலாம். இப்படி அடையாளம் கண்டு பிடிக்கப்படுகிற விண்கற்கள் ஓராண்டில் 20 அல்லது 25 தேறினாலே அதிகம்.

இது நிச்சயம் விண்கல்தான் என்று சொல்லி, எடுத்து வரக்கூடிய பிராந்தியமும் உள்ளது. அதுதான் தென்துருவத்தில் உறைந்த வெண்பனியால் மூடப்பட்ட அண்டார்டிகா பிராந்தியம். அமெரிக்காவி லிருந்து ஆண்டுதோறும் இதற்கென்றே ஒரு குழு அனுப்பப்படுகிறது. 1976-ம் ஆண்டிலிருந்து இது நடந்து வருகிறது. பனி மூடிய பிரதேசம் என்பதால் விண்ணிலிருந்து விழுந்த கற்களை எளிதில் கண்டுபிடித்து சேகரிக்க முடிகிறது. சில சமயங்களில் எதிர்பார்த்ததைவிட அதிகமாகவே கிடைக்கும். 1988-ல் சென்ற குழுவினர் முதல் நாளன்றே 40 விண்கற்களைப் பொறுக்கினர். அண்டார்டிகாவிலிருந்து ஊர் கிளம்புவதற்குள் அவர்கள் சுமார் 1,000 விண்கற்களைச் சேகரித்து விட்டிருந்தனர். அமெரிக்கக் குழுவினர் ஆண்டுதோறும் சேகரிக்கிற விண்கற்கள் அமெரிக்க விண்வெளி ஆராய்ச்சி நிறுவனத்துக்கு (NASA) அளிக்கப்படுகின்றன. இந்த விண்கற்கள் ஆராய்ச்சிக்கு உரிய பொருட்கள் ஆகும்.அமெரிக்க நிபுணர் கிளேர் பேட்டர்சன் பூமியின் வயதைக் கணக்கிட்டுக் கூறியவர். பூமியின் மிகப் பழைமையான பாறைகளில் பிற பொருள் கலப்பு உள்ளதால் அவை லாயக்கில்லை என்று ஒதுக்கித் தள்ளி விண்கல் ஒன்றை வைத்துத் தான் பூமியின் வயதைக் கணக்கிட்டுக் கூறினார் என்பது குறிப்பிடத்தக்கது.

சுமார் 4.5 பில்லியன் ஆண்டுகளுக்கு முன் சூரிய மண்டலம் தோன்றியதிலிருந்து ஏற்பட்டுள்ள நிகழ்வுகளை அறிந்துகொள்ள விண்கற்கள் உதவுகின்றன. ஆகவேதான் அமெரிக்க நாசா அமைப்பு உலகின் பல நாடுகளிலும் உள்ள விஞ்ஞானிகளுக்குத் தனது சேகரத்திலிருந்து விண்கற்களை அனுப்பி உதவுகிறது.

விண்ணிலிருந்து வந்து விழுந்த கற்களை நாம் இதுவரை பொதுவாக விண்கல் என்று கூறி வந்தோம். ஆனால் இவை அனைத்துமே கற்கள் அல்ல. சில விண்கற்கள் உண்மையில் கற்களே! இவை தவிர வேறு இருவகை விண்கற்கள் உள்ளன. ஒன்று இரும்பும் கல்லும் கலந்தது. இன்னொன்று நிக்கலும் இரும்பும் கலந்தது. இரும்பு விண்கல்லை அபூர்வமானது எனலாம்.

ஆதியில் உலகில் இரும்பு என்ற உலோகம் பற்றி அறியப்படாமல் இருந்த காலம் உண்டு. இரும்புத் தாதுவுடன் சுண்ணாம்புக் கல், கரி அல்லது நிலக்கரியைச் சேர்த்து மிகுந்த வெப்பத்தில் சூடேற்றினால் தான் இரும்புத் தாதுவிலிருந்து இரும்பு உலோகம் தனியே பிரியும். மனிதன் இதைக் கற்றுக்கொள்ள நீண்ட காலம் ஆயிற்று. ஆனால் இரும்பு உலோகம் அறியப்படாத காலத்தில் இரும்பு விண்கல்லை மனிதன் அடித்துத் தட்டித் தனக்குத் தேவையான கருவிகளைச் செய்து கொண்டான். இப்படி இரும்பு விண்கல்லினால் உருவான ஆயுதத்தை வைத்துக்கொண்டால் தன்னை யாரும் வெல்ல முடியாது என்ற நம்பிக்கையும் அவனிடம் இருந்தது.

வானிலிருந்து வந்து விழுந்த காரணத்தால் இது கடவுள் அனுப்பிய பொருள் என்று கருதி விண்கல்லைத் தெய்வமாகத் தொழுததும் உண்டு. இன்றும்கூட இப்படிப்பட்ட விண்கல் தொழப்பட்டு வருகிறது.

விண்கற்கள் எங்கிருந்து வருகின்றன? அஸ்டிராய்டுகள் பற்றி நாம் ஏற்கெனவே கவனித்தோம். பல கிலோமீட்டர் குறுக்களவு கொண்ட தாக இருந்தால் அது அஸ்டிராய்ட். சிறியதாக இருந்தால் அது விண்கல். சூரியமண்டலத்தில் செவ்வாய்க்கும் வியாழனுக்கும் இடைப்பட்ட பகுதியில் மந்தை மந்தையாகச் சுற்றும் அஸ்டிராய்ட் கூட்டத்திலிருந்து விலகி உடைந்து துண்டாகிப்போனவை விண்கற்கள் ஆகின்றன. அபூர்வமாக சந்திரன், செவ்வாய் ஆகியவற்றிலிருந்து வந்த விண் கற்களும் உண்டு.

சந்திரனின் பரப்பின்மீது பெரிய அஸ்டிராய்ட் மோதும்போது அங்கு உள்ள பாறைகள் உடைந்து விண்வெளிக்கு எறியப்படுவது உண்டு. அவற்றின் துண்டுகள் நீண்டகாலம் விண்ணில் இருந்துவிட்டு வாய்ப்பான சமயத்தில் பூமியை அடைகின்றன. பூமியில் வந்து விழுந்துள்ள எண்ணற்ற கற்களில் குறைந்தது எட்டு விண்கற்கள் செவ்வாயிலிருந்து வந்தவை. செவ்வாயின் எரிமலை வெடிப்பின்போது விண்ணில் தூக்கி எறியப்பட்டு நீண்டகாலம் விண்ணில் இருந்துவிட்டு இறுதியில் இவை பூமியை அடைந்திருக்கலாம் என்று கருதப்படுகிறது.

இரவு வானில் இந்த நாளில் இந்த நேரத்தில் விண்கல் விழும் எனக் கூற முடியாது என்று சொன்னேன். ஆனால் ஆண்டுதோறும் குறிப்பிட்ட

மாதங்களில் குறிப்பிட்ட நாட்களில் வானில் தீப்பொறிக் காட்சியைக் காண முடியும். சாணைக் கல்லில் கத்தியைத் தீட்டும்போது தீப்பொறிகள் பறந்து பளிச்சிடுவதுபோல வானில் குறிப்பிட்ட பகுதியிலிருந்து விண் தீப்பொறிகள் பறக்கும். இதை ஒளிமழை என்றும் சொல்வதுண்டு. மேற்கத்திய நாடுகளில் இந்தக் கண் கொள்ளாக் காட்சியைக் காண இரவில் கூடிக் காத்திருப்பதும் உண்டு. வானம் தெளிவாக இருக்கக்கூடிய இடங்களாகத் தேடிச் செல்வதும் உண்டு.

விண்வெளியில் என்றோ குறிப்பிட்ட பாதையில் சென்ற வால் நட்சத்திரங்கள் விட்டுச் சென்ற விண்துணுக்குக் கூட்டம் இருக்கிற இடம் வழியே பூமி கடந்து செல்லும்போது விண் தீப்பொறிக் காட்சி தென்படும். இந்த துணுக்குகள் காற்று மண்டலத்தில் நுழையும்போது இவை தீப்பற்றி எரிந்து மறைகின்றன. இந்தத் துணுக்கு ஒவ்வொன்றும் மணல் துணுக்கு அளவுகூட இருக்காது. இப்படிப்பட்ட தீப்பொறிக் காட்சியை அளிக்கிற விண்துணுக்குக் கூட்டங்கள் விண்வெளியில் பல உள்ளன. இவற்றுக்குத் தனித்தனிப் பெயர் உண்டு.

விண்ணில் சிம்மராசிப் பகுதியிலிருந்து வழக்கமாக வெளிப்படும் விண்துணுக்குக் கூட்டத்தை பூமியானது ஆண்டு தோறும் நவம்பர் மாதத்தில் கடந்து செல்கிறது. அப்போது உலகில் பல இடங்களிலும் லியோனிட் ஷவர் எனப்பட்ட அந்த விண்தீப்பொறிக் காட்சியை ஆர்வத்துடன் காண்கின்றனர். அது படமாகவும் பிடிக்கப்படுகிறது. வேறு மாதங்களிலும் இவ்விதம் ஒளிமழை நிகழ்கிறது. இவற்றுக்குத் தனித்தனி பெயர்கள் உண்டு.

இதுவரை நாம் ஆஸ்டிராய்டுகள் பற்றியும் பூமியில் விண்கற்களும் விண்துணுக்குகளும் ஏற்படுத்தும் காட்சிகள் பற்றியும் பார்த்தோம். அடுத்து, அஸ்டிராய்ட் கூட்டத்துக்கு அப்பால் உள்ள, சூரியமண்டலத்திலேயே மிகப் பெரியதான கிரகத்தைக் கவனிப்போம்.

5

வியாழன்

சூரிய மண்டலத்தின் பயில்வான்

பெண்ணின் ஜாதகத்தில் இன்னும் 6 மாதங்கள் கழித்துத்தான் குரு பலன் வரும்; அப்போதுதான் திருமணம் ஆகும்; அதுவரை காத்திருக்க வேண்டியதுதான் என்று ஜோதிடர் கூறுகிறார். பெண்ணின் தந்தைக்கு சற்று ஏமாற்றமாக இருக்கிறது.

ஒரு பெண்ணின் அல்லது ஆணின் திருமணத்துடன் அவ்வளவு நெருங்கிய தொடர்பு கொண்டதாகக் கருதப்படும் அந்த குரு யார்? ஜோதிட சாத்திரத்தில் குரு என்று குறிப்பிடப்படுவது வியாழன் கிரகம் ஆகும்.

வியாழன் கிரகம் சூரிய மண்டலத்தில் உள்ள கிரகங்களிலேயே மிகப் பெரியது. சூரிய மண்டலத்தில் உள்ள மீதி எட்டு கிரகங்களையும் ஒன்று திரட்டி எடைபோடுவதாக வைத்துக்கொள்வோம். அவற்றின் மொத்த எடையைக் காட்டிலும் வியாழனின் எடை அதிகம். வியாழனை ஒரு பெரிய காலிப் பானை போலக் கற்பனை செய்துகொள்ளுங்கள். அதற்குள் 1,300 பூமிகளை எளிதில் நிரப்பலாம். வியாழன் கிரகம் அவ்வளவு பிரம்மாண்டமானது.

வியாழன் மட்டும் இன்னும் 20 மடங்கு பெரியதாக இருந்திருக்குமானால் அது சூரியனுக்குப் போட்டியாக இன்னொரு சூரியனாக மாறியிருக்கும். நல்லவேளையாக வியாழன் வெறும் கிரகமாகத்தான் இருக்கிறது. சூரியனுக்குப் போட்டியாகக் கிளம்பாமல் சூரியனுக்குக் கட்டுப்பட்டு, சூரிய குடும்பத்துக் கிரகங்களில் ஒன்றாக சூரியனைச் சுற்றி வருகிறது. சூரியக் குடும்பத்தில் ஒரு எஜமானன்தான் இருக்க முடியும். வியாழனைச் சூரிய மண்டலத்தின் மேஸ்திரி என்று வேண்டுமானால் கூறலாம். அல்லது சூரிய மண்டலத்தின் பயில்வான் எனலாம்.

வியாழனுக்கு ஆங்கிலத்தில் ஜூபிடர் (Jupiter) என்று பெயர். ஜூபிடர் என்றால் தேவர்களின் ராஜா என்று அர்த்தம். இது மிகப் பொருத்தமே. இந்திய ஜோதிட சாத்திரத்தில் வியாழனுக்கு குரு என்றும் பிருஹஸ்பதி என்றும் பெயர் உண்டு. புராணங்களில் தேவர்களுக்குக் குருவாக இருந்தவர் பிருஹஸ்பதி ஆவார். அவர் அனைத்தும் கற்றுணர்ந்தவர். அதனால்தான் இன்றும் சரி, ஒருவர் தனக்கு எல்லாம் தெரிந்ததுபோல் பேசினால், 'ஆமா, இவர் பெரிய பிருஹஸ்பதி' என்று கூறுகிறார்கள்.

வியாழன் உங்களுக்கு நன்கு அறிமுகமான கிரகமே. வாரத்தில் ஒரு கிழமைக்கு வியாழனின் பெயர்தான் வைக்கப்பட்டிருக்கிறது. வானில் எங்கு தென்படும் என்பது தெரிந்திருக்குமானால் உங்களால் வியாழன் கிரகத்தை எளிதில் வெறும் கண்களாலேயே காண முடியும். வடிவில் வியாழன் மிகப் பெரியது என்றாலும் பூமியிலிருந்து மிகத் தொலைவில் இருக்கிற காரணத்தால் மூக்குப்பொட்டு மாதிரிச் சிறியதாகத்தான் தெரிகிறது.

சில சமயங்களில் வியாழன் கிரகம் பூமிக்கு அருகில் இருக்கும். அப்படி அருகில் இருக்கிற சமயத்திலும், பூமிக்கும் சூரியனுக்கும் உள்ள தூரத்தைவிட பூமிக்கும் வியாழனுக்கும் உள்ள தூரம் அதிகம்.

பூமியிலிருந்து பார்த்தால் சூரியன் பிரகாசமாக இருக்கிறது. நல்ல வெயிலை அளிக்கிறது. ஆனால் வியாழனிலிருந்து பார்த்தால் சூரியன் பட்டாணி அளவில்தான் தெரியும். வெயிலே உறைக்காது. சொல்லப் போனால் வியாழனில் கடும் குளிர் நிலைதான் உள்ளது. இதன் விளைவைப் பின்னர் கவனிப்போம்.

சூரியனிலிருந்து தொடங்கினால் முதலில் புதன், அடுத்து வெள்ளி, பிறகு பூமி, அடுத்து செவ்வாய். செவ்வாய்க்கு அப்பால் உடைந்து போன ஒரு கிரகத்தின் பல்லாயிரக்கணக்கான துண்டுகள் பரவலாக அமைந்துள்ளன. இவற்றுக்கு அப்பால்தான் வியாழன் உள்ளது.

சூரியனிலிருந்து வியாழன் மிகத் தொலைவில் உள்ளதால் அது தனது பாதையில் மிக மெதுவாக நகர்கிறது. வியாழன் ஒரு தடவை சூரியனைச் சுற்றி முடிக்க சுமார் 12 ஆண்டுகள் ஆகின்றன. ஆகவே வியாழன் கிரகத்தில் ஒருவர் இருக்க முடியுமானால் அவருக்கு பூமியின் கணக்கில் 12 ஆண்டுகளுக்கு ஒரு முறைதான் பிறந்தநாள் வரும்.

வியாழன் கிரகத்துக்கு குரு (ஆசான்) என்ற பெயர் உண்டு எனக் கூறினோம். ஆசான் என்றால் நிறைய மாணவர்கள் இருப்பார்கள். வியாழனை ஒரு பயில்வான் என்றும் வருணித்தோம். பயில்வான் என்றால் அவரைச் சுற்றிப் பத்து பேராவது இருப்பார்கள். அந்த வகையில் பார்த்தால் வியாழனைச் சுற்றி வருகிற சந்திரன்கள் நிறைய

உள்ளன. கணக்குத் தெரிந்தவரை வியாழன் கிரகத்துக்கு 67 சந்திரன்கள் உள்ளன. பூமிக்கு ஒரு சந்திரன். செவ்வாய் கிரகத்துக்கு 2 சந்திரன். வியாழனுக்கு 67 சந்திரன்கள். சூரியனுக்குப் போட்டியாக வியாழன் தனக்கென இவ்வளவு சந்திரன்களைப் பெற்றதனால் தனி ராஜ்ஜியம் நடத்துகிறது.

பெரிய பயில்வான்கள் சும்மா இருக்க மாட்டார்கள். பயில்வான் உட்கார்ந்திருக்கிற பகுதி வழியே யாராவது சென்றால், யாரது? என்று அதட்டல் குரல் கேட்கும். வியாழன் என்ற பயில்வானுக்கு அதன் பெருத்த உருவம் காரணமாக நிறைய ஈர்ப்பு சக்தி உள்ளது. ஆகவே எங்கிருந்தோ வருகிற வால்நட்சத்திரங்கள் வியாழனை நெருக்கமாகக் கடக்க நேரிட்டால் அந்த வால்நட்சத்திரத்துக்கு ஆபத்துதான். ஒன்று அதன் பாதை மாறிவிடும். அல்லது அதன் ஒரு பகுதி தனியே பிய்த்துக் கொண்டுவிடும். வியாழனின் மிகுந்த ஈர்ப்பு இதற்குக் காரணம். இந்த அளவு ஈர்ப்பு விசையால் வியாழனிடம் பிடிபட்ட கைதிகளும் உண்டு. வியாழன் கிரகத்துக்கு சூரிய மண்டலத்தின் வாக்குவம் கிளீனர் என்ற பெயரும் உண்டு

உடைந்துபோன கிரகத்தின் துண்டுகள் (அஸ்டிராய்டுகள்) பற்றி சென்ற அத்தியாயத்தில் கவனித்தோம். வழி தவறிப்போய், வியாழனின் ஈர்ப்பு சக்தியில் சிக்குண்ட அஸ்டிராய்டுகள் பல உண்டு. இவற்றில் பலவும் அஸ்டிராய்டுகள், 'தலைவர் வருகிறார்' என்று கட்டியம் கூறி, வழிவிடச் சொல்வதுபோல் வியாழனுக்கு முன்புறமாக அமைந்துள்ளன. இன்னும் பல அஸ்டிராய்டுகள் தலைவருக்குப் பின்புறமாகப் பாதுகாப்பாகச் செல்பவர்கள் போல வியாழனைப் பின் தொடர்ந்து செல்கின்றன. இந்த அஸ்டிராய்டுகளுக்கு டிரோஜன்ஸ் என்று பெயர். வியாழனுக்கு முன்னும் பின்னுமாக மொத்தம் 4800 டிரோஜன்கள் உள்ளன. இவற்றில் பெரும் பகுதி முன் புறமாகச் செல்கின்றன.

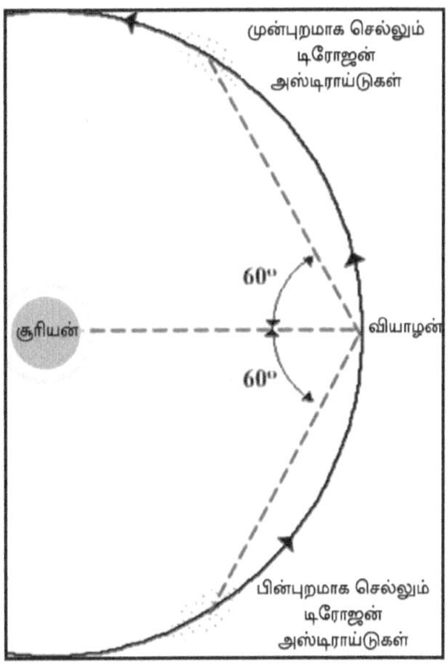

வியாழனுக்கு முன்னாலும் பின்னாலும் செல்லும் டிரோஜன்ஸ்

வியாழனின் ஈர்ப்பு சக்தியை அமெரிக்க விண்வெளி

விஞ்ஞானிகள் நன்கு பயன்படுத்திக்கொண்டுள்ளனர். வியாழன் கிரகத்துக்கு அப்பால் உள்ள கிரகங்களை ஆராய ஆளில்லாத விண்கலங் களை அனுப்ப அமெரிக்க விஞ்ஞானிகள் முடிவு செய்தபோது, தனித்தனியே ஒவ்வொரு கிரகத்துக்கும் தனி விண்கலத்தை அனுப்பத் தேவையில்லை என்று உணர்ந்தனர். வால்நட்சத்திரத்தின் திசையையே மாற்றுகிற வியாழன் கிரகம், மனிதன் அனுப்புகிற விண்கலம் செல்லும் திசையை மாற்றாமல் இருக்குமா? ஆகவே வியாழனுக்கு அருகில் அதைக் கடந்து செல்லும் வகையில் விண்கலங்களைச் செலுத்தினர். வியாழனைத் தாண்டிச் செல்லுகையில் அவற்றின் திசை மாறியதோடு வேகமும் கூடியது. அப்படித் திசை மாறிய விண்கலங்களால் வியாழனுக்கு அப்பால் இருக்கிற கிரகங்களை நெருங்கி ஆராய முடிந்தது.

வியாழனைப் பற்றி இன்னொன்றையும் குறிப்பிட வேண்டும். பூமியிலிருந்து அனுப்பப்பட்ட விண்கலங்கள் சந்திரனிலும் வெள்ளி, செவ்வாய் போன்ற கிரகங்களிலும் இறங்கி ஆராய்ந்துள்ளன. இங்கெல்லாம் இறங்குவதற்கு வசதியாக உறுதியான தரை இருந்தது. மனிதன் ஆகட்டும், விண்கலம் ஆகட்டும், உறுதியாக ஓரிடத்தில் நிற்க முடிந்தால்தான் சுற்றி உள்ளதை ஆராய முடியும். அப்படி இல்லாமல் புதைசேற்றிலோ, புதைமணலிலோ மனிதனால் இறங்கி ஆராய முடியாது.

எனவே எந்த விண்கலமும் வியாழனில் போய் இறங்க முடியாது. அப்படி இறங்க முற்பட்டால் புதைமணலில் சிக்கியதுபோல பல நூறு கிலோமீட்டர் ஆழத்துக்குக் கீழே, கீழே போய்க் கொண்டே இருக்க வேண்டியதுதான். வியாழனில் ஏன் இந்த நிலைமை? வியாழனில் தரை என்பதே கிடையாதா?

வைக்கோல் போர் கிரகம்

கிராமங்களில் நீங்கள் சுமார் இரண்டு ஆள் உயரத்துக்குப் பெரிய வைக்கோல் போர்களைப் பார்த்திருக்கலாம். ஒரு வேல் கம்பை எடுத்து மிக எளிதில் வைக்கோல் போருக்குள் செருகலாம். நீண்ட கம்பியாக இருந்தால் இந்தப் பக்கம் குத்தி அந்தப் பக்கம் வரச் செய்யலாம். வைக்கோல் போர் பார்க்கப் பெரிதாக இருக்கிறது. ஆனால் அதன் அடர்த்தி குறைவு.

வைக்கோல் போர் இருக்கிற இடத்துக்குச் சற்றுத் தொலைவில் உயர்ந்த பெரிய பாறை இருப்பதாக வைத்துக்கொள்வோம். வேல் கம்பியால் பாறையில் ஓங்கிக் குத்தினால் பாறைக்கு ஒன்றும் ஆகாது. வேல் கம்பியின் நுனி வேண்டுமானால் வளையலாம். பாறையின் அடர்த்தி அதிகம்.

வியாழன் கிரகம் வைக்கோல் போர் போன்றது. பூமி பாறை மாதிரி.

வியாழன் கிரகத்துக்குள் 1,300 பூமிகளை அடக்கி விடலாம். அந்த அளவு வியாழன் பெரியது என்று குறிப்பிட்டோம். வடிவம்தான் பெரியதே தவிர, மற்றபடி வெறும் வாயு உருண்டை. அப்படியே அலாக்காகத் தூக்கி தண்ணீரில் போட முடிவதாக வைத்துக்கொண்டால், வியாழன் கிரகம் தண்ணீரில் மிதக்கும்.

புதன், வெள்ளி, பூமி, செவ்வாய் ஆகிய கிரகங்களை பாறைக் கோள்கள் என்று வானவியல் நிபுணர்கள் குறிப்பிடுகிறார்கள். இந்த கிரகங்கள் பாறைகளால் ஆனவை என்பது இதற்குக் காரணம். இவற்றில் தரை என்பது உள்ளது. பூமியில் கடல்களுக்கு அடியிலும் பாறைகள் உள்ளன. ஆனால் வியாழன் மற்றும் வியாழனுக்கு அப்பால் உள்ள சனி, யுரேனஸ், நெப்டியூன் போன்ற கிரகங்கள் வாயுக்களால் ஆன உருண்டைகள். ஆகவே வானவியல் நிபுணர்கள் இந்தக் கிரகங்களை ராட்சத வாயு உருண்டைகள் என்று குறிப்பிடுகிறார்கள்.

இவை வாயு உருண்டைகளாக இருப்பதற்குக் காரணம் உள்ளது. பூமியிலும்தான் வாயுக்கள் உள்ளன. பூமியின் காற்று மண்டலத்தில் நைட்ரஜன், ஆக்சிஜன் போன்ற வாயுக்கள் உள்ளன. ஆனால் இந்த வாயுக்கள் வாயு வடிவில் உள்ளன. ஆனால், வியாழன் கிரகத்தில் இப்படி யான வாயுக்கள் இயற்கை நிலையிலேயே திரவமாகவும், உறைந்த நுண்ணிய துணுக்குகளாகவும் உள்ளன. இதற்கு வியாழனில் உள்ள கடுங்குளிரே காரணம். கடுங்குளிரில் எந்த வாயுவும் உறைந்துவிடும்.

வியாழன் கிரகத்தை அப்படியே பூமி இருக்கிற இடத்துக்குக் கொண்டு வருவதாக வைத்துக்கொள்வோம். அப்படிக் கொண்டுவந்தால், வியாழன் முழுவதும் உருகி அநேகமாக எதுவுமே மிஞ்சாது. வியாழன் என்பது கிட்டத்தட்ட ஒரு ஐஸ் புரூட் மாதிரி.

வியாழனை நோக்கி அனுப்பப்படுகிற ஆளில்லா விண்கலங்கள் மிஞ்சிப் போனால் வியாழனை நெருங்கி விண்ணில் இருந்தபடி கீழே உள்ள வியாழனை ஆராயலாம். அமெரிக்கா 1972–ல் அனுப்பிய பயனீர்–10 என்ற விண்கலம் வியாழனை நெருங்கி அக் கிரகத்தை ஆராய்ந்து சுமார் 300–க்கும் மேற்பட்ட படங்களை அனுப்பியது.

இன்னமும் அது சூரிய மண்டலத்தில் இருந்து மேலும் மேலும் விலகி அப்பால் சென்றுகொண்டிருக்கிறது. எங்கேனும் இருக்கக்கூடிய வெளியுலக மனிதர்கள் என்றாவது அதைக் கைப்பற்றினால் அவர்கள் பூமி பற்றி அறிந்துகொள்வார்கள். அந்த வகையில் பூமி பற்றிய தகவல்கள் பொறிக்கப்பட்ட பலகை பயனீர்–10 விண்கலத்தில் வைத்து அனுப்பப்பட்டுள்ளது. அந்தப் பலகை தங்கத்தினால் ஆனது. பல

வியாழன் முகத்தில் பல பட்டைகள்

ஆயிரம் ஆண்டுகள் ஆனாலும் கெடாமல் இருக்கவேண்டும் என்பதற்காகத் தங்கத் தகடு தேர்ந்தெடுக்கப்பட்டது.

பயனீர்–11 விண்கலம் 1973–ல் செலுத்தப்பட்டு மறு ஆண்டின் கடைசிவாக்கில் வியாழனை நெருங்கி ஆராய்ந்தது. அதுவும் நிறையப் படங்களை அனுப்பியது.

1979 மார்ச் மாதம் வாயேஜர்–1 என்ற விண்கலம் அனுப்பப்பட்டது. அதே ஆண்டில் ஜூலை மாதம் வாயேஜர்–2 செலுத்தப்பட்டது. இவை வியாழனை மேலும் விவரமாக ஆராய்ந்து புதிய தகவல்களை அளித்தன. இவை வியாழனைச் சுற்றும் சந்திரன்களை ஆராய்ந்தன. கலீலியோ என்ற விண்கலம் 1989–ல் செலுத்தப்பட்டது. 1990–ல் செலுத்தப்பட்ட யுலிசிஸ் என்ற விண்கலமும் வியாழனை ஆராய்ந்தது. கலீலியோ விண்கலம் ஒன்று தான் 1995 லிருந்து ஏழு ஆண்டுக்காலம் வியாழனை சுற்றிச் சுற்றி வந்து ஆராய்ந்தது. கலீலியோவிலிருந்து வெளிப்பட்ட ஆய்வுக் கலம் ஒன்று வியாழனுக்குள் இறங்கி 57 நிமிஷமே செயல்பட்டது. புளூட்டோவை ஆராய்வதற்காக அனுப்பப் பட்ட நியூ ஹொரைசன்ஸ் என்னும் பெயர் கொண்ட ஆளில்லா விண்கலம் போகிற வழியில் 2007 ஆம் ஆண்டில் வியாழனையும் ஆராய்ந்தது.

வியாழனின் காற்று மண்டலம் என்பது பெரும்பகுதி ஹைட்ரஜன் வாயு ஆகும். ஹீலியம் என்ற வாயுவும் உள்ளது. மற்றும் அமோனியா, தண்ணீரின் உறைந்த பனித் துணுக்குகள், அம்மோனியம் ஹைட்ரோசல்பைடு ஆகியனவும் உள்ளன. நாம் தொலைநோக்கியால் வியாழனைப் பார்த்தால் தெரிவது வாயுக்கள் அடங்கிய வெளிப்புற மேகங்களே. இவை பல நூறு கிலோமீட்டர் வேகத்தில் சுற்றுகின்றன. வியாழன் கிரகமே பயங்கர வேகத்தில் சுழல்கிறது. வியாழனில் ஒருநாள் என்பது சுமார் ஒன்பதரை மணி நேரமே. வெளிப்புற மேகங்களுக்கு அடியில் திரவ வடிவில் ஹைட்ரஜன் உள்ளது. அதற்கும் கீழே திட வடிவிலான ஹைட்ரஜன் உள்ளது.

விண்கலங்கள் எடுத்த வியாழனின் புகைப்படத்தை நீங்கள் பார்த்தால் திருநீறு பூசியது போன்று பல வண்ணப் பட்டைகள் தெரியும். இவை தலை தெறிக்கப் பாயும் மேகக் கூட்டங்களே.

இந்தப் பட்டைகளின் நடுவே கோழி முட்டை வடிவில் சிவந்த பகுதி ஒன்று தெரியும். இதை வியாழனின் செங்கண் என்று கூறலாம். வியாழனின் இந்த ஒற்றைக்கண் பல நூற்றாண்டுக் காலமாக இருந்து வருவதாகும். சூரிய மண்டலத்திலேயே இப்படியான சிவப்புக் கண் உள்ளது வியாழன் ஒன்றில்தான். இந்தக் கண் உள்ள பகுதியில் ஒரு பூமியை இறக்கலாம். அந்த அளவுக்கு அது பெரியது.

வியாழனின் காற்று மண்டலத்தில் நிரந்தரமாக இருக்கின்ற புயல்தான் இப்படித் தெரிகிறது. சுழன்று சுழன்று வீசுகின்ற இந்தப் புயல், வலது இடதாகச் சுற்றுகிறது. சில சமயங்களில் இது சற்று மங்குவது உண்டு. 17 ஆம் நூற்றாண்டிலிருந்து இந்தப் புயல் காணப்படுகிறது.

வியாழனில் செங்கண்

சிவப்புக் கண் போன்று தெரிகிற இந்தப் புயல், பூமியில் ஏற்படுகின்ற புயல் போன்றதுதான். பூமியில் நீரைத் தாங்கிய மழைப் புயல்கள் ஒரு வாரம் அல்லது இரண்டு வாரங்களில் தரையை நோக்கி நகர்ந்து மழையாகக் கொட்டித் தீர்த்து ஓய்ந்துவிடுகின்றன. வியாழனில் நிலைமை வேறு. அதன் புயல் மேகங்களும் வேறுபட்டவை. அதன் விளைவாக நூற்றாண்டுக்கணக்கில் அந்தப் பெரும் புயல் நீடித்துவருகிறது.

எனினும் வியாழனில் அவ்வப்போது சிறிய சிவப்புத் திட்டுகள் தோன்றி மறைந்துள்ளன.

வியாழன் கிரகம் ஒரு செயலற்ற சாதுவாக இருக்கிறது என்று நினைத்து விடாதீர்கள். வியாழனிலிருந்து பயங்கரமான கதிர்வீச்சு வெளிப் படுகிறது. என்றாவது ஒருநாள் மனிதன் விண்கலத்தில் ஏறி சூரிய மண்டல யாத்திரை மேற்கொண்டால், வியாழனுக்கு மிக அருகில் அவனால் சென்று ஆராய முடியாது. வியாழனின் கடும் கதிர் வீச்சு, விண்கலத்தில் உள்ள கருவிகளைச் செயலற்றுப் போகச் செய்துவிடும். வியாழன் என்ற பயில்வானை எட்ட நின்று பார்ப்பதே நல்லது.

பூமிக்குக் காந்த மண்டலம் உள்ளதுபோலவே வியாழனுக்கும் காந்த மண்டலம் உள்ளது. ஆனால், பூமிக்கு இருப்பதைக் காட்டிலும் பல மடங்கு அதிகம்.

வியாழனின் பெரிய பட்டாளம்

கி.பி.1610-ம் ஆண்டில் கலீலியோ தமது மிகச் சிறிய தொலைநோக்கி மூலம் வியாழனைப் பார்த்தபோது, வியாழனுக்கு நான்கு சந்திரன்கள் இருப்பதைக் கண்டுபிடித்தார். அதன்பிறகு மேலும் மேலும் சக்தி மிக்க தொலைநோக்கிகள் உருவாக்கப்பட்டன. அவற்றைக் கொண்டு ஆராய்ந்தபோது வியாழனை மேலும் பல சந்திரன்கள் சுற்றுவது கண்டு பிடிக்கப்பட்டது.

வியாழனைச் சுற்றும் 60-க்கும் மேற்பட்ட சந்திரன்களில் அயோ, யூரோப்பா, கானிமீட், காலிஸ்டோ ஆகிய நான்கு மட்டுமே உருப்படி யானவை. மற்றவை வடிவில் மிகச் சிறியவை. இவற்றில் பலவும் வியாழனால் சிறைப்பிடிக்கப்பட்ட அஸ்டிராய்டுகளே. சூரியனைத் தனிப் பாதையில் சுற்றிக்கொண்டிருந்த இந்த அஸ்டிராய்டுகள், ஏதோ ஒரு கட்டத்தில் வியாழனின் ஈர்ப்பு சக்திக்கு உட்பட்டு வியாழன் கிரகத்தைச் சுற்ற ஆரம்பித்திருக்கவேண்டும்.

அமெரிக்கா அனுப்பிய வாயேஜர்-1, வாயேஜர்-2 ஆகிய ஆளில்லா விண்கலங்கள் வியாழனை நெருங்கியபோது, வியாழனின் சந்திரன் களான அயோ, யூரோப்பா, கானிமீட், காலிஸ்டோ ஆகியவற்றை நன்கு

ஆராய்ந்து தகவல்களை அனுப்பின.

இந்த நான்கில் யூரோப்பா தவிர மற்ற மூன்றும் பூமியின் சந்திரனைவிட வடிவில் பெரியவை. இந்த மூன்றில் கானிமீட் தனிச் சிறப்புப் பெற்றது. இது கிரகம் என்ற அந்தஸ்து கொண்ட புதனைக் காட்டிலும் பெரியது. அது மட்டுமல்ல. சூரிய மண்டலத்தில் உள்ள சந்திரன்களிலும் இதுவே மிகப் பெரியது. எனினும் கானிமீட் உட்பட இந்த நான்கு சந்திரன்களும் வியாழனுடன் ஒப்பிடுகையில் யானைக்குப் பக்கத்தில் நின்ற சுண்டெலிகள் போன்றே உள்ளன.

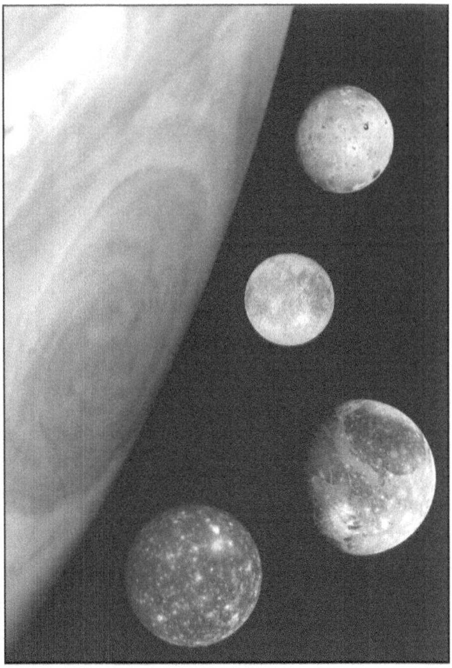

வியாழன் கிரகத்தின் நான்கு பிரதான சந்திரன்கள். மேலிருந்து கீழாக: அயோ, யூரோப்பா, கானிமீட், காலிஸ்டோ.

ராஜ சிநேகிதம் ஆபத்து என்பார்கள். தன் அருகில் இருக்கிற நண்பனாக இருந்தாலும் ராஜாவுக்குக் கோபம் வந்தால், 'இவனைச் சிறையில் தள்ளுங்கள்!' என்று ஆணையிட்டுவிடுவார். வியாழனின் சந்திரன்களில் அயோ என்ற சந்திரனின் கதி இப்படித்தான் 'அ(ய்)யோ பாவம்!' என்ற நிலையில் உள்ளது.

வியாழன் அதிக நிறை கொண்டது என்பதால் அதற்கு ஈர்ப்பு சக்தி அதிகம் என்று பார்த்தோம். இந்த ஈர்ப்பு சக்தியும் வியாழனின் காந்தப்புலமும் மிக அருகில் இருக்கிற காரணத்தால் அயோவைப் படாத பாடு படுத்துகின்றன. இது போதாது என்று, அயோவை விடச் சற்றுப் பெரிதான யூரோப்பா, கானிமீட், காலிஸ்டோ ஆகியவையும் தங்கள் அளவில் அயோமீது ஈர்ப்புச் சக்தியைச் செலுத்துகின்றன. மத்தளத்துக்கு இருபுறமும் இடி என்ற கதையாக உள்ளது. இரு புறங்களிலிருந்தும் ஈர்ப்பு சக்தி இழுப்பதால் அயோவின் நிலப்பரப்பு அநேகமாகத் தினந்தோறும் சில நூறு அடி மேலே எழும்பிப் பிறகு கீழே

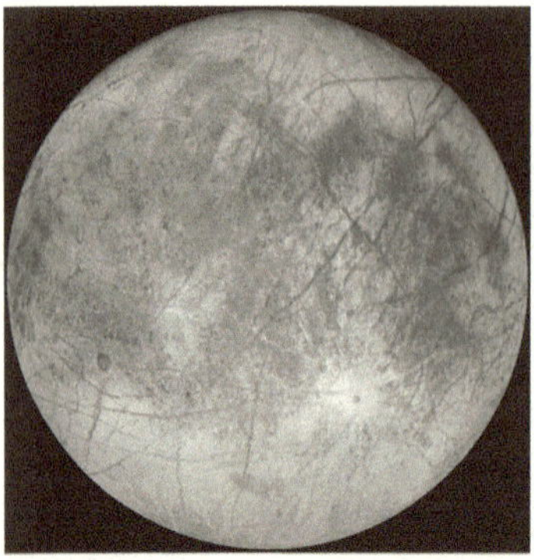

மழு மழு என்று இருக்கும் யூரோப்பா

இறங்குகிறது. அயோவில் ஒரு வீடு இருக்குமானால் அது ஒரு சமயம் குன்றின் உச்சியில் இருக்கும். சில மணி நேரத்துக்குப் பிறகு பார்த்தால் ஒரு பெரிய பள்ளத்துக்குள் இருக்கும்.

அயோவில் இன்னொரு விசித்திரமும் உள்ளது. அருகில் உள்ள வியாழனில் பயங்கரமான அளவுக்குக் குளிர். ஆனால் அயோவில் எரிமலை சீறுகிறது. ஒன்றல்ல; பல எரிமலைகள் நெருப்பைக் கக்கியபடி உள்ளன. பிரம்மாண்டமான புஸ்வாணம்போல் இந்த நெருப்பு 280 கிலோமீட்டர் உயரத்துக்குப் பீய்ச்சி அடிக்கிறது. எரிமலைகளிலிருந்து வெளிப்படும் வாயுக்கள் வியாழனால் ஈர்க்கப்படுகின்றன. இதன் விளைவாக இந்த வாயுக்கள் அயோவிலிருந்து பிரிந்து சென்று, வியாழனைச் சூழ்ந்து நிற்கின்றன.

அயோவின் நிலப்பரப்புக்கு அடியில் கந்தகப் படிமங்கள் இருக்க வேண்டும் என்று கருதப்படுகிறது. எரிமலை இயக்கத்தால் அதன் மேற்புறத்தில் கந்தகம் படிந்துள்ளது. இதனால் அயோ, ஆரஞ்சு நிறத்தில் காட்சியளிப்பதில் வியப்பில்லை.

அயோவுக்கு அப்பால் உள்ள யூரோப்பா என்ற சந்திரனில் எரிமலைகளே கிடையாது. சொல்லப்போனால் யூரோப்பா பனிக்கட்டியால் மூடப்பட்டு, டேபிள் டென்னிஸ் பந்துபோல் மழுமழு என்று இருக்கிறது. அது மட்டுமல்ல; டேபிள் டென்னிஸ் பந்து மீது பால்பாயிண்ட் பேனா கொண்டு கோடுகள் கிழித்தால் எப்படியிருக்குமோ அந்த அளவில் குறுக்கும் நெடுக்குமாகக் கோடுகள் காணப்படுகின்றன. யூரோப்பாவை மூடியிருக்கிற பனிக்கட்டிக்கு அடியில் திரவ வடிவில் தண்ணீர் இருக்கலாம் என்று கருதப்படுகிறது. இதன் காற்று மண்டலத்தில் ஆக்சிஜன் இருப்பதாகவும் கருதப்படுகிறது. யூரோப்பாவில் நுண்ணிய உயிரினம் இருக்க வாய்ப்பு உள்ளதாக நம்பப்படுகிறது.

அடுத்து அமைந்துள்ளது கானிமீட். இதன் மையம் கருப்பாக உள்ளது. சூரிய மண்டலத்திலேயே மிகப் பெரிய சந்திரன் என்றாலும் இதைப் பற்றிக் குறிப்பிட்டுச் சொல்லக்கூடியதாக நம்மிடம் தகவல்கள் ஏதும் இல்லை.

அடுத்தது காலிஸ்டோ. இதன் உடல் முழுதும் ஒரே கொப்புளங்கள் போலக் காட்சியளிக்கிறது. சரமாரியாகத் தாக்கிய விண்கற்களால்

ஏற்பட்ட பள்ளங்கள் - வடுக்கள் - இப்படியான தோற்றத்தை அளிக்கின்றன. சூரிய மண்டலத்தில் வேறு எந்தக் கிரகத்திலும், வேறு எந்தச் சந்திரனிலும் இந்த அளவுக்கு வடுக்கள் கிடையாது. பல கோடி ஆண்டுகளில் காலிஸ்டோவில் எவ்வித மாற்றமும் ஏற்பட்டதாகத் தெரியவில்லை என்று நிபுணர்கள் கூறுகின்றனர். ஆனால் ஒன்று; எதிர்காலத்தில் என்றாவது ஒருநாள் மனிதன் விண்கலத்தில் ஏறி வியாழன் பக்கமாகச் சென்றால் வியாழனில் அல்லது வியாழனின் மற்ற எந்தச் சந்திரனிலும் போய் இறங்க முடியாது. ஆனால் காலிஸ்டோவில் போய் பத்திரமாக இறங்கலாம். ஏனெனில் இதுதான் வியாழனின் சக்தி மிக்க, ஆபத்தான கதிர்வீச்சு மண்டலத்துக்கு வெளியே உள்ளது.

காலிஸ்டோ . இதில் போய் இறங்க முடியும்

வியாழனுக்கும் அயோவுக்கும் இடையில் 4 குட்டிச் சந்திரன்கள் உள்ளன. இவை அனைத்தும் 300 கிலோமீட்டருக்கும் குறைவான குறுக்களவு கொண்டவை.

இதே போல வியாழனிலிருந்து மிகத் தொலைவில் உள்ள காலிஸ்டோவுக்கு வெளியே 8 குட்டிச் சந்திரன்கள் உள்ளன. இவற்றில், ஹிமாலியா என்பதன் குறுக்களவு சுமார் 170 கிலோமீட்டர். மற்றவை 80 கிலோமீட்டருக்கும் குறைவான குறுக்களவு கொண்டவை.

வியாழன் குடும்பத்தில் வெளிக்கோடியில் உள்ள நான்கு குட்டிச் சந்திரன்கள் வியாழனை கிழக்கிலிருந்து மேற்காகச் சுற்றுகின்றன. பறக்கும் பாறைகளான இவை முன்னர் அஸ்டிராய்டுகளாக இருந்து பின்னர் வியாழனின் குடும்பத்தில் சேர்ந்துவிட்டவை என்று தெரிகிறது.

6

சனி

வசை மொழியாகிவிட்ட கிரகம்

'**ச**னியன், எவ்வளவு தடவை போட்டாலும் இந்தக் கணக்கு சரியாக வரமாட்டேங்குது' என்று ஒரு மாணவர் சலித்துக்கொள்கிறார்.

'சனியன் இந்த மிக்சி அடிக்கடி கழுத்தறுக்குது' என்று தாய் அலுத்துக் கொள்கிறார்.

'சனியன், தூங்கற நேரத்தில் கண்டவனும் வந்து கதவைத் தட்டி உயிரை வாங்கறான்' என்று தந்தை எரிச்சல் அடைகிறார்.

சனியன் என்று கூறும்போது சனி என்ற கிரகத்தின் பெயரைத் தாங்கள் உச்சரிப்பதை அவர்கள் பெரும்பாலும் உணருவதில்லை.

அவர்களைப் பொருத்தவரை சனியன் என்பது வசைமொழி.

ஆத்திரம், ஏமாற்றம், சலிப்பு, எரிச்சல் இப்படியான உணர்ச்சிகளை வெளிப்படுத்தும்போது வாயில் எளிதில் வருகிற வசைச் சொல் சனியன்.

நினைத்த காரியம் நடக்காமல் போவதற்குச் சனிக் கிரகம்தான் காரணம்; அது தீமை செய்கிற கிரகம் என்ற தவறான எண்ணம்தான் இந்த வசை மொழியை உருவாக்கியது எனலாம்.

வேடிக்கை என்னவென்றால் இக்கிரகத்தின் பெயரே சனி என்பது அல்ல.

தொலைநோக்கி கண்டுபிடிக்கப்படுவதற்குமுன், சனி வரையிலான ஐந்து கிரகங்களை மட்டுமே மனிதன் அறிந்து வைத்திருந்தான். இவை ஒவ்வொன்றும் சூரியனை ஒருமுறை சுற்றிவர எவ்வளவு காலம் ஆகிறது என்பதையும் மனிதன் சரியாகக் கணக்கிட்டு அறிந்திருந்தான்.

சனி கிரகத்தின் அற்புதமான காட்சி. சனி சூரியனை மறைத்தபடி இருந்த போது காசினி விண்கலம் எடுத்த படம்.

சனியைப் பொருத்தமட்டில் அது ஒரு தடவை சூரியனைச் சுற்றி முடிக்க 30 ஆண்டுகள் ஆகின்றன. மற்ற கிரகங்கள் இதைவிட விரைவாகவே சூரியனைச் சுற்றி முடித்துவிடுகின்றன.

சனி மிக நீண்டகாலம் எடுத்துக்கொள்வதால் அதற்கு மிக மெதுவாக நகருபவன் என்று பெயர் வைத்தார்கள். சம்ஸ்கிருத மொழியில் ‘சனைச்சர(ன்)’ என்றால் ‘மெதுவாக நகருபவன்’ என்று அர்த்தம். நாளடைவில் இது சனீஸ்வரன் ஆகியது. பிறகு சுருக்கமாக சனி என்று ஆனது. கடைசியில் ‘சனியன்’ என்று வசைமொழியாக மாறிவிட்டது.

சனி ஏன் மெதுவாகச் செல்கிறது? சூரியனை ஒரு முறை சுற்றி முடிக்க 30 ஆண்டுகள் ஆவது ஏன்?

ஒரு மைதானத்தில் இசை நாற்காலி (மியூசிக்கல் சேர்) விளையாட்டு நடக்கிறது. நாற்காலிகளை ஒருவர் ஒரு முறை சுற்றி வர ஒரு நிமிடம் ஆகலாம். ஆனால் அதே நபரை அந்தப் பெரிய மைதானத்தை ஒரு தடவை சுற்றிவரச் சொல்லலாம். அவர் மைதானத்தைச் சுற்றி ஓடி முடிக்கக் குறைந்தது 10 அல்லது 15 நிமிடம் ஆகலாம். அவர் ஓடவேண்டிய தூரம் அதிகம் என்பது முக்கியக் காரணம்.

சனிக் கிரகம் சூரியனிலிருந்து சராசரியாக 142.7 கோடி கிலோமீட்டர் தொலைவில் உள்ளது. ஆகவே சனிக்கிரகம் சுற்றிவரவேண்டிய தூரம் மற்ற கிரகங்களுக்கு உள்ளதைக் காட்டிலும் மிக மிக அதிகம். தவிர, இங்கு இன்னொன்றையும் கவனிக்கவேண்டும். ஒரு கிரகம்

சூரியனிலிருந்து எந்த அளவுக்குத் தொலைவில் உள்ளதோ அந்த அளவுக்கு அது ஓடுகிற வேகம் குறைந்துவிடுகிறது. இது இயற்கையாகவே அப்படி அமைந்திருக்கிறது. வானவியல் விஞ்ஞானி கெப்ளர் தான் முதன் முதலில் இதைக் கண்டுபிடித்துக் கூறினார்

மிக மிகத் தொலைவில் உள்ள சனி அன்னநடை போட்டபடி நிதானமாகச் சூரியனைச் சுற்றுகிறது. மெதுவாக நகருபவன் என்ற பெயர் சனிக் கிரகத்துக்குப் பொருத்தமான பெயரே.

சனிக் கிரகம் மட்டும் வேகமாகச் செல்வதாக இருந்தால், ஜோதிடப்படி ஏழரை நாட்டுச் சனி பிடித்தவரின் கெட்டகாலம், மூன்றரை அல்லது நாலரை ஆண்டுகளில் முடிவதாக இருக்கும். பலரும், சனி விட்டது என்று சந்தோஷப்படுவார்கள்.

சூரியனிலிருந்து பார்க்கும்போது, வியாழன் கிரகத்தைத் தாண்டி அதற்கு அடுத்தாற்போல் சனிக் கிரகம் உள்ளது. வியாழனைப் போலவே சனிக் கிரகமும் வாயுவால் ஆனதுதான். வியாழனைக் காட்டிலும் சனிக் கிரகத்தில் குளிர் இன்னும் கடுமை. வியாழனைப் போல, சனியும் தனது அச்சில் வேகமாகச் சுழல்கிறது.

நீங்கள் சனிக் கிரகத்தின் படத்தைக் கவனித்தால் அது வித்தியாசமாக இருப்பது புலப்படும். சனிக் கிரகம் இதுவரை கவனித்த கிரகங்களைப் போல இல்லை. ஒரு பெரிய வாஷருக்குள் (வளையத்துக்குள்) உருண்டையை வைத்தது போன்று காட்சி அளிக்கிறது. சனிக்கிரகத்தைச் சுற்றி இப்படி வளையம் இருப்பது அதற்கு விசேஷத் தன்மையை அளிக்கிறது.

சனிக்கிரகம் ஒன்றுக்குத்தான் அதைச் சுற்றி வளையம் உள்ளதாகப் பல நூற்றாண்டு காலமாகக் கருதப்பட்டு வந்தது. ஆனால் அமெரிக்கா அனுப்பிய வாயேஜர்-1, வாயேஜர்-2 விண்கலங்கள் எடுத்து அனுப்பிய படங்களிலிருந்து, வியாழனைச் சுற்றியும் யுரேனஸ், நெப்டியூன் ஆகிய கிரகங்களைச் சுற்றியும்கூட வளையங்கள் உள்ளன என்பது தெரியவந்தது. ஆனால், பூமியிலிருந்து தொலைநோக்கி மூலம் பார்த்தால் சனியின் வளையங்கள் மட்டுமே நமக்கு நன்கு தெரிகின்றன. வியாழன், யுரேனஸ், நெப்டியூன் ஆகியவற்றின் வளையங்கள் மெல்லிய படலங்கள் என்பதால் அவை கண்களுக்குத் தென்படுவதில்லை.

உருண்டை ஒன்றை நாம் எங்கிருந்து பார்த்தாலும் அது உருண்டையாகத்தான் தெரியும். ஆனால் வளையங்களின் நடுவே உள்ள சனிக் கிரகத்தைப் பார்த்தால் அது வெவ்வேறு சமயங்களில் வெவ்வேறு விதமாகக் காட்சி அளிக்கிறது. பூமியிலிருந்து பார்க்கும்போது சனிக்

கிரகம் தனது சுற்றுப்பாதையில் எங்கே இருக்கிறது என்பதைப் பொருத்து அதன் தோற்றம் வெவ்வேறு விதமாக உள்ளது.

சனிக் கிரகத்தின் படத்தை நீங்கள் கூர்ந்து கவனித்தால் அது மேற்கத்தியப் பாணியில் தொப்பி அணிந்த ஒருவரது தலை போன்று தோற்றம் அளிக்கும்.

தொப்பி அணிந்தவர் தலையைக் குனிந்து உட்கார்ந்திருந்தால் அவரது தொப்பிதான் தெரியும். முகம் தெரியாது. அவர் படிப்படியாகத் தமது தலையை உயர்த்திக்கொண்டே போனால் ஒரு கட்டத்தில் தொப்பியின் விளிம்புகள் கோடு போலத் தெரியும். அவர் தலையை மேலும் நிமிர்த்தும்போது முகம் நன்கு தெரியும். தொப்பியின் உட்புறம் தெரியும். மேற்புறம் தெரியாது. சனிக் கிரகத்தின் தோற்றம் இதே மாதிரியேதான் மாறுகிறது. சனியின் தோற்றங்கள் பற்றிய படங்களைப் பார்த்தால் உங்களுக்கு இது நன்கு புரியும்.

வளையங்களுக்குள் அடைபட்டுள்ள சனிக் கிரகம் தனது அச்சில் வேகமாகச் சுழல்கிறது. சனியில் ஒரு நாள் என்பது சுமார் 10 மணி நேரமே. சனியைச் சுற்றியுள்ள வளையங்கள் நிலையாக நிற்பவை அல்ல. அவை சனியைச் சுற்றுகின்றன. இந்த வளையங்களை உள் வளையம், நடு வளையம், வெளி வளையம் என்று பல வகைகளாகப் பிரிக்கலாம். இவற்றுக்கெல்லாம் விஞ்ஞானிகள் ஏ வளையம், பி வளையம், சி வளையம் என்று பெயர் சூட்டியிருக்கிறார்கள். வளையங்களுக்கு நடுவே இடைவெளி இருக்கிறது. அந்த இடைவெளிக்கும் பெயர் உண்டு. இந்த வளையங்கள் எவற்றால் ஆனவை? எது இப்படி வளையங்களாகத் தெரிகிறது?

வெவ்வேறு சமயங்களில் சனியின் தோற்றம்
தொகுப்புப் படம் ஹப்புள் தொலைநோக்கி எடுத்தவை

அற்புத வளையங்கள்

பூமியிலிருந்து சந்திரன் சுமார் 3,76,000 கிலோமீட்டர் தொலைவில் உள்ளது. சந்திரன் திடீரென ஏதோ ஒரு சக்தியால் உந்தப்பட்டு பூமிக்கு மிக அருகில் வருவதாக வைத்துக்கொள்வோம். அது பூமியிலிருந்து சுமார் 15,000 கிலோமீட்டர் தொலைவில் அமைந்தபடி சுற்ற முற்படுவதாகவும் வைத்துக்கொள்வோம். அப்போது என்ன ஆகும்? பௌர்ணமியன்று இரவில் சந்திரன் மிகப் பெரிதாகத் தோன்ற ஆரம்பிக்கலாம். சந்திரனுக்குப் போய்வருவது சுலபம் என்றும் தோன்றலாம்.

ஆனால் அதுதான் இல்லை. உண்மையில் சந்திரன் பூமிக்கு அவ்வளவு நெருக்கத்தில் வந்தால் அது சுக்கு நூறாக வெடித்துவிடும். உடைந்து போன சந்திரனின் துணுக்குகள் அனைத்தும் பூமியைச் சுற்ற ஆரம்பிக்கும். அப்போது செவ்வாய் கிரகத்திலிருந்து பூமியைப் பார்த்தால் பூமியைச் சுற்றிப் பலப்பல வளையங்கள் தெரியும்.

சனிக் கிரகத்தைச் சுற்றி உள்ள வளையங்கள் இந்த விதமாகத்தான் ஏற்பட்டிருக்கவேண்டும் என்று நிபுணர்கள் கருதுகின்றனர்.

சனிக் கிரகத்தைத் தொலைநோக்கி மூலம் பார்த்தால் வளையங்கள் தென்படும் என்று சொல்லியிருந்தேன். பார்ப்பதற்கு வளையங்கள் மாதிரித் தோன்றுபவை, உண்மையில் கோடானுகோடி துண்டு துணுக்குகளே. தூசும் இதில் அடக்கம். தொலைவிலிருந்து பார்க்கும்போது இவை கோடுகளாகத் தோற்றம் அளிப்பதால், முழு வளையங்களாக நமக்குத் தெரிகின்றன.

வீட்டு வாசலில் (குறிப்பாக மார்கழி மாதத்தில்) பெண்கள் புள்ளி வைத்து அழகிய கோலங்களைப் போடுவார்கள். நீங்கள் மொட்டை மாடியிலிருந்து பார்த்தால் இந்தத் தனித்தனிப் புள்ளிகளின் நடுவே உள்ள இடைவெளி தெரியாது. புள்ளிகள் கோடுகளாகத் தெரியும். சனிக் கிரகத்தைச் சுற்றிவரும் துண்டுகளும் துணுக்குகளும் தூசும் வளையங்களாகத் தெரிவதும் இப்படித்தான்.

சனிக் கிரகத்தைச் சுற்றி உள்ள துண்டுகளும் துணுக்குகளும் நிலையாக நிற்பவை அல்ல. அவை ஜயண்ட் வீல் போலச் சந்திரனைச் சுற்றுகின்றன.

நீங்கள் ஒரு கயிற்றில் கல்லைக் கட்டி வேகமாகச் சுழற்றினால் கல் தெரியாது. ஒரு வட்டம் தெரியும். சனியைச் சுற்றியுள்ள வளையங்கள் காட்சியளிப்பதும் இப்படித்தான்.

ஆரம்ப காலத்தில் சனியைச் சிறிய தொலைநோக்கி மூலம் விஞ்ஞானிகள் ஆராய்ந்தபோது ஒரு சில வளையங்களே தெரிந்தன. சனிக் கிரகத்துக்கு வளையம் உள்ளது என்று கி.பி.1659–ம் ஆண்டில்

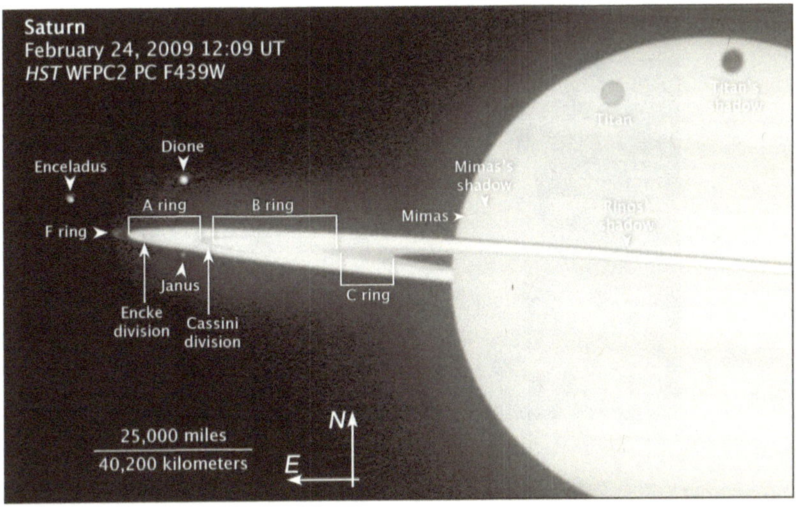

சனி கிரகத்தைச் சுற்றி உள்ள வளையங்களின் பெயர்கள்

கிறிஸ்டியன் ஹய்கென்ஸ் என்ற ஹாலந்து நாட்டு விஞ்ஞானி கண்டு பிடித்தார். சனியைச் சுற்றித் தட்டையான வளையம் உள்ளதாகவும் அது சனியைத் தொடாமல் அமைந்திருப்பதாகவும் அவர் கூறினார். உண்மையில் அவர் கண்டுபிடித்தது இரண்டு வளையங்களை. வெளி வளையத்துக்கு 'ஏ வளையம்' என்றும் உள்வளையத்துக்கு 'பி வளையம்' என்றும் பிறகு பெயரிடப்பட்டது. பின்னர் டாமினிக் காசினி என்ற இத்தாலிய விஞ்ஞானி சனிக்கிரகத்தை ஆராய்ந்து ஏ வளையத்துக்கும் பி வளையத்துக்கும் நடுவே காலியான இடைவெளி உள்ளது என்றார். அந்தக் காலி இடத்துக்கு 'காசினி இடைவெளி' என்று பெயரிடப்பட்டது.

பிறகு, உள்பக்கமாக அமைந்த பி வளையத்துக்கும் சனிக் கிரகத்துக்கும் இடையே 'சி வளையம்' உள்ளதாகக் கண்டுபிடிக்கப்பட்டது.

இதன் பின்னர் மேலும் மேலும் வளையங்களும் இடைவெளிகளும் கண்டுபிடிக்கப்பட்டன. சனிக்கிரகத்துக்கும் சி வளையத்துக்கும் நடுவே 'டி வளையம்', ஏ வளையத்துக்கு அப்பால் மிகவும் தள்ளி அமைந்த 'எஃப் வளையம்', 'ஜி வளையம்', 'இ வளையம்' ஆகியவை சமீப காலத்தில் கண்டுபிடிக்கப்பட்டவை. (இங்கே ஏ, பி, சி, டி எல்லாம் ஆங்கில எழுத்துகள்.)

அமெரிக்கா அனுப்பிய பயனீர்-11, வாயேஜர்-1, வாயேஜர்-2 ஆகிய ஆளில்லா விண்கலங்கள் சனிக்கிரகத்தின் இந்த வளையங்களைப் படம் பிடித்து அனுப்பின. மற்றும் எண்ணற்ற புதிய தகவல்களையும் அனுப்பின. அடுத்தடுத்த வளையங்களுக்கு மத்தியில் இருப்பதாகக்

சனி கிரகம் வேறு ஒரு காட்சி

கருதப்பட்ட காலி இடங்களிலும் (காசினி இடைவெளியிலும்) மெல்லிய வளையங்கள் உள்ளதாக இவை தெரிவித்தன.

இவை அனுப்பிய படங்களும் தகவல்களும் பிரமிப்பூட்டுபவையாக இருந்தன. சூரிய மண்டலத்தில் வேறு எங்கும் இப்படிப்பட்ட அற்புத மான காட்சியைக் காண முடியாது. சனியின் வளையங்கள் அப்படிப் பட்ட காட்சியை அளிக்கின்றன.

கோடானுகோடி துண்டுகள், துணுக்குகளாக இவை அனைத்தும் தனித்தனியானவையாக உள்ளன. இவை அனைத்தும் ஒன்றுக்கொன்று நெருக்கமாக அமைந்தவை. ஆனாலும் ஒன்றோடு ஒன்று மோதுவதில்லை. அனைத்தும் ஓர் ஒழுங்குக்கு உட்பட்டு சனிக் கிரகத்தைச் சுற்றுகின்றன.

குடியரசு தினவிழாவின்போது ராணுவ வீரர்கள் அணிவகுத்துச் செல்வதை நீங்கள் தொலைக்காட்சியில் பார்த்திருப்பீர்கள். முதல் வரிசையில் அணிவகுத்து வருபவர்கள் அனைவரும் நூல் பிடித்தாற் போல் ஒரே நேரத்தில் ஒரே மாதிரியாக அடி எடுத்துவைப்பார்கள். அடுத்த வரிசையில் உள்ளவர்கள் முதல் வரிசைக்கு ஏற்ப அடி எடுத்து வைப்பார்கள். அவர்கள் அணிவகுத்துச் செல்வதில் ஒரு கச்சிதம் இருக்கும். ஒழுங்கு இருக்கும். அழகு இருக்கும். இவை பயிற்சி மூலம் வந்தவை. சனியைச் சுற்றுகிற வளையங்களில் உள்ள கற்களும் துண்டுகளும் இதே போன்ற ஒழுங்கைப் பின்பற்றுகின்றன. எப்போதுமே இயற்கையில் காணப்படும் ஒழுங்கும் அழகும் வியக்கத்தக்கவை.

சனியைச் சுற்றும் துண்டுகளும் துணுக்குகளும் அளவில் வேறுபடு கின்றன. உதாரணமாக ஏ வளையத்தில் கடுகைவிடச் சிறிய துணுக்குகள் உள்ளன, 10 மீட்டர் குறுக்களவு கொண்ட உருண்டைகளும் உள்ளன. இவை பனிக்கட்டியால் ஆன உருண்டைகள் ஆகும்.

ஆதியில் பல வால்நட்சத்திரங்கள் சனிக் கிரகத்தை நெருங்கியிருக்க வேண்டும் என்றும் அவை சுக்கு நூறாகி, இவ்விதம் சனியின் வளையங்களாக மாறிவிட்டன என்று சில நிபுணர்கள் கூறுகின்றனர்.

சனியின் இந்த வளையங்களில் உள்ள பொருள்கள் மெல்ல மெல்லச் சனியின் பக்கம் ஈர்க்கப்பட்டு சுமார் 10 கோடி ஆண்டுகளில் சனியின் அழகிய வளையங்கள் முற்றிலுமாக மறைந்துவிடலாம் என்று கனடா நாட்டைச் சேர்ந்த ஒரு நிபுணர் கூறுகிறார்.

இந்த வளையங்கள் மறைந்துவிட்டால் சனிக் கிரகம் தனது தனித்தன்மையை இழந்துவிட்டதாகிவிடும். ஆனால் ஒன்று. இது நடப்பதற்கு இன்னும் எவ்வளவோ நாள்கள் உள்ளன. ஆகவே இது பற்றிக் கவலைப்படத் தேவையில்லை.

விநோத சந்திரன்கள்

டைட்டானிக் என்ற ஆங்கில சினிமாவைப் பற்றி நீங்கள் கேள்விப் பட்டிருப்பீர்கள். டைட்டானிக் என்பது டைட்டான் என்ற சொல்லிலிருந்து வந்தது. டைட்டான் என்றால் பிரம்மாண்டமானது என்று பொருள்.

சனிக் கிரகத்தைச் சுற்றுகிற மொத்தம் 62 சந்திரன்களில் ஒன்றுக்கு மிகப் பொருத்தமாக டைட்டான் என்று பெயர் வைத்துள்ளனர். வடிவில் இது புதன் கிரகத்தைக் காட்டிலும் பெரியது. எனினும் சனியின் மற்ற சந்திரன்கள் சிறியவை. இவற்றில் பலவும் விசித்திர அம்சங்களைக் கொண்டவை. முதலில் குட்டிச் சந்திரன்களைக் கவனிப்போம்.

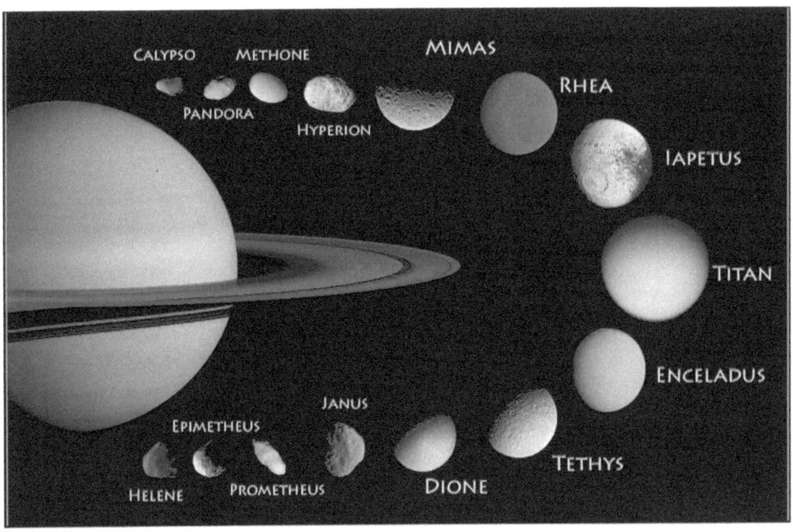

சனி கிரகத்தின் சந்திரன்கள். ஓவியர் வரைந்த படம்

சனிக் கிரகத்தைக் கோடானு கோடி துண்டுகளும் துணுக்குகளும் தூசியும் சுற்றுகின்றன என்று பார்த்தோம். மிகத் தொலைவிலிருந்து பார்க்கும்போது இவை வளையங்கள் போலக் காட்சியளிக்கின்றன என்றும் பார்த்தோம். மாரத்தான் ஓட்டப் பந்தயத்தின் தொடக்கத்தில் சாலையை அடைத்துக்கொண்டு ஓடுகிற ஓட்டப்பந்தய வீரர்களைப் போல சனிக் கிரகத்தை இந்தத் துண்டுகளும் துணுக்குகளும் சுற்றுகின்றன. சனியில் இருந்து தொடங்கி சுமார் 1,40,000 கிலோ மீட்டரில் இந்த வளையங்கள் முடிந்துவிடுகின்றன.

வளையங்கள் முடியும் எல்லையில் அட்லஸ், புரோமித்தியஸ், பண்டோரா என்னும் மூன்று குட்டிச் சந்திரன்கள் உள்ளன. இவற்றை மேய்ப்பர் சந்திரன்கள் என்று நிபுணர்கள் வர்ணிக்கின்றனர். வெளிப்புற வளையங்களில் உள்ள துண்டுகளும் துணுக்குகளும் பாதை விலகி விடாதபடி அவற்றை இந்த மூன்று மேய்ப்பர்களும் ஏதோ ஒரு வகையில் கட்டுப்படுத்துகின்றன. பள்ளி மாணவர்கள் வரிசையி லிருந்து விலகிச் செல்லாதபடி அதட்டல் போடும் டிரில் மாஸ்டர்கள் மாதிரி இவை செயல்படுகின்றன.

இந்த மேய்ப்பர் சந்திரன்களை அடுத்து வேறு இரு குட்டிச் சந்திரன்கள் உள்ளன. சனிக் கிரகத்தை இவை சுற்றும் விதம் தமாஷானது. இவற்றில் ஒன்றின் பெயர் எபிமீத்தியஸ், மற்றொன்றின் பெயர் ஜேனுஸ். சனிக் கிரகத்துக்கும் ஜேனுசுக்கும் இடைப்பட்ட சுற்றுப் பாதையில் எபிமீத்தியஸ் வேகமாகச் சுற்றுகிறது. சற்றுத் தள்ளி ஜேனுஸ் சற்றுக் குறைந்த வேகத்தில் சனியைச் சுற்றுகிறது. இரண்டும் தனித் தனிப் பாதையில் சுற்றுகின்றன. அதாவது ஓட்டப் பந்தய மைதானத்தில் இரு வீரர்கள் தனித்தனி டிராக்கில் ஓடுவது போல இவை சுற்றுகின்றன. ஓட்டப்பந்தயத்தில் ஒருவர் மற்றவரை முந்திச் செல்ல முற்படுவார். ஆனால் இந்தக் குட்டிச் சந்திரன்கள் ஒன்றை ஒன்று ஒருபோதும் முந்துவது கிடையாது. இரண்டும் ஒரே கட்டத்தில் பக்கம் பக்கமாக நெருங்கி வருகின்றன. அப்போது இரண்டுக்கும் இடையே உள்ள தூரம் சுமார் 50 கிலோமீட்டரே இருக்கலாம். அந்தச் சமயத்தில் ஜேனுஸ் தனது பாதையிலிருந்து ஒரே தாவலில் அடுத்துள்ள பாதைக்கு மாறுகிறது. எபிமீத்தியஸ் இதே போலத் தாவி ஜேனுஸ் அதுவரை சுற்றி வந்த பாதைக்கு மாறிவிடுகிறது. நான்கு ஆண்டுகளுக்கு ஒரு முறை இந்த மியூசிக்கல் சேர் ஆட்டம் நடைபெறுகிறது.

இவற்றைத் தாண்டி மைமாஸ் என்ற குட்டிச் சந்திரன் உள்ளது. பனிக்கட்டி உருண்டை என்று சொல்லத்தக்க இந்தச் சந்திரனின் மேற்புறத்தில் நிறைய வட்டப் பள்ளங்கள் உள்ளன. இவற்றுக்கு

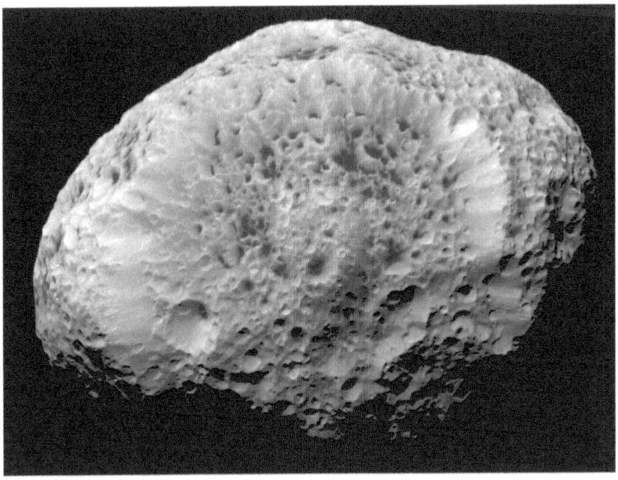

ஹைப்பீரியான்
இதன் நீளம் 121 கிலோ மீட்டர்.
அகலம் 12 கிலோ மீட்டர்.

கிங் ஆர்த்தர் கதையில் வரும் கதாபாத்திரங்களின் பெயர்கள் சூட்டப் பட்டுள்ளன.

இவற்றுக்கு அடுத்தாற்போல் உள்ள என்சிலாடஸ் என்ற குட்டிச் சந்திரன், சூரிய மண்டலத்திலேயே தனிச் சிறப்பு கொண்டது. முகம் பார்க்கும் கண்ணாடிபோல் இதன்மீது விழும் ஒளி கிட்டத்தட்ட முற்றிலுமாகப் பிரதிபலிக்கப்படுகிறது. வடிவில் சிறியது என்றாலும் 1789–ம் ஆண்டிலேயே தொலைநோக்கி மூலம் இது கண்டுபிடிக்கப்பட்டதில் வியப்பில்லை. இந்தக் குட்டிச் சந்திரனின் மேற்பரப்பில் உள்ள மேடு, பள்ளம் போன்றவற்றுக்கு அரேபிய இரவுகள் கதையில் வரும் அலிபாபா, அலாவுதீன், டிலைலா ஆகிய கதாபாத்திரங்களின் பெயர்கள் வைக்கப்பட்டுள்ளன.

இயாபிடஸ் என்ற மற்றொரு குட்டிச் சந்திரனின் நிலை முற்றிலும் மாறுபட்டது. இதை இரு முகம் கொண்ட சந்திரன் எனலாம். இந்த குட்டிச் சந்திரனின் ஒருபாதி கன்னங்கரேல் என்று இருக்கிறது. மற்றொரு பாதி சற்று வெளுப்பாக இருக்கிறது. இது ஏன் என்பது புரியவில்லை.

மற்றொரு குட்டிச் சந்திரனின் பெயர் டெத்திஸ். ஒரு நிபுணர் வருணித்ததுபோல, இது நாய் கடித்த டென்னிஸ் பந்து மாதிரி உள்ளது. இந்தச் சந்திரனின் மேற்புறம் முழுவதும் வடுக்கள். அதாவது ஆழமான நீண்ட பள்ளங்கள்.

ஹைப்பீரியான் என்பது மற்றொரு குட்டிச் சந்திரன். ஒரு துணைக் கோளின் உடைந்துபோன துண்டுபோல இது உள்ளது. இது உருண்டை வடிவில் இல்லை. இதனால் இதற்கு நீளம், அகலம், உயரம் ஆகியவை உண்டு. அஸ்டிராயிட் ஒன்று வழி தவறி வந்து சனியின் பிடியில் சிக்கியதால் இவ்விதம் சந்திரனாக ஆகியிருக்கலாம் என்று கருதப் படுகிறது.

இப்போது, சனியின் சந்திரன்களிலேயே அனைத்தையும் விடப் பெரியதான டைட்டானைக் கவனிப்போம். அமெரிக்கா அனுப்பிய பயனீர், வாயேஜர்-1, வாயேஜர்-2 ஆகிய விண்கலங்கள் சனியை நெருங்கி, சனியின் சந்திரன்களைப் படம் பிடித்தன. அவற்றைப் பற்றி நிறையத் தகவல்களையும் அனுப்பின. ஆனால், டைட்டானின் மேற்பரப்பை இந்த விண்கலங்களால் படம் பிடிக்க முடியவில்லை.

டைட்டானைச் சூழ்ந்துள்ள அடர்ந்த காற்று மண்டலமே இதற்குக் காரணம். டைட்டானை ஆரஞ்சு நிற மேகங்கள் சூழ்ந்துள்ளன. ஆகவே வாயேஜர் அனுப்பிய படங்களில் டைட்டான் ஒரு பெரிய ஆரஞ்சுப் பழம்போல் தோற்றம் அளிக்கிறது.

பூமியுடன் ஒப்பிடுகையில் டைட்டான் சிறியதே. பூமிக்கும் டைட்டானுக்கும் ஒரு விஷயத்தில் ஒற்றுமை உள்ளது. டைட்டானின் காற்று மண்டலத்தில் கணிசமான பகுதி நைட்ரஜன் வாயுவாக உள்ளது. பூமியின் காற்று மண்டலத்தில் அடங்கிய வாயுக்களில் பெரும்பகுதி நைட்ரஜன் வாயுவே ஆகும். டைட்டானின் நிலப்பரப்புக்குமேல் மீத்தேன் வாயு அடங்கிய மேகங்கள் இருப்பதாகக் கருதப்படுகிறது. இந்த மேகங்களில் அடங்கிய மீத்தேன் வாயு திரவமாகி, டைட்டானில் மீத்தேன் மழையாகப் பொழிய வாய்ப்பு உள்ளதாகவும் கருதப் படுகிறது. டைட்டானின் நிலப்பரப்பில் மீத்தேன் பாறைகள் இருக்கலாம் என்றும் நிபுணர்கள் கூறுகின்றனர்.

பூமியின் வான்வெளியில் நீர், மேக வடிவில் உள்ளது. இது பின்னர் மழையாகப் பொழிகிறது. இந்த மழை நீர் ஏரி, குளம், கடல்களில் நிரம்புகிறது. அதே நீர் வட, தென் துருவங்களில் பனிக் கட்டிப் பாறைகளாக உள்ளது. டைட்டானில் மீத்தேன் இப்படியாக வாயு, திரவம், பாறை ஆகிய மூன்று வடிவங்களிலும் இருக்கலாம் என்று சில நிபுணர்கள் கூறுகின்றனர். இப்படி இருக்க வாய்ப்பு இல்லை என்று வேறு சில நிபுணர்கள் கூறுகின்றனர்.

எது எப்படி இருந்தபோதிலும் டைட்டான் சூரிய மண்டலத்திலேயே தனித்தன்மை கொண்டதாக விளங்குகிறது. எதிர்காலத்தில் டைட்டானைப் பற்றி மேலும் தெரிய வரலாம்.

சனிக்கு மொத்தம் 62 சந்திரன்கள் உள்ளன. இவை அனைத்தும் சனியைச் சுற்றி வருகின்றன. சனிக் கிரகமோ தனது இவ்வளவு பெரிய குடும்பத்தையும் கூடவே தன்னைச் சுற்றி வரும் வளையங்களான தூசி, துண்டு, துணுக்குகளையும் இழுத்துக்கொண்டு சூரியனைச் சுற்றி வருகிறது.

ஜோதிட சாத்திரத்தில் சனிப்பெயர்ச்சி என்ற ஒன்று உண்டு. வானவெளியில் சனி ஒரு ராசியிலிருந்து மறு ராசிக்கு மாறுவதை இவ்விதம் குறிப்பிடுகிறார்கள். இப்படி அது ராசி மாறும்போது 'சனிப்பெயர்ச்சியின் பலன்கள்' என்ற தலைப்பில் பலரும் சிறு புத்தகங்களை வெளியிடுகிறார்கள்.

சனிப்பெயர்ச்சியின்போது சனி மட்டும் தனியே இடம் பெயருவதில்லை. கூடவே 62 சந்திரன்களும் வளையங்களும் சேர்ந்து இடம் பெயருகின்றன. எனவே இது சனிக் குடும்பப் பெயர்ச்சியே.

சனிக்கு அப்பால் யுரேனஸ் என்ற கிரகம் உள்ளது. 1781–ம் ஆண்டு வரை இப்படி ஒரு கிரகம் இருப்பதே யாருக்கும் தெரியாது. ஒருவகையில் யுரேனஸ் விசித்திரமானது. இதனை அடுத்து பார்ப்போம்.

7

யுரேனஸ்

இசைக் கலைஞர் கண்டுபிடித்த கிரகம்

அவரது பெயர் வில்லியம் ஹெர்ஷல். ஜெர்மனியில் பிறந்தவர். அவருடைய தந்தை கிளாரினட் போன்ற குழல் வாத்தியத்தை வாசிப்பதில் வல்லவர். நல்ல இசைக் கலைஞர். ஹெர்ஷல் தமது தந்தையிடமிருந்து இசைக் கலையைக் கற்றுக்கொண்டார். குறிப்பிட்ட குழல் கருவி மட்டுமன்றி வயலின், ஆர்கன் ஆகியவற்றை வாசிக்கவும் அவருக்குத் தெரியும்.

ஹெர்ஷலுக்கு 17 வயது இருக்கும்போது இங்கிலாந்தின் ராணுவத்தில் பாண்டு வாத்தியப் பிரிவில் வேலை கிடைத்தது.ஜெர்மனியின் ஒரு பகுதி அப்போது இங்கிலாந்தின் ஆட்சியின் கீழ் இருந்தது. சிறிது காலத்துக்குப் பிறகு அந்த ராணுவ வேலையை அவர் விட்டுவிட்டார்.சரியாகச் சொல்வதானால் சொல்லாமல் கொள்ளாமல் ராணுவத்திலிருந்து ஓடி விட்டார்.இது ஒரு குற்றமாகும். 19-வது வயதில் இங்கிலாந்துக்குப் பயணமானார். அங்கு இசை கற்பித்து சம்பாதிக்கத் தொடங்கினார். விரைவிலேயே அவருக்கு பாத் என்னும் இடத்தில் ஒரு கிறிஸ்தவ தேவாலயத்தில் ஆர்கன் என்னும் வாத்தியத்தை வாசிக்கும் நிரந்தர வேலை கிடைத்தது. பாத் நகரில் இருந்தபோது ஹெர்ஷல் நிறையப் பாடல்களை எழுதினார். சிம்பனியும் எழுதினார். அவரிடம் இசை பயில நிறைய மாணவர்கள் சேர்ந்தனர். ஹெர்ஷல் இளம் வயதில் முறையாகக் கல்வி பெறாதவர். ஆனாலும் அறிவை வளர்த்துக்கொள்வதில் அவருக்கு அடங்காத ஆர்வம் இருந்தது. ஆகவே பகலில் பாட்டு, இரவில் படிப்பு என்று வைத்துக்கொண்டார்.

அந்தச் சமயத்தில்தான் அவர் தற்செயலாக வானவியல் பற்றிய ஒரு நூலைப் படிக்க நேர்ந்தது. இளம் வயதிலேயே வானவியல் மீது அவருக்கு இருந்துவந்த மோகம் இப்போது துளிர் விடத் தொடங்கியது. அப்போது அவருக்கு வயது 35. ஹெர்ஷல் முதல் காரியமாக ஒரு சிறிய தொலைநோக்கியை வாடகைக்கு வாங்கி வந்து வானை ஆராய

வில்லியம் ஹெர்ஷல்

முற்பட்டார். எனினும் இந்த ஏற்பாடு பிடிக்கவில்லை. தானே ஒரு தொலை நோக்கியைத் தயாரிப்பது என்று முடிவு செய்தார். தொலைநோக்கியில் பொருத்து வதற்கான பிரதிபலிப்புத் தகடு பற்றி அவர் விலை விசாரித்தார். அந்த விலை கட்டுப்படி ஆகாது என்று தோன்றியது. ஆகவே அவ்விதத் தகடுகளை தானே தயாரிப்பது என்ற முடிவுக்கு வந்தார். அதற்கான கருவிகளை வாங்கினார். விரைவில் அவரது வீடு ஒரு பட்டறை போல் ஆனது.

இறுதியில் அவர் ஓர் ஐந்தரை அடித் தொலைநோக்கியை வெற்றிகரமாக உருவாக்கினார். இரவில் அதைக் கொண்டு வானை ஆராயலானார். இசை நிகழ்ச்சிகளுக்கு நடுவே சற்று இடைவெளி இருந்தாலும் போதும், தொலைநோக்கியைப் பிடித்துக்கொண்டு வானை நோக்க ஆரம்பித்துவிடுவார்.

அடுத்ததாக, மேலும் அதிகத் திறன் கொண்ட தொலைநோக்கி தேவை என்று ஹெர்ஷலுக்குத் தோன்றியது. இன்னொன்றை உருவாக்கினார். இப்படி அவர் மேலும் மேலும் தொலைநோக்கிகளைத் தயாரிக்கலானார்.

ஏதோ ஆவலைத் தீர்த்துக்கொள்ள வெறும் பொழுதுபோக்காக அவர் வானை ஆராய்ந்ததாகக் கூற முடியாது. வானில் தான் கண்ட நட்சத்திரங்கள் பற்றிக் குறிப்புகள் எடுப்பார். அந்தத் தகவல்களை மதிப்பு மிக்க அறிவியல் அமைப்பான ராயல் சொசைட்டிக்கு அனுப்பிவைப்பார்.

பகல் நேரங்களில் தொலைநோக்கித் தயாரிப்பு, அதற்கான கருவிகளை உருவாக்குவது, தொலைநோக்கிக்கான தகடுகளைத் தேய்ப்பது. மாலையானால் இசைப்பணி. இரவு வேளைகளில் வான் ஆய்வு. வீட்டுத் தோட்டத்தில் உள்ள தொலைநோக்கிக்கு அடியே நின்று விட்டால் பனி, குளிர் ஒன்றும் அவருக்குத் தெரியாது. ஓயாத உழைப்பு அவருடைய இயல்பாகியது.

சுமார் 35 வயதில் தன் வானவியல் ஆய்வைத் தொடங்கிய ஹெர்ஷல் தமது வாழ்நாளில் தன் கையாலேயே 430 தொலைநோக்கித் தகடுகளை உருவாக்கினார். அவர் முழுமையாகத் தயாரித்த தொலைநோக்கிகள் ஏராளம். வாழ்க்கை நடத்தவும் தன் சொந்த உபயோகத்துக்குப் பெரிய தொலைநோக்கிகளை உருவாக்கவும் அவருக்குப் பணம் தேவைப் பட்டது. தாம் தயாரித்த சிறிய தொலைநோக்கிகளை விற்பதன் மூலம் அவர் பணம் திரட்டினார். 42-வது வயதில் ராயல் சொசைட்டிக்கு எழுத ஆரம்பித்த அவர் மொத்தம் 69 நீண்ட ஆய்வுக் கட்டுரைகளைத் தயாரித்து

ஹெர்ஷல் உருவாக்கிய 12 மீட்டர் தொலைநோக்கி

அளித்தார். அவற்றில் ஒன்றில் மங்கலான 1,000 நட்சத்திரங் களின் பட்டியல் அடங்கி யிருந்தது. தமது வாழ்நாளில் அவர் 806 இரட்டை நட்சத்திரங்களைக் கண்டுபிடித்தார்.

நட்சத்திரங்களை மட்டுமன்றி அவர் சூரியனையும் சூரிய ஒளியையும் ஆராய்ந்தார். அந்த ஆய்வுகளின் போது ஹெர்ஷல் அகச் சிவப்புக் கதிர்களை (இன்ஃப்ரா ரெட்) கண்டு பிடித்தார்.

ஒரு கட்டத்தில் நண்பர்களின் வற்புறுத்தலின்பேரில் அவர் இசைத் துறையை விட்டுவிட்டு முற்றிலுமாக நட்சத்திர ஆய்வில் ஈடுபட்டார்.

ஒரு சமயம் அவர் 7 அடித் தொலைநோக்கியை ஒரே மூச்சில் செய்து முடிக்க வேண்டியிருந்தது. அதில் அவர் தொடர்ந்து 16 மணி நேரம் ஈடுபட்டிருந்தார். சாப்பாடு? ஹெர்ஷலின் சகோதரி கரோலின் வேளா வேளைக்கு அவருக்கு உணவை ஊட்டிவிடுவார். பல வகைகளிலும் ஹெர்ஷலுக்கு உதவிய கரோலின் பின்னர் வானவியலில் மிகுந்த ஈடுபாடு கொண்டு அத்துறையில் தனக்கெனத் தனி முத்திரையைப் பதித்தார்.

தொடர்ந்து வான் ஆய்வில் ஈடுபட்ட ஹெர்ஷல், குறிப்பாக நட்சத்திரங் களை ஆராய்ந்தார். விரைவில் அந்த நட்சத்திரங்கள் அவருக்கு மிகவும் பரிச்சயமாயின. வானத்து நட்சத்திரங்களில் பெரும் பகுதி அவருக்கு அத்துப்படி.

ஆகவேதான், 1781– ம் ஆண்டு மார்ச் 13–ம் தேதி அன்று இரவு, குறிப்பிட்ட நட்சத்திரங்களுக்கு இடையே அதுவரை தென்படாத ஓர் ஒளிப் புள்ளி புதிதாகத் தென்பட்டபோது அவரால் சட்டென அதைக் கண்டுபிடிக்க முடிந்தது. அது சாதாரண நட்சத்திரம்போல் ஒளிப்புள்ளி யாக இல்லாமல் சிறிய மங்கலான ஒளித் திட்டாகத் தெரிந்தது. நிச்சயமாக அது நட்சத்திரம் அல்ல. மிகத் தொலைவில் இருக்கிற வால்நட்சத்திரத்தில், வால் இன்றி இப்படி ஒளித்திட்டு போன்று தெரிவது உண்டு. ஆகவே அது வால்நட்சத்திரமாக இருக்கலாம் என்று முதலில் ஹெர்ஷல் கருதினார்.

ஆனால் அது வால்நட்சத்திரமாக இருக்க முடியாது என்று அவருக்கு உள்ளூரத் தோன்றியது. அதன் சுற்றுப் பாதையைக் கணக்கிட்டதில் அது சூரியனை வட்டவடிவப் பாதையில் சுற்றுகிறது என்று அவர்

கண்டறிந்தார். வால்நட்சத்திரமோ சூரியனை நீள்வட்டப் பாதையில் சுற்றக்கூடிய ஒன்று. எனவே, தான் கண்டுபிடித்தது சனிக்கு அப்பால் உள்ள ஓர் கிரகமாக இருக்கலாம் என்று ஹெர்ஷலுக்குத் தோன்றியது. ஆனாலும் புதிய கிரகம் ஒன்றைத் தாம் கண்டுபிடித்துள்ளதாகக் கூற அவருக்குத் துணிவு இல்லை. அதில் வியப்பும் இல்லை.

ஏனெனில் சூரியமண்டலத்தில் புதன், வெள்ளி, பூமி, செவ்வாய், வியாழன், சனி ஆகிய கிரகங்களுக்கு அப்பால் ஒரு கிரகம் இருக்கலாம் என்று யாருக்கும் தோன்றவில்லை. சனிக்கு அப்பால் கிரகங்கள் உள்ளதா என்று யாரும் ஆராயவும் முற்படவில்லை.

தாம் வானில் கண்ட ஒளித் திட்டு பற்றி ஹெர்ஷல் ராயல் சொசைட்டிக்குத் தெரிவித்தார். இந்த விஷயம் பல வானியல் நிபுணர்களுக்குத் தெரிவிக்கப்பட்டது. அவர்களும் அதை ஆராய்ந்தார்கள். பின்லாந்தைச் சேர்ந்த நிபுணர் லெக்சல், அந்த ஒளித்திட்டின் சுற்றுப்பாதை பற்றிக் கணக்குப் போட்டுப் பார்த்து அது ஒரு கிரகம் என்று கூறினார்.

இப்படியாக இசைக்கலைஞராக வாழ்க்கையைத் தொடங்கி வானவியலுக்கு வந்து சேர்ந்த ஹெர்ஷல் புதிய கிரகம் ஒன்றைக் கண்டுபிடித்தவர் ஆனார். புதிய கிரகத்தைக் கண்டுபிடித்தவர் என்ற முறையில் அதற்குப் பெயர் வைக்க ஹெர்ஷலுக்கு உரிமை இருந்தது. இங்கிலாந்தை அப்போது ஆண்டுவந்த மூன்றாம் ஜார்ஜ் மன்னரைக் கௌரவிக்கும் வகையில் அதற்கு 'ஜார்ஜ் கிரகம்' எனப் பெயர் வைக்கலாம் என்று ஹெர்ஷல் யோசனை கூறினார். ஆனால் பலரும் இதை ஏற்கவில்லை. இறுதியில் கிரேக்க தேவதையைக் குறிக்கும் வகையில் யுரேனஸ் என்று பெயர் வைக்கப்பட்டது.

ஹெர்ஷல் புதிய கிரகத்தைக் கண்டுபிடித்தபிறகு அவர் புகழ் பல நாடுகளிலும் பரவியது. ஜார்ஜ் மன்னர் ஹெர்ஷலை விசேஷமாகக் கௌரவித்து மானிய உதவிகளை வழங்கினார். ஹெர்ஷலுக்கு ஆஸ்தான வானவியல் ஆராய்ச்சியாளர் என்ற அந்தஸ்து தரப்பட்டது. சர் பட்டமும் கிட்டியது. தவிர, முன்னர் ஒரு சமயம் இங்கிலாந்தின் ராணுவப் படையிலிருந்து ஓடிய குற்றத்துக்கான மன்னிப்பும் வழங்கப்பட்டது.

புகழ், அந்தஸ்து, பதவி ஆகியவை கிடைத்தபிறகும் ஹெர்ஷல் ஓய்ந்து விடவில்லை. தொடர்ந்து வானியல் ஆராய்ச்சியில் மும்முரமாக ஈடுபட்டிருந்தார்.

இங்கு ஒன்றைக் குறிப்பிடவேண்டும். ஹெர்ஷலின் பெரிய சாதனை அவர் புதிய கிரகத்தைக் கண்டுபிடித்தார் என்பது அல்ல. தனது ஆய்வுகள் மூலம் அவர், 'நட்சத்திர ஆய்வு' என்ற புதிய துறையையே உருவாக்கினார். அதுவே அவரது பெரிய சாதனையாகும். ஆகவேதான் வில்லியம் ஹெர்ஷலை 'நட்சத்திர வானவியலின் தந்தை' என்று குறிப்பிடுகிறோம். அந்த வகையில் அவரைக் கவுரவிக்கும் வகையில்

யுரேனஸ் கிரகம்

நட்சத்திர ஆய்வுக்காக ஐரோப்பிய விண்வெளி அமைப்பு 2009 ஆம் ஆண்டில் விண்வெளியில் செலுத்திய பறக்கும் தொலைனோக்கிக்கு ஹெர்ஷல் வான் ஆய்வுக்கூடம் என்று பெயர் வைக்கப்பட்டது

ஹெர்ஷல் கண்டுபிடித்த புதிய கிரகமான யுரேனஸ், வியாழன், சனி ஆகிய கிரகங்களைப் போன்றது. ஆனால் இவற்றைவிட, இன்னும் சொல்லப்போனால் மற்ற எல்லாக் கிரகங்களையும்விட இது ஒரு வகையில் வேறுபட்டது.

அங்கப் பிரதட்சிணம் செய்யும் கிரகம்

கோவில்களில் அங்கப் பிரதட்சணம் செய்யும் பக்தர்களைப் பார்த்திருப்பீர்கள். யுரேனஸ் கிரகம் அப்படித்தான் சூரியனை அங்கப்பிரதட்சிணம் செய்கிறது. தனது சுற்றுப் பாதையில் உருண்டு செல்கிறது. இதுபோல் சுற்றுகிற கிரகம் இது ஒன்றுதான்.

மற்ற கிரகங்கள் பம்பரம் சுற்றுவது போல தங்கள் அச்சில் கிட்டத்தட்ட செங்குத்தாகச் சுழல்கின்றன. தரையில் விடப்பட்ட பம்பரம் நகர்ந்து செல்வதைப் போல இவை தங்கள் சுற்றுப்பாதையில் நகர்ந்தபடி சூரியனைச் சுற்றுகின்றன. யுரேனஸ் கிரகத்தின் அச்சு செங்குத்தாக இல்லாமல் படுத்துவிட்ட பம்பரம் போல இடம் வலமாக அமைந்துள்ளது. இதையே சுருக்கமாகச் சொல்வதானால் மற்ற கிரகங்கள் செங்குத்தாக இருந்தபடி நகருகின்றன. யுரேனஸ் படுத்த நிலையில் சூரியனைச் சுற்றி வருகிறது. வேறு விதமாகச் சொல்வதானால் பூமியும் மற்ற கிரகங்களும் (வெள்ளி நீங்கலாக) தமது அச்சில் மேற்கிலிருந்து கிழக்காகச் சுழல்கின்றன. ஆனால் யுரேனஸ் தனது அச்சில் தெற்கிலிருந்து வடக்காகச் சுழல்கிறது.

யுரேனஸ் கிரகம் மட்டும் இப்படிப் படுத்த நிலையில் இருப்பது ஏன்? பல கோடி ஆண்டுகளுக்கு முன்னர் யுரேனஸுும் மற்ற கிரகங்களைப் போலவே செங்குத்து நிலையில் இருந்திருக்கவேண்டும் என்று சில நிபுணர்கள் கருதுகின்றனர். பூமி அளவுக்கு உள்ள கிரகம் ஒன்று வேகமாக வந்து யுரேனஸ் மீது மோதி அதைக் கீழே சாய்த்துவிட்டதாக அவர்கள் கூறுகின்றனர். யுரேனஸ் தலைசாய்ந்த நிலையில் இருப்பதால் அதன் சந்திரன்களும் அதே போன்ற நிலையில் யுரேனஸைச் சுற்றுகின்றன. ஒருவர் விண்கலத்தில் ஏறிச் சென்று யுரேனஸ் கிரகத்துக்கு அருகில் சென்று பார்த்தால் யுரேனஸுும் அதன் சந்திரன்களும் ஒரு பெரிய ஜயண்ட் வீல் போன்று காட்சியளிக்கும். அதாவது யுரேனஸை அதன் சந்திரன்கள் மேலும் கீழுமாகச் சுற்றுகின்றன. இத்துடன் ஒப்பிட்டால் வியாழன், சனி ஆகியவற்றை அவற்றின் சந்திரன்கள் பக்கவாட்டில் சுற்றுகின்றன.

யுரேனஸ் படுத்தவாக்கில் இருப்பதால் சில விசித்திரங்கள் ஏற்படுகின்றன. ஒரு சமயம் யுரேனசின் வட துருவம் சூரியனைப் பார்த்தபடி இருக்கும். இன்னொரு சமயம் தென் துருவம் சூரியனைப் பார்த்தபடி இருக்கும். வட துருவம் சூரியனைப் பார்த்தபடி இருக்கும் போது யுரேனசின் வட பாதியில் பகலாக இருக்க, தென் பாதி முழுதும் இரவாக இருக்கும். பகல் என்றால் சில மணி நேரப்பகல் அல்ல. 42 ஆண்டு தொடர்ந்து பகல். அப்போது தென்பாதிப் பகுதியில் 42 ஆண்டு இரவு. யுரேனஸ் ஒரு தடவை சூரியனைச் சுற்றி முடிக்க 84 ஆண்டுகள் ஆவதால்தான் இரவும் பகலும் இப்படி நீண்டதாக உள்ளன.

சூரியனிலிருந்து யுரேனஸ் மிக மிக அப்பால் உள்ளது. ஆகவே யுரேனசிலிருந்து பார்த்தால் சூரியன் ஒளித்தட்டு வடிவில் இருக்காது. மாறாக மிகப் பிரகாசமான நட்சத்திரம் போலப் புள்ளியாகத்தான் தெரியும். யுரேனசில் பகலாக இருக்கிற பகுதியில் இருக்கிற வெளிச்சம், பூமியில் பௌர்ணமி நிலவில் இருப்பதைவிடச் சற்றே பிரகாசமாக இருக்கும். அதை வெயில் என்று கூடச் சொல்ல முடியாது. சூரிய ஒளி

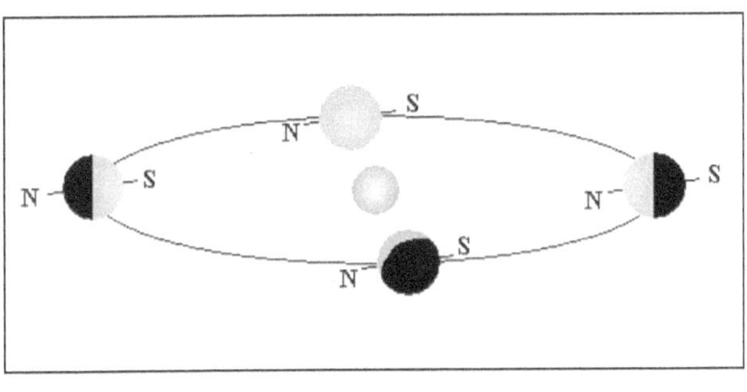

படுத்த நிலையில் சூரியனைச் சுற்றும் யுரேனஸ் கிரகம்

உறைக்கிற அளவுக்கு இருக்காது. ஆகவே யுரேனசில் கடும் குளிர் நிலவும்.

சூரிய மண்டலத்தில் வியாழன் கிரகம்தான் பிரம்மாண்டமானது. 1,300 பூமிகளைப் போட்டு உள்ளே அடைக்கிற அளவுக்குப் பெரியது என்று குறிப்பிட்டோம். சனிக் கிரகம் அதைவிடச் சற்று சிறியது. யுரேனஸ் சனியை விடச் சற்று சிறியது. ஆனால் பூமியைவிட 67 மடங்கு பெரியது.

கடும் குளிர் வீசுகின்ற கிரகம் என்பதால் யுரேனசும் கிட்டத்தட்டப் பனி உருண்டையாகத்தான் உள்ளது. இந்தப் பனி உருண்டையை காற்று மண்டலம் போர்த்தியிருக்கிறது. யுரேனசின் மேற்பரப்பு எப்படி உள்ளது என்று காண முடியாத அளவு இந்த வாயு மண்டலம் அதனை மறைக்கிறது. சனியைப் போலவே யுரேனஸைச் சுற்றியும் பல வளையங்கள் உள்ளன.

கி.பி.1781–ம் ஆண்டில் வில்லியம் ஹெர்ஷல் கண்டுபிடித்துக் கூறியபின், பல நிபுணர்கள் சக்திமிக்க தொலைநோக்கிகளைக் கொண்டு யுரேனஸை ஆராய்ந்து அதற்கு 5 சந்திரன்கள் உள்ளன என்று கண்டுபிடித்தனர். அவற்றுக்கு மிராண்டா, ஏரியல், உம்பிரியேல், டைடானியா, ஓபரான் என்று பெயரிட்டனர். ஆனால் அமெரிக்காவின் வாயேஜர்–2 என்ற ஆளற்ற விண்கலம் 1986–ல் யுரேனஸை நெருங்கி ஆராய்ந்தபோது யுரேனஸுக்கு மேலும் 10 சந்திரன்கள் உள்ளன என்பது தெரியவந்தது. ஆனால் இந்த 10 சந்திரன்களும் வடிவில் மிகச் சிறியவை. ஏற்கெனவே அறியப்பட்ட 5 சந்திரன்களும் ஓரளவுக்குப் பெரியவை. யுரேனஸ் கிரகத்துக்கு மொத்தம் 27 சந்திரன்கள் உள்ளன.

இந்தச் சந்திரன்களைப் பற்றிச் சிறப்பாகக் குறிப்பிட ஏதும் இல்லை. மிராண்டாவின் ஒழுங்கற்ற வடிவம் காரணமாக அது ஏதோ ஒரு காலத்தில் பல துண்டுகளாக உடைந்துபோயிருக்கவேண்டும் என்றும் பின்னர் ஈர்ப்பு சக்தி காரணமாக அந்தத் துண்டுகள் மறுபடி ஒன்று திரண்டு இப்படி ஒரு சந்திரனாக மாறியிருக்கவேண்டும் என்றும் சில நிபுணர்கள் கருதுகின்றனர்.

யுரேனஸ் சூரியமண்டலத்தின் வெளிக் கோடியில் உள்ள கிரகங்களில் ஒன்றாகும். சூரியனிலிருந்து சுமார் 300 கோடி கிலோமீட்டர் தொலைவில் அது உள்ளது. இது சூரியனுக்கும் பூமிக்கும் உள்ள தூரத்தைக் காட்டிலும் சுமார் 20 மடங்கு ஆகும். எனினும் அறிவியல் முன்னேற்றத்தின் காரணமாகவும் ஆளில்லா விண்கலத்தை அனுப்புவதன் மூலமாகவும் எங்கோ இருக்கிற யுரேனஸைப் பற்றி நிறைய அறிந்துகொள்ள முடிந்துள்ளது.

யுரேனஸுக்கு அப்பால் உள்ள நெப்டியூன் கிரகத்தைப் பற்றியும் புளூட்டோ பற்றியும் அடுத்து கவனிப்போம்.

8

நெப்டியூன்

கணக்கில் பிடிபட்ட கிரகம்

'இரவு வானில் கும்ப ராசியில் குறிப்பிட்ட இடத்தை நோக்கித் தொலைநோக்கியைத் திருப்பிக் கூர்ந்து பாருங்கள்; புதிய கிரகம் ஒன்று தென்படும்' என்று 1845-ம் ஆண்டில் கூறினார் 26 வயதான ஓர் இளைஞர். அவர் பெயர் ஜான் கௌச் ஆடம்ஸ் (1819–1892). இங்கிலாந்தைச் சேர்ந்தவர். கணிதம் படித்த அந்த இளைஞர், காகிதத்தில் கணக்குப் போட்டுப் பார்த்து, வானில் புதிய கிரகம் உள்ளது என்பதையும் அது எங்கு உள்ளது என்பதையும் அழுத்தம் திருத்தமாகக் கூறினார். ஆனால் அவரது காலத்தைச் சேர்ந்த பிரபல நிபுணர்கள் இந்தச் சின்ன பையன் கூறியதை ஒரு பொருட்டாக எடுத்துக்கொள்ளவில்லை. விளைவு? புதிய கிரகத்தைக் கண்டுபிடித்தவர் என்ற புகழ், ஆடம்ஸுக்கு உரிய நேரத்தில் கிடைக்காமல் போய்விட்டது. அவர் குறிப்பிட்டுக் கூறிய கிரகத்தின் பெயர் நெப்டியூன். அது முதலில் கணக்கில் சிக்கியது. பிறகுதான் தொலை நோக்கியில் சிக்கியது.

சூரிய மண்டலத்தில் சனிக் கிரகத்தைத் தாண்டி உள்ள யுரேனஸ் கிரகத்தை 1781-ம் ஆண்டில் வில்லியம் ஹெர்ஷல் கண்டுபிடித்தார் என்று ஏற்கெனவே கவனித்தோம்.

யுரேனஸுக்கும் அப்பால் ஒரு கிரகம் உள்ளது என்பதற்கு யுரேனஸ் தான் துப்பு கொடுத்தது. யுரேனஸ் தனது பாதையில் ஒரே சீராகச் செல்லாமல், அலைக்கழிக்கப்படுவதாகத் தெரியவந்தது. யுரேனஸை அலைக்கழிப்பது எது என்று ஆராய்ந்தபோதுதான் யுரேனஸுக்கும் அப்பால் ஒரு கிரகம் இருக்கவேண்டும் என்று ஊகிக்கப்பட்டது. இங்குதான் ஆடம்ஸ் பெரும்பங்கு ஆற்றினார்.

ஏட்டில் கணக்குப் போட்டு புதிய கிரகம் ஒன்றைக் கண்டுபிடிக்க இயலுமா என்று சந்தேகம் ஏற்படலாம்.

எல்லாக் கிரகங்களுக்கும் ஈர்ப்பு சக்தி உள்ளது. ஒரு கிரகத்தின் சுற்றுப்பாதை பிற கிரகங்களின் ஈர்ப்பு சக்தி காரணமாகப் பாதிக்கப்படுகிறது. இந்த வகையில் வியாழனும் சனியும் சேர்ந்து யுரேனஸின் சுற்றுப்பாதைமீது விளைவை உண்டாக்குகின்றன. வியாழனும், சனியும் தத்தம் சுற்றுப்பாதைகளில் சென்று கொண்டிருக்க, யுரேனஸ் மட்டும் சற்று முன்னே தனது பாதையில் சென்று கொண்டிருப்பதாக வைத்துக்கொள்வோம். அப்போது வியாழனும் சனியும் சேர்ந்து முன்னே செல்கிற யுரேனஸை லேசாக இழுக்கும். இதனால் யுரேனஸின் வேகம் சற்று மந்தப்படும். மாறாக வியாழனும் சனியும் முன்னே செல்ல, யுரேனஸ் பின்னால் வந்துகொண்டிருந்தால், சனியும் வியாழனும் யுரேனஸைத் தங்கள் பக்கம் இழுக்கும். இதனால் யுரேனஸின் வேகம் அதிகரிக்கும்.

ஜான் கௌச் ஆடம்ஸ்

ஹெர்ஷல் யுரேனஸைக் கண்டுபிடித்ததற்கு முன்னரே பலரும் அதை நட்சத்திரம் என்று கருதி தங்களது ஏடுகளில் வானில் அது இருக்கும் நிலையைக் குறித்து வைத்திருந்தார்கள். யுரேனஸ் கண்டுபிடிக்கப்பட்ட பிறகு இவற்றை வைத்து அந்த கிரகத்தின் சுற்றுப்பாதையைக் கணக்கிட்டனர். ஆனால் தொலைநோக்கி மூலம் பார்த்தபோது யுரேனஸ் மேற்கூறியபடி கணக்கிட்ட இடத்தில் இல்லாமல் சற்று தள்ளி இருந்தது.

1821–ம் ஆண்டில் பிரெஞ்சு விஞ்ஞானி அலெக்சி பூவார்ட், யுரேனசின் சுற்றுப்பாதையைக் கணக்கிடுவதில் ஈடுபட்டார். யுரேனஸ்மீது வியாழனும் சனியும் ஏற்படுத்துகிற விளைவுகளையும் அவர் கணக்கில் கொண்டார். எல்லாவற்றையும் மிகச் சரியாகப் போட்டுப் பார்த்தும் எங்கோ, ஏதோ உதைத்தது. கணக்குப்படிப் பார்த்தால் இருக்க வேண்டிய இடத்திலிருந்து யுரேனஸ் சற்று விலகிக் காணப்பட்டது.

யுரேனசுக்கு அப்பால் ஏதோ ஒரு கிரகம் இருக்க வேண்டும்; அதுவே யுரேனஸை சில சமயங்களில் சற்று வேகமாகவும் வேறு சில சமயங்களில் சற்று மெதுவாகவும் செல்லும்படி செய்துவரவேண்டும் என்று அவருக்குத் தோன்றியது. 1822 வரை தனது சுற்றுப்பாதையில் சற்று வேகமாகச் சென்ற யுரேனஸ், அதற்குப் பிறகு மெதுவாக நகர்ந்ததற்கு இதுவே காரணம் என்று தோன்றியது. இதற்கு அந்த மர்மக் கிரகம் காரணம் என்றும் தோன்றியது.

அந்த மர்மக் கிரகம் எங்கே உள்ளது என்று எப்படிக் கண்டுபிடிப்பது? யுரேனஸ் பொதுவில் வெறுங்கண்ணுக்குப் புலப்படுவதில்லை.

யுரேனசுக்கு அப்பால் இருக்கக்கூடிய கிரகம் நிச்சயமாகக் கண்ணுக்குத் தெரியாது. ஆகவே வானில் எந்த இடத்தை நோக்கித் தொலை நோக்கியைத் திருப்புவது? குறிப்பிட்ட இடத்தில் இருக்கலாம் என்று உத்தேசமாகக் கூற முடிந்தால் சற்றுச் சிரமப்பட்டுத் தேடிக் கண்டுபிடிக்கலாம். இந்த இடத்தில்தான் கணிதம் கைகொடுத்தது.

இங்கிலாந்தில் கேம்பிரிட்ஜ் பல்கலைக்கழகத்தில் கணிதம் படித்துக் கொண்டிருந்த மாணவர் ஆடம்ஸ் இப்பிரச்னைக்கு விடை காண்பதில் ஈடுபட்டார். ஓய்வு நேரத்தில், யுரேனஸின் இயக்கம் பற்றிய நிலைகளை வைத்துக் கணக்கிடலானார். இறுதியில், 1840–ம் ஆண்டு அக்டோபர் முதல் தேதி அன்று வானமண்டலத்தில் கும்பராசியில் குறிப்பிட்ட இடத்தில் புதிய கிரகத்தைக் காணலாம் என்று அவர் கூறினார்.

புதிய கிரகம் இருக்கக்கூடிய நிலை, இந்த ஆய்வு சம்பந்தப்பட்ட கணக்கு விவரங்கள் ஆகியவற்றை எடுத்துக்கொண்டு இளம் ஆடம்ஸ் கேம்பிரிட்ஜ் வான் ஆராய்ச்சிக்கூட இயக்குநர் சாலிஸிடம் சென்றார். சாலிஸ் இது விஷயத்தில் தகுந்த அக்கறை காட்டி, ஆடம்ஸ் கூறிய இடத்தை நோக்கித் தொலைநோக்கி மூலம் பார்த்திருந்தால் புதிய கிரகத்தை எளிதில் கண்டிருப்பார். ஆனால் இந்த இளைஞர் கூறிய விவரத்தை அவர் பெரிதாகப் பொருட்படுத்தவில்லை. எனினும் ஆடம்ஸிடம் ஒரு சிபாரிசுக் கடிதத்தைக் கொடுத்து இங்கிலாந்தின் ஆஸ்தான வானவியல் விஞ்ஞானி ஜார்ஜ் பிடல் ஆரி என்பவரைப் போய்ப் பார்க்கும்படிக் கூறினார்.

ஆரியை சந்திக்க ஆடம்ஸ் இரு முறை சென்றபோது இல்லத்தில் ஆரி இல்லை. மூன்றாம் முறை சென்றபோது ஆரி உணவருந்திக் கொண்டிருந்தார். ஆரியை சந்திக்க இயலாது என ஆடம்ஸிடம் தெரிவிக்கப்பட்டது. ஆடம்ஸ் வேறு வழியின்றித் தமது கண்டுபிடிப்புகள் அடங்கிய காகிதங்களை ஆரியிடம் அளிக்கும்படிக் கூறி, அவற்றைக் கொடுத்துவிட்டுச் சென்றார். புதிதாக ஒரு கிரகத்தைக் கண்டுபிடிப்பது என்பது ஒரு பெரிய காரியம். இந்த இளைஞரால் அதை சாதிக்க இயலாது என்று ஆரி கருதினார். ஆடம்ஸ் அளித்த காகிதங்களை ஆரி லேசாகப் புரட்டிப் பார்த்துவிட்டு, மூட்டை கட்டி வைத்துவிட்டார்.

இதே சமயத்தில் பிரான்ஸ் நாட்டில் இளம் வானியல் ஆராய்ச்சியாளர் அர்பேய்ன் லெவேரியர் புதிய கிரகம் எங்கு இருக்கலாம் என்று கணக்குப் போட்டுக்கொண்டிருந்தார். ஆடம்ஸ் ஏற்கெனவே இதுபற்றி ஆராய்வது லெவேரியருக்குத் தெரியாது. ஆடம்ஸ் தமது பணியை முடித்த ஆறு மாதங்களுக்குப் பிறகு லெவேரியருக்கும் இப்பிரச்னையில் அதே விடை கிடைத்தது. லெவேரியர் தமது கணக்கு விவரங்களை ஆரிக்கு அனுப்பி வைத்தார். இதில் ஏதோ விஷயம் இருக்கிறது என்று ஆரிக்கு அப்போதுதான் தோன்றியது. புதிய கிரகம் தென்படும் என ஆடம்ஸும் லெவேரியரும் குறிப்பிட்ட இடத்தைத் தொலைநோக்கி மூலம்

ஆராயுமாறு சாலிஸுக்கு ஆரி 1846 ஜூலையில் எழுதினார். சாலிஸுக்கு அப்போதும் அக்கறை ஏற்படவில்லை. இது வெட்டி வேலை என்றே ஏனோதானோ என இந்த வேலையில் ஈடுபட்டார்.

லெவேரியர்

ஆரியிடமிருந்து பதில் ஏதும் வராது போகவே லெவேரியர் ஜெர்மனியில் உள்ள பெர்லின் ஆராய்ச்சிக் கூடத்துக்கு எழுதினார். பெர்லின் வான் ஆராய்ச்சிக்கூட வானவியல் விஞ்ஞானியும் அவரது உதவியாளரும் 1846 செப்டம்பர் 26–ம் தேதி லெவேரியர் குறிப்பிட்ட அந்த இடத்தை நோக்கித் தொலைநோக்கியைத் திருப்பினர். சுமார் ஒரு மணி நேரத்தில் அவர்கள் புதிய கிரகத்தைக் கண்டனர்.

புதிய கிரகம் கண்டுபிடிக்கப்பட்ட செய்தி உடனே பரவியது. தகவல் கிடைத்ததும் சாலிஸ் அவசர அவசரமாகத் தனது வான் வரைபடக் குறிப்புகளை ஆராய்ந்தார். புதிய கிரகத்தை அவர் தமது படத்தில் குறித்துவைத்திருந்தார். ஆனால் சரியாக ஒப்பிட்டுப் பார்க்காததால், தேடப்படும் கிரகம் அதுதான் என்று அவருக்குப் புலப்படாமல் போயிற்று. அவர் மட்டும் சிரத்தையுடன் செயல்பட்டிருந்தால் புதிய கிரகத்தைக் கண்டுபிடித்த பெருமை ஆடம்ஸுக்கு கிடைத்திருக்கும். ஆடம்ஸ் எவ்வளவு வேதனைக்கும் ஏமாற்றத்துக்கும் உள்ளாகி யிருப்பார் என்று சொல்லத் தேவையில்லை.

புதிய கிரகத்தைக் கண்டுபிடித்த பெருமை யாருக்குச் சேரும் என்பதில் சர்ச்சை கிளம்பியது. ஆடம்ஸ் சார்பில் இங்கிலாந்து நாட்டவரும் இதில் உரிமை கோரினர். எனினும் இந்த சர்ச்சையில் ஆடம்ஸ் அல்லது லெவேரியர் சம்பந்தப்படவில்லை.

புதிய கிரகத்தை இந்த இரண்டு பேருமே கண்டுபிடித்ததாக உலகம் இப் போது ஏற்றுக்கொள்கிறது.

புதிய கிரகத்துக்கு ரோமானியக் கடவுளின் பெயரை வைக்கலாம் என்று லெவேரியர் கூறிய யோசனை ஏற்கப்பட்டு அதன்படி நெப்டியூன் என்று பெயர் வைக்கப்பட்டது.

சூரியனிலிருந்து சராசரியாக 449 கோடி கிலோமீட்டர் தொலைவில் உள்ள நெப்டியூன் பற்றிப் பார்ப்போம்.

நீலக் கோளத்தில் ஓயாத புயல்

சூரியனிலிருந்து தொடங்கினால் எட்டாவதாக உள்ள இந்தப் புதிய கிரகத்தை வானவியல் நிபுணர்கள் தொலைநோக்கி மூலம்

ஆராய்ந்தனர். ஆனால் அவர்களால் பெற முடிந்த தகவல்கள் மிகவும் குறைவாகவே இருந்தன. சொல்லப்போனால், ஏழாவதாக உள்ள யுரேனஸ் கிரகத்தைவிட நெப்டியூன் சிறியதா அல்லது பெரியதா என்று கூட நிபுணர்களால் தீர்மானிக்க முடியவில்லை. இதற்குக் காரணம் உண்டு.

நெப்டியூன் கிரகம் சூரியனிலிருந்து மிகத் தொலைவில், கிட்டத்தட்ட சூரிய மண்டலத்தின் விளிம்பில் உள்ளது. இவ்விதம் தொலைவில் உள்ள காரணத்தால் நெப்டியூனைச் சிறிய தொலை நோக்கி மூலம் பார்த்தால் நீல நிற ஒளிப்புள்ளியாகத் தெரியும். பெரிய தொலைநோக்கி மூலம் பார்த்தால் மங்கலான சிறிய ஒளித்திட்டாகத் தெரியும். நெப்டியூன் பற்றிய தகவல்கள் தெரியாத காரணத்தால் சூரிய மண்டலம் பற்றிய பல நூல்களிலும் நெப்டியூனைப் பொருத்தமட்டில் அது கண்டுபிடிக்கப்பட்ட கதைதான் விவரமாக இடம் பெற்றிருந்தது. மற்றபடி நெப்டியூன் கிரகம் பற்றிச் சிறிய குறிப்புகளே இடம் பெற்றிருந்தன. நெப்டியூன் கண்டுபிடிக்கப்பட்டு சுமார் 144 ஆண்டுக்காலம்வரை இந்த நிலைமைதான் நீடித்தது. சூரியமண்டலத்தில் உள்ள கிரகங்களை ஆராய்ந்து தகவல் அனுப்ப அமெரிக்கா 1977-ல் வாயேஜர்-1, வாயேஜர்-2 ஆகிய ஆளில்லா விண்கலங்களைச் செலுத்திய பிறகுதான் நெப்டியூன் பற்றி ஏராளமான தகவல்கள் கிடைத்தன.

நெப்டியூன் கிரகம்

இங்கு வாயேஜர் விண்கலங்கள் பற்றிக் குறிப்பிடுவது உசிதமாக இருக்கும். அமெரிக்கா 1977 ஆகஸ்டில் ஒரு வாயேஜர் விண்கலத்தைச் செலுத்தியது. பிறகு அதே ஆண்டு செப்டம்பரில் அடுத்த வாயேஜர் விண்கலம் செலுத்தப்பட்டது. இரண்டுமே ஆளற்ற விண்கலங்கள். எதிர்பாராமல் ஏற்பட்ட சில சிக்கல்கள் காரணமாக முதலாவதாக ஆகஸ்டில் செலுத்தப்பட்ட விண்கலத்துக்கு வாயேஜர்–2 என்று பெயரிடப்பட்டது. இந்த விண்கலம் நெப்டியூனை குறி வைத்துச் செலுத்தப்பட்டது அல்ல. வியாழனையும் அதற்கு அடுத்தாற்போல் உள்ள சனியையும் ஆராய்வதுதான் வாயேஜர்–2 விண்கலத்தின் பணியாக முதலில் நிர்ணயிக்கப்பட்டது. அதற்குமேல் அந்த விண்கலத்தின் ஆயுள் நீடிக்க வாய்ப்பில்லை என்று அப்போது கருதப்பட்டது.

வாயேஜர்–2 விண்கலம் 1979–ல் வியாழனை நெருங்கிப் படம் பிடித்துப் பல தகவல்களை அனுப்பியது. பிறகு அது 1981–ல் சனிக் கிரகத்தை

ஆராய்ந்தது. அதன் பிறகும் அந்த விண்கலம் நல்ல செயல் நிலையில் இருந்தது. ஆகவே சனிக் கிரகத்துக்கு அப்பால் உள்ள கிரகங்களையும் ஆராய அதைப் பயன்படுத்தலாம் என்று நிபுணர்கள் கருதினர். இதன்படி வாயேஜர்–2 விண்கலம் 1986–ல் யுரேனஸை நெருங்கி அந்தக் கிரகத்தின் குளோசப் படங்களை அனுப்பியது. அதற்குப் பிறகு வாயேஜர்–2 தொடர்ந்து 3 ஆண்டுகள் பயணம் செய்து 1989–ல் நெப்டியூனை நெருங்கிப் பல தகவல்களை அனுப்பியது. இந்த நான்கு கிரகங்கள் பற்றி மனிதன் மேலும் பல விஷயங்களை அறிய உதவிய அந்த விண்கலம் கடைசியில் சூரியமண்டலத்தை விட்டே வெளியேறியது.

இத்துடன் ஒப்பிட்டால் வாயேஜர்–1 விண்கலத்தின் பணி குறைவு. வியாழன், சனி ஆகிய கிரகங்களை மட்டும் ஆராய்ந்துவிட்டு தனது பணியை முடித்துக்கொண்டு இதற்கு முன்னதாகவே சூரியமண்டலத்தை விட்டு வெளியேறிவிட்டது. அது மேற்கொண்ட பாதை இதற்கு காரணம்.

வாயேஜர்–2 விண்கலம் எதிர்பார்த்ததற்கும் மேலாகப் பணியாற்றிச் சாதனை புரிந்தது. ஒரு கட்டத்தில் வாயேஜர் திட்டத்தில் 200-க்கும் மேற்பட்ட அமெரிக்க நிபுணர்கள் பணியாற்றினர். கோடிக்கணக்கான கிலோமீட்டர் தொலைவில் எங்கோ இருக்கிற ஒரு விண்கலத்துக்குத் தக்க நேரத்தில், தக்கபடி கட்டளையிட்டு இயக்குவது என்பது எளிய பணி அல்ல. உதாரணமாக வாயேஜர்–2 நெப்டியூனை நெருங்கி அங்கிருந்து அனுப்பிய தகவல்கள் பூமிக்கு வந்து சேர, 4 மணி 6 நிமிடம் பிடித்தது. ஆகவே வாயேஜர்–2 அடுத்து என்ன செய்யவேண்டும் என்று உத்தரவிட நிபுணர்கள் எந்த அளவுக்கு முன்கூட்டித் திட்டமிட்டுச் செயல்பட்டிருப்பர் என்பதை எளிதில் புரிந்துகொள்ளலாம்.

சூரியனைச் சுற்றும் கிரகங்களைக் காட்டும்
இப்படத்தில் வலது கோடியில் இருப்பது நெப்டியூன்

வாயேஜர் தனது ஆயுள்காலத்தில் கடைசியாக ஆராய்ந்த கிரகம், நெப்டியூன். இது நீல நிறக் கோளமாகக் காட்சியளிக்கிறது. பூமியும் நீலநிறக் கோளமே. நீலநிறக் கோளான பூமியிலிருந்து கிளம்பிய வாயேஜர் கடைசியாக ஆராய்ந்தது மற்றொரு நீலநிறக் கோளம் ஆகும். பூமியின் கடல்கள் பூமிக்கு இவ்வித நீலநிறத்தை அளிக்கின்றன. ஆனால் நெப்டியூனில் கடல்களே கிடையாது. அது நீலமாகத் தெரிவதற்கு ஒளிச்சிதறலும் நெப்டியூனின் காற்று மண்டலத்தில் உள்ள மீத்தேன் வாயுவும் காரணமாகும்.

நெப்டியூன், வடிவில் யுரேனஸைவிடச் சிறியது. சூரியமண்டலத்தில் வடிவில் மிகப்பெரிய கோள்களில் வியாழன், சனி, யுரேனஸ் ஆகியவற்றுக்கு அடுத்தபடியாக இது நான்காவது மிகப்பெரிய கிரகம் ஆகும். நெப்டியூன் பூமியைவிட 57 மடங்கு பெரியது.

வியாழன் கிரகத்தில் செங்கண் என்று பெரிய திட்டுப்பகுதி உள்ளது போலவே நெப்டியூனில் ஒரு திட்டுப்பகுதி இருக்கிறது. ஆனால் அது சற்றுக் கருமை வாய்ந்த திட்டுப்பகுதி ஆகும். பெயர்தான் திட்டுப் பகுதியே தவிர இப்பகுதி பூமி அளவுக்குப் பெரியது! நெப்டியூனின் தென்பகுதியில் அளவில் சிறிய மற்றொரு திட்டுப்பகுதி உள்ளது.

வியாழன், சனி, யுரேனஸ் ஆகிய கிரகங்களுக்கு உள்ளதுபோலவே நெப்டியூனைச் சுற்றிலும் வளையங்கள் உள்ளன என்பது வாயேஜர்–2 மூலம் தெரிய வந்தது. தவிர, நிபுணர்கள் கருதியதற்கு மாறாக நெப்டியூன் அடர்ந்த மேகங்கள் சூழப்பட்டதாக உள்ளது. இந்த மேகங்கள் கிழக்கிலிருந்து மேற்காக மணிக்கு சுமார் 1,500 கிலோமீட்டர் வேகத்தில் புயலாக வீசுகின்றன. இது அதிவேக ஜெட் போர் விமானத்தைக் காட்டிலும் கூடுதல் வேகமாகும்.

நெப்டியூனின் மேற்பரப்பு கடும் குளிர் நிலவுகிற பிராந்தியமாக இருந்தாலும் இந்தக் கிரகத்தின் மிக ஆழத்தில் அமைந்த உள்பகுதி கனல் வீசுவதாக இருக்கிறது என்பதும் தெரிய வந்துள்ளது.

நெப்டியூனில் இரண்டு சந்திரன்கள் சுற்றுவதாகவே நீண்டகாலம் கருதப்பட்டு வந்தது. இவை அல்லாமல் மேலும் 6 சந்திரன்கள் உள்ளதை வாயேஜர்–2 விண்கலம் கண்டுபிடித்துக் கூறியது. நெப்டியூனுக்கு மொத்தம் 13 சந்திரன்கள் உள்ளன. இவற்றில் டிரைட்டன், புரோட்டியஸ், நெரைட் ஆகிய மூன்று மட்டுமே வடிவில் பெரியவை. மற்றவை மிகவும் சிறியவை. நெப்டியூன் சூரியனை ஒரு முறை சுற்றி வருவதற்கு 165 ஆண்டுகள் ஆகின்றன.

நெப்டியூனுக்கும் அப்பால் சூரிய மண்டலத்தின் எல்லைக் காவலனாக ஒரு சுண்டைக்காய் உள்ளது. அடுத்து அதைக் கவனிப்போம்.

9

புளூட்டோ

அமெரிக்க விஞ்ஞானி தேடிய எக்ஸ் கிரகம்

பெர்சிவல் லோவல் பிரபல வானவியல் விஞ்ஞானி. கிரகங்களை ஆராய்வதில் மிகுந்த ஈடுபாடு கொண்டவர். அமெரிக்காவில் அரிசோனா மாநிலத்தில் பிளாக்ஸ்டாஃப் என்னும் இடத்தில் சொந்தச் செலவில் நல்லதோர் ஆராய்ச்சிக் கூடத்தை நிறுவியவர். அபார கணித மேதையும்கூட. லோவல் செவ்வாய் கிரகத்தை விரிவாக ஆராய்ந்தவர். செவ்வாய்க் கிரகத்தில் கால்வாய்கள் உள்ளன என்று கூறி பெரும் சர்ச்சையை ஏற்படுத்தியவர். (செவ்வாயில் உண்மையில் கால்வாய்கள் ஏதும் இல்லை என்பது பின்னர் தெரியவந்தது.)

சூரிய மண்டலத்தில் சனிக் கிரகத்துக்கு அப்பால் யுரேனஸ் கிரகமும் நெப்டியூன் கிரகமும் ஏற்கெனவே கண்டுபிடிக்கப்பட்டிருந்தன. இந்த நிலையில் நெப்டியூன் கிரகத்துக்கும் அப்பால் ஒரு கிரகம் இருக்க வேண்டும் என்று லோவல் கருதினார். அந்த கிரகத்துக்கு அவர் எக்ஸ் கிரகம் (Planet X) என்று பெயர் வைத்தார். அந்த கிரகம் சூரியனிலிருந்து குறைந்தது 510 கோடி கிலோமீட்டர் தொலைவில் இருக்கவேண்டும் என்று லோவல் சொன்னார். அது சூரியனை ஒரு முறை சுற்றி வர 282 ஆண்டுகள் ஆகும் என்றும் அதன் சுற்றுப் பாதை நீள்வட்டமாக இருக்கும் என்றும் அவர் குறிப்பிட்டார்.

லோவல் கூறியதற்கு முன்னரே 1887–ல் அமெரிக்கக் கடற்படை வான் ஆய்வுக் கூடத்தைச் சேர்ந்த டேவிட் பெக்டாட், நெப்டியூனுக்கு அப்பால் ஒரு கிரகம் இருக்கலாம் என்று தெரிவித்தார். அது எவ்வளவு தொலைவில் இருக்கலாம்; எவ்வளவு பெரிதாக இருக்கலாம் என்றும் அவர் ஊகித்துக் கூறினார். தொலைநோக்கி மூலம் தொடர்ந்து அமாவாசை இரவுகளில் வானை ஆராய்ந்தார். பலன் கிட்டவில்லை. பிறகு பிரெஞ்சு வானவியல் நிபுணர் ஒருவரும் இதேபோல

நெப்டியூனுக்கு அப்பால் ஒரு கிரகம் இருக்கலாம் என்றார்.

பெர்சிவல் லோவல்

எனினும் லோவல்தான் இதில் முனைந்து திட்டமிட்ட முறையில் ஆய்வில் ஈடு பட்டார். அப்போது கேமரா கண்டுபிடிக்கப் பட்டிருந்ததால், லோவல் இரவில் விடிய விடிய வானை உற்றுப் பார்த்துக்கொண்டிக்க வேண்டிய அவசியம் இருக்கவில்லை. வானில் எந்த மங்கலான ஒளிப்புள்ளி நகர்ந்து இடம் மாறியுள்ளது என்று கண்டறிய கேமராவை அவர் நன்கு பயன்படுத்தலானார். பூமியிலிருந்து பார்க்கும்போது, நட்சத்திரம் இடம் மாறாது. ஆனால் கிரகம் இடம் மாறித் தோன்றும்.

வான மண்டலத்தில் குறிப்பிட்ட பகுதியை அவர் அடுத்தடுத்து சில நாள் இடைவெளியில் படம் எடுப்பார். அப் படங்களில் அடைபோல உள்ள மங்கலான நட்சத்திரங்களை பூதக் கண்ணாடி கொண்டு ஒவ்வொன்றாகப் பார்த்து எது இடம் பெயர்ந்திருக்கிறது என்று தேடுவார். ஏதேனும் ஓர் ஒளிப்புள்ளி இடம் மாறியுள்ளதுபோலத் தோன்றும். பிறகு பார்த்தால் அது அஸ்டிராய்ட் என்று தெரிய வரும். லோவல் இடைவிடாது 11 ஆண்டுக் காலம் இப்படிப் பாடுபட்டார். இறுதிவரை அவரால் தமது எக்ஸ் கிரகத்தைக் கண்டுபிடிக்க இயலவில்லை. உடல் தளர்ந்து நிம்மதி இழந்தார். இறுதியில் தமது லட்சியம் ஈடேறாமல் 1916 நவம்பரில் காலமானார்.

இதற்கிடையே அமெரிக்காவில் இன்னொரு வானவியல் விஞ்ஞானி இதே போன்று எக்ஸ் கிரகத்தைத் தேடுவதில் ஈடுபட்டார். அவர் பெயர் வில்லியம் ஹென்றி பிக்கரிங். அவர் சனிக் கிரகத்தைச் சுற்றுகிற பீபி என்னும் குட்டிச் சந்திரனைக் கண்டுபிடித்தவர். சந்திரன், செவ்வாய் ஆகியவற்றை விரிவாக ஆராய்ந்தவர்.

நெப்டியூனுக்கு அப்பால் ஒரு கிரகம் இருந்தாகவேண்டும் என்று கூறி பிக்கரிங் போட்ட கணக்குகள் லோவல் போட்ட கணக்குகளை ஒத்திருந்தன. பிக்கரிங் தாம் போட்ட கணக்குகளை ஹூமாசன் என்பவரிடம் கூறி வானில் 9-வது கிரகம் எங்கு உள்ளது என்று கண்டுபிடிக்குமாறு கேட்டுக்கொண்டார். ஹூமாசன், வான் ஆராய்ச்சிக் கூடம் ஒன்றில் பணியாற்றிக்கொண்டிருந்தார். பிக்கரிங் கூறிய இடத்தை நோக்கி ஹூமாசன் தொலைநோக்கியைத் திருப்பி வானை ஆராய்ந்தார். வானில் அக் குறிப்பிட்ட இடத்தை அடுத்தடுத்துப் பல புகைப்படங்களை எடுத்தார். அப் படங்களில் தெரிந்த நட்சத்திரங்களின்

நடுவே ஏதேனும் ஒளிப்புள்ளி இடம் பெயர்ந்திருக்கிறதா என்று ஆராய்ந்தார். நகர்ந்திருக்கக்கூடிய ஒளிப்புள்ளி கிரகமாகத்தான் இருக்கவேண்டும். ஆனால் அப்படி ஏதும் தென்படவில்லை. ஹூமாசனின் முயற்சிகள் தோல்வியில் முடிந்தன.

இதன் பிறகு புதிய கிரகத்தைத் தேடும் முயற்சி கைவிடப்பட்டது. இதில் யாரும் முனைந்து ஈடுபடவில்லை. பிறகு 1929-ம் ஆண்டில் பெர்சிவல் லோவலின் வான் ஆராய்ச்சிக்கூட நிபுணர்கள் மறுபடி புதுக் கிரகத்தைத் தேடும் முயற்சியில் ஈடுபட்டனர். புதிதாக நிறுவப்பட்ட ஒரு தொலைநோக்கியில் பிளிங் மைக்ராஸ்கோப் என்ற கருவியும் அவர்களுக்கு உதவியாக இருந்தது. இந்த முயற்சிகளில் ஈடுபட்டவர் களில் ஒருவர் இளம் ஆராய்ச்சி மாணவரான கிளைட் வில்லியம் டாம்போ. அவர் அசாதாரண ஆற்றலுடன் செயல்பட்டார். அவர் எடுத்த படங்கள் ஒவ்வொன்றிலும் பல ஆயிரம் நட்சத்திரங்கள் இருந்தன. லோவல் செய்ததுபோல படங்களை பூதக்கண்ணாடி கொண்டு உற்றுப் பார்க்கும் சிரமம் அவருக்கு இருக்கவில்லை. ஏனெனில் பிளிங்க் மைக்ராஸ்கோப் கருவி அவருக்குப் பேருதவியாக இருந்தது.

சில நாள்கள் இடைவெளிகளில் எடுத்த பல படங்களை இக் கருவியில் போட்டு ஆராயலாம். இக் கருவியில் போடப்பட்ட அடுக்கடுக்கான படங்கள் வழியே ஒளியைப் பாய்ச்சி ஒப்பிட்டுப் பார்க்கலாம். நட்சத்திரங்கள் எல்லாப் படங்களிலும் அந்தந்த இடங்களில் அப்படியே இருக்கும். நட்சத்திரம் அல்லாத கிரகம் ஒன்று இருக்குமானால் பல வார காலத்தில் அது சற்று இடம் பெயர்ந்திருக்கும். இப்படி ஒரு ஒளிப்புள்ளி இடம் பெயர்ந்திருந்தால் அதை அக் கருவி காட்டிக் கொடுத்து விடும். அதாவது அக் கருவியை ஒரு சல்லடை என்று வர்ணிக்கலாம்.

டாம்போ

டாம்போ 1930 பிப்ரவரி வாக்கில் வானில் ரிஷப, மிதுன ராசிகளில் உள்ள நட்சத்திரங்களைப் படம்

பிடித்து அவற்றைக் கருவியில் போட்டு ஆராய்ந்துகொண்டிருந்தார். ரிஷப ராசியில் நட்சத்திர அடர்த்தி அதிகம். ஒரு படத்தில் மட்டும் 4 லட்சம் நட்சத்திரங்கள்வரை இருந்தன. மிதுன ராசியில் நட்சத்திர அடர்த்தி குறைவு. ஒரு படத்தில் 50 ஆயிரம் நட்சத்திரங்கள்வரை இருந்தன. டாம்போ தாம் எடுத்த படங்களை அந்த ஆண்டு பிப்ரவரி 18-ம் தேதி மாலை வரிசையாக அக் கருவியில் வைத்து ஆராய்ந்து கொண்டிருந்தபோது மங்கலான ஒளிப்புள்ளி ஒன்று சற்று நகர்ந்திருப்பதைக் கண்டார். அதுதான் அவ்வளவு ஆண்டுகளாகத் தேடப்பட்டு வந்த கிரகம். எக்ஸ் கிரகம் என்று லோவல் பெயர் வைத்திருந்த கிரகம் அதுதான்.

புதிய கிரகம் கண்டுபிடிக்கப்பட்ட செய்தி 1930 மார்ச் 13-ம் தேதி அதிகாரபூர்வமாக அறிவிக்கப்பட்டது. மிகப் பொருத்தமாக, அது பெர்சிவல் லோவலின் 75-வது பிறந்த நாளாகும். யுரேனஸ் கண்டுபிடிக்கப்பட்டதன் 149-வது ஆண்டு விழா நாளாகும்.

புதிய கிரகத்துக்கு லோவல் என்று பெயரிடலாம் என்று சிலர் யோசனை கூறினர். எனினும் கிரகங்களுக்கு ரோமானிய அல்லது கிரேக்க தேவதைகளின் பெயர்களை வைக்கும் வழக்கமான முறையைப் பின்பற்றலாம் என்று முடிவு செய்யப்பட்டது. அதன்படி பாதாள உலகின் கடவுள் பெயரான புளூட்டோ (Pluto) என்ற பெயர் வைக்கப் பட்டது. புளூட்டோ என்ற ஆங்கிலச் சொல்லின் முதல் இரு எழுத்து கள் பெர்சிவல் லோவலின் இனிஷியலைக் குறிக்கின்றன என்பது குறிப்பிடத்தக்கது.

ஹுமாசன் இந்தக் கிரகத்தைக் கண்டுபிடிக்கும் முயற்சியில் இருந்த போது 1919-ம் ஆண்டில் அவர் எடுத்த புகைப்படங்களில் குறைந்தது இரண்டு தடவை புளூட்டோ இடம் பெற்றிருந்தது என்பதுதான் வேடிக்கை. ஆனால் அதை அவரால் இனம் காண முடியாமல் போய் விட்டது.

புளூட்டோ கண்டுபிடிக்கப்பட்டதற்குப்பிறகு ஹுமாசனின் புகைப் படங்கள் ஆராயப்பட்டன. அதில் ஒன்றில் புகைப்படத்திலேயே ஏதோ கோளாறு காரணமாக இருந்த சின்னப்புள்ளிமீது புளூட்டோ பதிவாகி இருந்தது. மற்றொரு படத்தில் பிரகாசமான நட்சத்திரத்துக்கு அருகில் புளூட்டோ மங்கலான ஒளிப்புள்ளியாக இடம் பெற்றிருந்தது. இக் காரணங்களால்தான் ஹுமாசனால் புளூட்டோவைக் கண்டுபிடிக்க முடியவில்லை. பாவம் அவருக்கு அதிர்ஷ்டம் இல்லை.

புளூட்டோவுக்குப் பிறகு சூரிய மண்டலத்தில் புதிதாகக் கிரகம் ஏதும் கண்டுபிடிக்கப்படவில்லை. அப்படியானால் சூரிய மண்டலத்தின்

கடைசி எல்லை புளூட்டோ என்று கூற முடியுமா? அதுதான் இல்லை. இது புதிராக இருக்கலாம்.

சூரிய மண்டல எல்லையில் ஒரு சுண்டைக்காய்

சென்னையிலிருந்து மதுரை அதிகத் தொலைவில் உள்ளதா? அல்லது கன்னியாகுமரி அதிகத் தொலைவில் உள்ளதா? இது மாணவர்களுக்கான க்விஸ் போட்டியில் கேட்கப்படும் கேள்வி அல்ல.

கன்னியாகுமரிதான் அதிகத் தொலைவில் உள்ளது என்பது அநேகமாக அனைவருக்கும் தெரியும். இக்கேள்வியை 1975-ல் கேட்டாலும் அதே விடைதான், 1999-ல் கேட்டாலும் அதே விடைதான்.

ஆனால் சூரிய மண்டலத்தில் சூரியனிலிருந்து அதிகத் தொலைவில் உள்ள கிரகம் எது என்று கேட்டால் 1975-ல் கூறுகிற விடை வேறு; 1999-ல் கூறப்படுகிற விடை வேறு. சூரிய மண்டலத்தின் கடைக் கோடியில் உள்ள புளூட்டோ கிரகத்தின் சுற்றுப்பாதை விசித்திரமாக அமைந்துள்ளது என்பதே இதற்குக் காரணம். இதை மேலும் விளக்குவதற்கு முன்னர் இது தொடர்பான ஒன்றையும் கவனிப்போம்.

ஆதிநாள் முதல் மனிதன் அறிந்திருந்த, வெறுங்கண்ணால் எளிதில் கவனித்து ஆராய்ந்து வந்த கிரகங்கள் புதன், சுக்கிரன், செவ்வாய், வியாழன், சனி ஆகிய ஐந்து ஆகும். பூமியும் ஒரு கிரகமே!

இவை அனைத்தும் அடுத்தடுத்த வட்டங்களில் அமைந்தபடி சூரியனைச் சுற்றுகின்றன. பூமியானது வெள்ளிக்கும் (சுக்கிரனுக்கும்) செவ்வாய்க்கும் நடுவில் அமைந்த மூன்றாவது வட்டத்தில் உள்ளது.

தொலைநோக்கி கண்டுபிடிக்கப்பட்டதற்குப் பிறகு சனிக்கு அப்பால் யுரேனஸ் கண்டுபிடிக்கப்பட்டது. பின்னர் யுரேனசுக்கு அப்பால் நெப்டியூனும், நெப்டியூனுக்கு அப்பால் புளூட்டோவும் கண்டு பிடிக்கப்பட்டன.

இந்தத் தகவல்களை வைத்து நீங்களே சூரிய மண்டலத்தைக் காட்டுகிற வரைபடத்தைப் போட்டுவிடலாம். ஒரு காகிதத்தின் நடுவே சூரியனைக் குறிக்க ஒரு பெரிய புள்ளியைப் போடுங்கள். அதைச் சுற்றி ஒரு சிறிய வட்டம். பிறகு அந்த வட்டத்தைச் சுற்றி சற்றுப் பெரிய வட்டம். இப்படி நீங்கள் 8 வட்டங்களைப் போடுங்கள். நெப்டியூன் வரை வட்டங்கள் போட்டாகிவிட்டது. புளூட்டோவின் சுற்றுப் பாதையைக் குறிக்கிற வட்டத்தைப் போடுவதில்தான் பிரச்னை உள்ளது. அருகில் உள்ள படத்தைப் பார்த்தால் இது உங்களுக்குப் புரியும்.

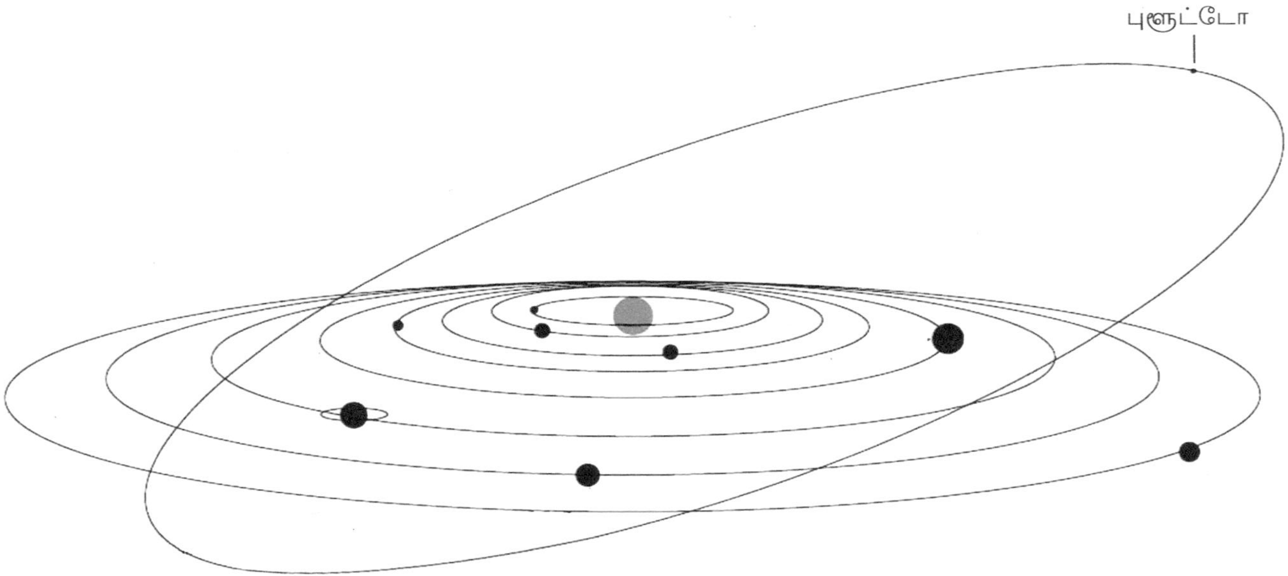

புளூட்டோவின் சுற்றுப் பாதை

புளூட்டோவின் சுற்றுப்பாதையானது, நெப்டியூனின் சுற்றுப்பாதைக்கு முற்றிலும் வெளியே அமையவில்லை. ஒரு கட்டத்தில் புளூட்டோவின் சுற்றுப்பாதை நெப்டியூனின் சுற்றுப்பாதையை உள்பக்கமாகக் கடக்கிறது என்பதைக் கவனிக்கவும்.

புளூட்டோவின் உள்பாதை இவ்விதம் உள்பக்கமாக இருக்கிற காலத்தில் சூரியனிலிருந்து மிகத்தொலைவில் இருக்கிற கிரகம் நெப்டியூனாக இருக்கும். புளூட்டோவாக இருக்காது.

வானவியல் நிபுணர்கள் கணக்கிட்டுக் கூறியபடி, 1979 பிப்ரவரி 7-ம் தேதியிலிருந்து 1999 பிப்ரவரி 11-ம் தேதி வரையிலான காலத்தில் சூரியனிலிருந்து அதிகத் தொலைவில் இருந்த கிரகம் புளூட்டோ ஆகும். ஆகவே சூரியனிலிருந்து மிகத் தொலைவில் உள்ள கிரகம் எது என்று 1975ல் கேட்டால் அதற்கான விடை புளூட்டோ. ஆனால் 1999 ஆண்டுக்குப் பிறகு கேட்டால் இக்கேள்விக்கான விடை நெப்டியூன்.

புளூட்டோவின் சுற்றுப்பாதை நெப்டியூனின் சுற்றுப்பாதையை இரு தடவை கடக்கும்போது, இரண்டும் மோதிக்கொள்ளாதா என்று சந்தேகம் எழலாம். அதற்கான வாய்ப்பு சிறிதும் கிடையாது. புளூட்டோவின் சுற்றுப்பாதை 17.5 டிகிரி அளவுக்கு சாய்வான தளத்தில் அமைந்துள்ளது இதற்குக் காரணமாகும். இந்த இரண்டு கிரகங்களின் சுற்றுப்பாதைகளும் சந்திப்பதாகத் தோன்றும் இடங்களில் இரு பாதைகளுக்கும் இடையே 140 கோடி கிலோமீட்டர் இடைவெளி உள்ளது. இந்த இரண்டு கிரகங்களின் சுற்றுப்பாதைகளும் ஒன்றை ஒன்று குறுக்காகக் கடப்பதாகத் தோன்றினாலும் உண்மையில் அவை அவ்விதம் கடப்பதில்லை.

புளூட்டோ பூமியிலிருந்து மிகத் தொலைவில் உள்ளதால் அது பற்றி ஆரம்பத்தில் சரியான தகவல்களே கிடைக்கவில்லை. 1949-ல் ஒரு விஞ்ஞானி தொலைநோக்கி மூலம் புளூட்டோவை ஆராய்ந்தபோது அக் கிரகத்தின் குறுக்களவு 10,200 கிலோமீட்டராக இருக்கலாம் என்று தோன்றியது. பிறகு மறு ஆண்டில் சக்தி மிகக் தொலைநோக்கி மூலம் ஆராயப்பட்டது. அப்போது அதன் குறுக்களவு 5,800 கிலோமீட்டராக இருக்கலாம் என்று தோன்றியது. ஆனால் சமீபகால ஆய்வுகளிலிருந்து புளூட்டோவின் குறுக்களவு வெறும் 2,370 கிலோமீட்டர் மட்டுமே என்று தெரியவந்துள்ளது. அதாவது இது கழுதை தேய்ந்து கட்டெறும் பான கதையாக உள்ளது.

புளூட்டோ கண்டுபிடிக்கப்பட்டதற்குமுன் புதன் கிரகம்தான் சூரிய மண்டலத்திலேயே மிகச் சிறிய கிரகமாக இருந்துவந்தது. ஆனால் புளூட்டோ புதனைவிடச் சிறியதாக உள்ளது. இதன்மூலம் புளூட்டோ

சூரிய மண்டலத்தின் கடைக்கோடி மட்டுமல்ல; அது 'கடைக்குட்டி' யாகவும் விளங்கியது.

சூரிய மண்டலத்தில் செவ்வாய்க்கு அப்பால் உள்ள வியாழன் (குறுக்களவு சுமார் 1,43,000 கிலோமீட்டர்) சனி (1,20,000 கிலோமீட்டர்) ஆகிய இரண்டும் வடிவில் மிகப் பெரியவை. யுரேனஸ் (51,000 கிலோமீட்டர்), நெப்டியூன் (49,000 கிலோமீட்டர்) ஆகியவையும் வடிவில் பெரியவை. இவற்றுடன் ஒப்பிட்டால் புளூட்டோ வெறும் சுண்டைக்காய்.

சூரிய மண்டலத்தின் வெளி வட்டங்களில் பெரிய, பெரிய கிரகங்கள் இருக்கும்போது 'திருஷ்டி பரிகாரம்' போல விளங்கும் புளூட்டோ மட்டும் வடிவில் சிறியதாக இருப்பது புதிராகவே இருந்தது.

புளூட்டோ கிரகம்

புளூட்டோ இன்னொரு விஷயத்திலும் புதிராகவே இருந்தது. வியாழன், சனி, யுரேனஸ், நெப்டியூன் ஆகிய நான்கு கிரகங்களும் பனி மொத்தைகள். இவற்றில் போய் இறங்குகிற விண்கலம் புதைச்சேற்றில் சிக்கியதுபோல உள்ளே போய்க்கொண்டே இருக்கும். இவற்றுடன் ஒப்பிட்டால் புளூட்டோ கிரகம் ஒரு கல் உருண்டை. அதாவது புதன், சுக்கிரன், பூமி, செவ்வாய் போல, இது பாறைக்கோள். இது பனி உருண்டையாக இல்லாதது ஏன் என்பதும் புரியவில்லை. எனினும் புளூட்டோவின் துருவப் பகுதிகளில் மீதேன் வாயு உறைபனியாகப் படிந்திருக்கிறது என்பது தெரியவந்துள்ளது.

புளூட்டோ பற்றிய பல விஷயங்கள் புதிதாக உள்ளதற்குக் காரணம் உண்டு. சூரிய மண்டலத்தில் புதன், சுக்கிரன், செவ்வாய், வியாழன், சனி, யுரேனஸ், நெப்டியூன் ஆகிய கிரகங்களை மனிதன் அனுப்பிய ஆளற்ற விண்கலங்கள் ஆராய்ந்துள்ளன. புளூட்டோ ஒன்று மட்டும்தான் நீண்டகாலம் இப்படி ஆராயப்படவில்லை. அமெரிக்கா அனுப்பிய வாயேஜர்-1, வாயேஜர்-2 ஆகிய இரு விண்கலங்களால் புளூட்டோ ஆராயப்படாததற்குக் காரணம் உண்டு.

நீங்கள் சென்னையிலிருந்து திருநெல்வேலிக்குப் போகிற வழியில் திருச்சியில் இறங்கிப் பார்க்கலாம். மதுரையில் இறங்கிச் சுற்றிப் பார்க்கலாம். ஆனால் இப்படிச் செல்லும் வழியில் கோவையில் இறங்கிப் பார்ப்பது என்பது இயலாது. ஏனெனில் கோவை எங்கோ

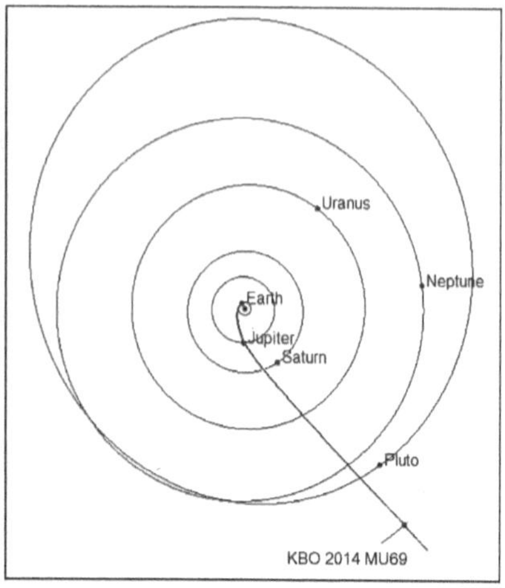

புளூட்டோவை ஆராய்ந்த நியூ ஹொரைசன்ஸ்
விண்கலமும் அது சென்ற பாதையும்

இருக்கிறது. நெல்லைக்குப் போகிற வழியில் கோவை இல்லை. வாயேஜர்-2 விண்கலம் கடைசியாக நெப்டியூனை ஆராய்ந்து செல்கையில் அந்தச் சமயத்தில் புளூட்டோ அங்கு இல்லாமல் தனது சுற்றுப்பாதையில் வேறு எங்கோ இருந்தது. வாயேஜர்-2 சென்ற பாதைக்கு அருகே புளூட்டோ இருந்திருக்குமானால் புளூட்டோவையும் வாயேஜர்-2 ஆராய்ந்திருக்கும்.

புளூட்டோவை ஆராய்வதற்காக மட்டும் ஒரு விண்கலத்தை அனுப்ப நாஸா முடிவு செய்து நியூ ஹொரைசன்ஸ் என்ற விண்கலத்தை அனுப்பியது. ஆளில்லா அந்த விண்கலம் 2006 ஜனவரியில் உயரே செலுத்தப்பட்டது. அது 2015 ஆம் ஆண்டில் புளூட்டோவை நெருங்கி ஆராய்ந்து படங்களையும் அனுப்பியது.

புளூட்டோவுக்கு சாரோன் என்ற சந்திரன் உட்பட ஐந்து சந்திரன்கள் உள்ளன புளூட்டோவை சுற்றுகிற சாரோனோ புளூட்டோவில் பாதி அளவுக்குமேல் உள்ளது. புளூட்டோவுக்கு இவ்வளவு பெரிய சந்திரனா என்று வியக்கத் தோன்றுகிறது.

பதவி இழந்த புளூட்டோ

புளூட்டோ 1930-ல் கண்டுபிடிக்கப்பட்டது. அப்போது முதல் 2006-ம் ஆண்டுவரை அதுதான் ஒன்பதாவது கிரகம். அப்படித்தான் நம்மில் பெரும்பாலானோர் பள்ளிக்கூடப் புத்தகங்களில் படித்துவந்தோம்.

ஆனால் 1970-களில் குட்டி குட்டியாக நிறைய வான்பொருள்கள் கண்டுபிடிக்கப்பட்டன. அவற்றின் எடையும் அளவும் புளூட்டோ போல் இருக்கவே, கிரகம் என்பதன் வரையறை என்ன என்பது பற்றிப் பேச்சு வர ஆரம்பித்தது. 2005-ம் ஆண்டு புளூட்டோவைத் தாண்டிய பகுதியில் ஈரிஸ் என்ற ஒரு பொருள் கண்டுபிடிக்கப்பட்டது. இது புளூட்டோவைவிட 27% அதிக எடை கொண்டதாகவும் கிட்டத்தட்ட புளூட்டோ அளவுக்கே குறுக்களவு கொண்டதாகவும் இருந்தது. அப்படியானால் ஈரிஸும் ஒரு கிரகமா என்ற கேள்வி எழுந்தது.

ஆகஸ்ட் 2006-ல் கூடிய சர்வதேச வானவியல் அமைப்பு, ஒரு கிரகம் என்றால் என்ன என்பதை வரையறை செய்தது. அந்த வரையறையின் படி புளூட்டோவும் கிரகமல்ல, ஈரிஸும் கிரகமல்ல என்று முடிவு செய்தார்கள். மாறாக புளூட்டோவுக்கு 'குள்ள கிரகம்' என்ற அந்தஸ்தை வழங்கினர்.

ஆனால் அமெரிக்காவில் சில பிரிவினர் இந்த முடிவைக் கடுமையாக எதிர்க்கிறார்கள். புளூட்டோவைக் கண்டுபிடித்த டாம்போ இல்லினாய் மாகாணத்தில் பிறந்தவர். நியூ மெக்சிகோ மாகாணத்தில் நீண்ட காலம் பணியாற்றியவர். இந்த இரு மாகாணங்களின் சட்ட மன்றங்கள் புளூட்டோவை கிரகங்களின் பட்டியலிலிருந்து நீக்கியது செல்லாது என்று தீர்மானம் நிறைவேற்றின. கலிபோர்னியா மாகாண சட்டமன்றம் ஒரு கண்டனத் தீர்மானத்தை நிறைவேற்றியது.

சர்வதேச வானவியல் அமைப்பின் மொத்த உறுப்பினர் எண்ணிக்கை 9000. ஆனால் புளூட்டாவைப் 'பதவி நீக்கம்' செய்த போது அவையில் 424 உறுப்பினர்களே இருந்தனர் என்பதால் புளூட்டோ பற்றிய தீர்மானம் செல்லாது என்றும் குரல் எழுப்பப்பட்டது.

புளூட்டோ கண்டுபிடிக்கப்பட்ட தினமான மார்ச் 13 ஆம் தேதியை ஆண்டு தோறும் புளூட்டோ தினமாக அனுசரிப்பது என்றும் புளூட்டோ ஆதரவாளர்கள் தீர்மானித்து அவ்விதமே செய்து வருகின்றனர்.

புளூட்டோவை நீக்கியது சரியே என்று சொல்லும் கூட்டமும் உள்ளது. புளூட்டோவை மறுபடி கிரகமாகச் சேர்த்துக் கொண்டால் மேலும் பல 'உருண்டைகளுக்கும்' அந்த அந்தஸ்தைக் கொடுக்க வேண்டியிருக்கும். பிறகு இதற்கு முடிவே இராது என்று அவர்கள் கூறுகின்றனர்

புளூட்டோவுக்கு மறுபடி கிரக அந்தஸ்து அளிக்கப்படும் என்று தோன்றவில்லை.

ஆனால் வரலாற்றில் புளூட்டோ ஒரு கிரகம் என்பதாகப் பல ஆண்டுகள் இருந்துவிட்டபடியால், நாமும் இந்த அத்தியாயத்தின் ஆரம்பத்தில்

அதனைக் கிரகம் என்பதாகவே குறிப்பிட்டிருக்கிறோம். இனிவரும் பாடப் புத்தகங்களில் புளூட்டோ அதன் கிரக அந்தஸ்தை இழந்து விட்டிருக்கும்.

புளூட்டோவுடன் சூரிய மண்டலம் முடிந்து விட்டதாகக் கருதிவிடக் கூடாது.

எந்த ஒரு குடும்பத்திலும் அவ்வப்போது வந்து போகிற விருந்தாளிகள் உண்டு. சூரியக் குடும்பத்திலும் 'விருந்தாளிகள்' உள்ளனர். அவர்களை அடுத்து பார்ப்போம்.

10

வால்நட்சத்திரங்கள்

பயமுறுத்தும் விருந்தாளிகள்

'என்ன ஜோதிடரே! வானை நன்கு ஆராய்ந்து பார்த்துவிட்டீரா?'

'ஆம் அரசே! நீங்கள் கவலைப்பட்ட மாதிரியே அது... அது... தெரிகிறது.'

'என்ன? அது தெரிகிறதா? நன்றாகப் பார்த்துவிட்டீரா?'

'நன்றாகவே பார்த்துவிட்டேன் அரசே! அது தெரிகிறது.'

இதைக் கேட்ட மன்னர் பெரும் அதிர்ச்சி அடைந்து, 'நான் என்ன பாவம் செய்தேன்' என்று உரக்க அலறியபடி பீதியுடன் தனது ஆசனத்தில் சாய்கிறார்.

மன்னரும் ஜோதிடரும் 'அது' என்று குறிப்பிட்டது வேறு ஒன்று மிலலை. வால்நட்சத்திரம்தான்!

சில நூறு ஆண்டுகளுக்குமுன் உலகின் எல்லா நாடுகளிலும் மன்னர் ஆட்சிதான் நடைபெற்றுவந்தது. மன்னர்களுக்கு வால்நட்சத்திரம் என்ற பெயரைக் கேட்டாலே பயம், பீதி. அதன் பெயரைச் சொல் வதற்குக்கூட கிலி.

வானில் வால்நட்சத்திரம் தென்பட்டால் அதனால் மன்னருக்கு ஆபத்து; மன்னரின் ஆட்சிக்கு ஆபத்து; நாட்டுக்கு ஆபத்து என்ற மூடநம்பிக்கை நிலவி வந்த காலம் அது.

ஆகவேதான் வானில் வால்நட்சத்திரம் தெரிகிறதா என்று பார்த்துக் கூற மன்னரின் சபைகளில் ஆஸ்தான ஜோதிடர்கள் இருந்தனர். வானில் அப்படி வால்நட்சத்திரம் தென்பட்டுவிட்டால் அதை மன்னரிடம் கூற ஆஸ்தான ஜோதிடர்கள் நடுநடுங்கினர். ஏனெனில் அதைக்

கேட்டவுடன் மன்னருக்கு ஏற்பட்ட கோபம் சில சமயங்களில் ஜோதிடர்களையும் பாதித்தது உண்டு.

வால்நட்சத்திரம் பற்றிய மூட நம்பிக்கை ஒரு பக்கம் இருக்கட்டும். இதில் ஒன்றைக் கவனிக்கவேண்டும். 'அரசே! வானில் வியாழன் தெரிகிறது. செவ்வாய் தெரிகிறது. சனி தெரிகிறது' என்று எந்த ஜோதிடரும் மன்னரிடம் கூறியது கிடையாது எனலாம். இவை யெல்லாம் எப்போதும் வானில் தெரிபவை. நட்சத்திரங்களும் எப்போதும் வானில் காணப்படுபவை.

ஆனால் வால்நட்சத்திரம் அப்படி அல்ல. எப்போதாவது வானில் தலைகாட்டுபவை. அபூர்வமாகத் திடீரென்று தலைகாட்டுபவை. இப்படித் தலைகாட்டுகிற அவற்றுக்கு ஆரம்பத்தில் வால் கிடையாது. மிகத் தொலைவில் இருக்கும் போது ஒளிப்புள்ளியாகத் தான் தெரியும். சூரியனை அதாவது பூமியை மேலும் மேலும் நெருங்கும் போது தான் வால் முளைக்கும். ஆகவே தான் வால் நட்சத்திரம் தொலைவில் இருக்கும் போது அதை அடையாளம் காண்பது கடினம். ஆகவே தான் மன்னர்களுக்கு ஜோதிடர்களாகவும் விளங்கிய வான் ஆராய்ச்சி யாளர்களின் உதவி தேவைப்பட்டது.

வால்நட்சத்திரங்கள் வானில் நிரந்தரமாகத் தெரிபவை அல்ல. அவை சூரிய மண்டலத்தின் 'விருந்தாளிகள்'. ஆனால் மகிழ்ச்சி அளிக்கிற அல்லது பரிசு கொண்டுவருகிற விருந்தாளிகள் அல்ல. மன்னர்களைக் கதிகலங்க அடித்த 'அழையா விருந்தாளிகள்'. பயமுறுத்தும் விருந்தாளிகள்.

மன்னர்களின் அச்சத்தைப் போக்க அந்த நாட்களில் சில ஜோதிடர்கள் தங்களது சாமர்த்தியத்தைப் பயன்படுத்தினர். தங்களது தலையைக் காத்துக்கொள்வதற்காக, 'மன்னா! வால்நட்சத்திரத்தின் தலை நம் நாட்டின் பக்கமாக இருக்கிறது. நன்கு பாருங்கள். இதனால் நம் நாட்டுக்கு நல்லதுதான் நடக்கும். வால் நம் பக்கம் இருந்தால்தான் ஆபத்து. வாலைப் பாருங்கள். அது நமது எதிரி நாட்டைப் பார்த்துக் அமைந்திருக்கிறது. நமது அண்டை நாட்டு மன்னனுக்கு நிச்சயம் அழிவுதான்' என்று மன்னர்களுக்கு விளக்கம் கூறிய ஜோதிடர்கள் உண்டு. இதைக் கேட்டு மகிழ்ந்த மன்னர் தனது ரத்தின மாலைகளில் ஒன்றைக் கழற்றி ஜோதிடருக்குப் பரிசாக அளித்திருக்கலாம்.

அதே சமயம் அடுத்த நாட்டின் மன்னரிடம் அந்த நாட்டின் ஆஸ்தான ஜோதிடர், 'மன்னரே! நன்கு பாருங்கள். வால்நட்சத்திரம் அண்டை நாட்டைத்தான் உற்றுப் பார்க்கிறது. அவனுக்குத்தான் ஆபத்து' என்று வேறு வித விளக்கம் கூறி வைர மோதிரத்தைப் பரிசாகப் பெற்றிருக்கலாம்.

வால் நட்சத்திரம் 16 ஆம் ஆண்டு மரச் செதுக்கு ஓவியம்

கி.பி. *1618*-ம் ஆண்டில் ஒரு பெரிய வால்நட்சத்திரம் மாஸ்கோவில் தெரிந்தது. அதன் தலை ரஷ்யாவை நோக்கி இருந்தது. வால் போலந்து மற்றும் ஜெர்மன் நாட்டை நோக்கி இருந்தது. அப்போது ரஷ்ய ஜோதிடர்கள் மேலே குறிப்பிட்டவாறு விளக்கம் கூறி மன்னருக்கு நிம்மதி உண்டாக்கினர்.

சுமார் *500* ஆண்டுகளுக்கு முன்னர் ஐரோப்பிய நாடுகளுக்கும் துருக்கிக்கும் அடிக்கடி போர் நடந்தது. அதே சமயத்தில் விசித்திர வடிவில் ஒரு வால்நட்சத்திரம் வானில் தெரிந்தது. அது சிலுவை வடிவில் இருந்ததாக ஐரோப்பிய மத குருமார்கள் கருதினர். ஆகவே தங்கள் பக்கம்தான் வெற்றி கிட்டும் என்று நம்பினார்கள். துருக்கியர்களோ அந்த வால்நட்சத்திரம் போரில் தாங்கள் பயன் படுத்துகிற வாள் வடிவில் இருப்பதாகக் கருதினர். ஆகவே தங்களுக்குத் தான் வெற்றி கிட்டும் என்று பகிரங்கமாகக் கூறினர். இது பற்றித் தெரிந்ததும் ஐரோப்பாவில் மதகுருமார்கள் மனம் தளர்ந்தனர். அந்த வால்நட்சத்திரத்தை 'நாசமாப் போக' என்று சபித்தனர். வேடிக்கை என்னவென்றால் இறுதியில் ஐரோப்பியர்களுக்குத்தான் வெற்றி கிட்டியது.

அந்த நாட்களில் பலப்பல சிறு நாடுகள். பலப்பல மன்னர்கள். நாடுகளிடையே போர்கள் என்பது சகஜம். தவிரவும் காலரா, பிளேக் (கொள்ளை நோய்), பெரியம்மை போன்ற நோய்கள் பற்றி அறிவியல் ரீதியாகக் காரணம் தெரியாத காலம். இந்த நோய்களைப் பற்றித் தெரியாத காரணத்தால் தக்க மருந்துகளும் இல்லாத காலம். ஒரு நாட்டில் இந்த

நோய்களில் ஒன்று தலையெடுத்தால் ஆயிரக்கணக்கில், லட்சக்கணக்கில் மக்கள் செத்துப்போயினர். பயிர்கள் பொய்த்துப் பஞ்சம் ஏற்படுவது என்பதும் அந்நாட்களில் வழக்கமான ஒன்று. ஆகவே, போர், பஞ்சம், கொள்ளை நோய் ஆகியவை ஏற்பட வால்நட்சத்திரம்தான் காரணம் என்ற தவறான கருத்து ஏற்பட்டு அது வேரூன்றியது. ஆகவேதான் மன்னர்கள் வால்நட்சத்திரத்தைக் கண்டு பயந்தார்கள்.

மன்னர்கள் மட்டுமல்ல, மக்களும் வால்நட்சத்திரத்தைக் கண்டு அஞ்சினர். உலகம் அழியப்போகிறது என்று குறிப்பாக மேலை நாடுகளில் மத நம்பிக்கை அடிப்படையில் தவறான கருத்து ஒன்று நிலவிவந்தது. 1680-ம் ஆண்டில் ஒரு பெரிய வால்நட்சத்திரம் தோன்றியபோது ஐரோப்பிய நாட்டு மக்களிடையே பயங்கர பீதி ஏற்பட்டது. இதன் விளைவாகப் பணம் படைத்தவர்கள் பலரும் தங்கள் சொத்துகளை மடாலயங்களுக்கு எழுதிவைத்தனர். வசதியற்றவர் களும் இப்படிச் செய்தது உண்டு.

கல்வியறிவு வளர வளர, இந்த மூடநம்பிக்கைகள் பெரும்பாலும் குறைந்தன. ஆனால் முற்றிலுமாக மறையவில்லை.

சில சமயங்களில் மக்களின் இந்த மூடநம்பிக்கைகளைப் பயன்படுத்தி சிலர் பணம் சம்பாதித்தனர். 1910-ம் ஆண்டில் ஒரு வால்நட்சத்திரம் தென்பட்டபோது அந்த வால்நட்சத்திரத்தின் விளைவாக ஒருவித வாயு மக்களைத் தாக்கலாம் என்று வதந்தி தோன்றியது. அமெரிக்காவில் சிலர் இந்த பாதிப்பு நேராமல் ‘காப்பாற்றுகிற’ மாத்திரைகளை விற்றனர். அது என்ன மாத்திரையோ தெரியாது. மக்களில் பலரும் அந்த மாத்திரைகளை வாங்கிச் சாப்பிட்டனர். ‘வால்நட்சத்திர மாத்திரை’ விற்றவர் நல்ல பணம் பண்ணியிருப்பார்.

வால்நட்சத்திரங்களை சூரிய மண்டலத்தின் விருந்தாளிகள் என்று குறிப்பிட்டோம். இவற்றில் பலவும் சூரிய குடும்பத்தைச் சேர்ந்தவையே. ஆனாலும் அவை இரவு வானில் நிரந்தரமாகத் தெரிபவை அல்ல. என்றோ திடீரென்று தலை காட்டுகின்றன.

எப்போதோ வருவது ஏன்?

வீட்டில் உள்ள பெரியவரைப் பார்க்க விருந்தாளிகள் வருவதுண்டு. பக்கத்தில் உள்ள ஊர்களில் இருப்பவர்கள் அடிக்கடி வரலாம். தில்லி, மும்பை, கொல்கத்தா போன்று தொலைவில் இருப்பவர்கள் எப்போதாவது வருவார்கள். அவர்கள் மறுபடி தலைகாட்டுவது அபூர்வம். சிலர் ஒரு தடவை எட்டிப் பார்த்துவிட்டுப் போனால் திரும்ப வருவது சந்தேகமே.

வால்நட்சத்திரங்களும் இப்படிப்பட்டவைதான்.

சூரிய மண்டலத்தின் 'பெரியவர்' சூரியன். கிரகங்கள் வீட்டு மனுஷர்கள் மாதிரி. அவை சூரியனை வளைய வளையச் சுற்றி வருகின்றன. விருந்தாளிகள் போன்ற வால்நட்சத்திரங்கள் எங்கிருந்தோ வரும். சூரியனைச் சுற்றிவிட்டு வந்த வழியே போய்விடும். இவற்றில் சில வால்நட்சத்திரங்கள் ஒரு தடவை வந்து போனால் 100 அல்லது 200 ஆண்டுகளுக்குப் பிறகுதான் தென்படும். மற்றும் சில வால் நட்சத்திரங்கள் ஒரு தடவை 'விசிட்' அடித்துவிட்டுச் சென்றால் பிறகு திரும்ப வருவது சந்தேகமே.

இந்த வால்நட்சத்திரங்களில் எதுவாக இருந்தாலும் சரி, சூரியனை நோக்கித்தான் வருகின்றன. சூரியனைச் சுற்றிவிட்டு அவை வந்த 'திசையை' நோக்கிச் சென்றுவிடுகின்றன.

இங்கு ஒன்றைக் கவனிக்க வேண்டும். புதன், சுக்கிரன், பூமி, செவ்வாய் முதலிய எட்டு கிரகங்களும்தான் சூரியனைச் சுற்றுகின்றன. நாம் விரும்பினால், நிலவற்ற இரவில் விடிய விடியக் காத்திருக்கத் தயாராக இருந்தால் அநேகமாக இந்தக் கிரகங்கள் அனைத்தையுமே பார்த்துவிட முடியும். வெறும் கண்ணினால் பார்க்க முடியவில்லை என்றால் தொலைநோக்கி மூலமாவது பார்த்துவிட முடியும். ஆனால் வால்நட்சத்திரங்களை நாம் விரும்புகிற சமயத்தில் பார்த்துவிட முடியாது. அவை சூரியனை நெருங்கிய பிறகுதான் தென்படும். அல்லது சூரியனைச் சுற்றிவிட்டுத் திரும்புகிற சமயத்தில்தான் பார்க்க முடியும். இதற்கு அவற்றின் சுற்றுப்பாதைதான் காரணம்.

கிரகங்கள் சூரியனை வட்ட வடிவமான சுற்றுப்பாதைகளில் சுற்றுகின்றன. ஆனால் வால்நட்சத்திரங்களின் சுற்றுப்பாதை பெரும் பாலும் நீள் வட்டமாக உள்ளது. இந்த நீள் வட்டப்பாதையின் ஒரு முனையில் சூரியன் அமைந்திருக்கிறது. இதை வேறுவிதமாகச் சொன்னால் சூரியன் ஒரு முனையில் அமைந்தவகையில் வால் நட்சத்திரத்தின் சுற்றுப்பாதை அமைந்திருக்கிறது. இந்த நீள வட்டப் பாதையின் மறுமுனைக்கு வால்நட்சத்திரம் சென்றுவிட்டால் நம் கண்ணுக்குப் புலப்படாது. சக்தி மிக்க தொலைநோக்கி மூலம் பார்த்தால்கூடத் தென்படாது.

கிரகங்களுக்கும் வால்நட்சத்திரங்களுக்கும் ஒருவகையில் ஒற்றுமை உள்ளது. இரண்டுமே சுயஒளி அற்றவை. சூரியனின் ஒளி அவற்றின்மீது படும்போதுதான் அவை தெரிகின்றன.

நீங்கள் நிலவற்ற இரவில் வீட்டு வாசலில் உட்கார்ந்திருக்கிறீர்கள். வீட்டு வாசலில் இருக்கிற மின்சார பல்பு வெளிச்சத்தில் தெருவில் விளையாடுகிற உங்கள் நண்பர்களின் முகம் தெரிகிறது. அதே

சமயத்தில் உங்கள் தெருவில் ஒருவர் சைக்கிள் பழகுகிறார். அவர் உங்கள் வீட்டை நோக்கி வரும்போது அவரது முகம் தெரிகிறது. உங்கள் வீட்டுக்கு அருகே வந்ததும் சைக்கிளை வந்த வழியே திருப்பி இருளில் மறைகிறார்.

அவர் தெருக்கோடிக்குச் சென்றிருக்கலாம். அதற்கு அப்பாலும் சென்றிருக்கலாம். அப்போது அவரோ சைக்கிளோ தெரிவதில்லை. தெருக்கோடியிலிருந்து மறுபடி உங்கள் வீட்டை நோக்கி வருகிறார். வீட்டை நெருங்கும்போதுதான் அவரைக் காண முடிகிறது. வால்நட்சத்திரங்கள் இப்படித்தான். நீள் வட்டப் பாதையில் சூரியனைச் சுற்றுகிற அவை, சூரியனை நெருங்கும்போதுதான் சூரிய ஒளி பட்டு நமக்குத் தெரிகின்றன. வால்நட்சத்திரங்கள் அபூர்வமாக எப்போதோ ஒருமுறை வானில் தெரிவதற்கு இதுவே காரணம்.

வெறும் கண்ணுக்குத் தெரியாத, ஆனால் தொலைநோக்கியால் பார்க்க முடிகிற வால்நட்சத்திரங்கள் பலவும் கண்டுபிடிக்கப்பட்டுள்ளன. தொலைநோக்கி கண்டுபிடிக்கப்பட்டதற்கு முன்னர், வெறும் கண்ணால் பார்க்க முடிகிற வால்நட்சத்திரங்கள் மட்டுமே வானில் தென்பட்டன. ஆகவே அந்த நாட்களில் வால்நட்சத்திரங்கள் 'மிக அபூர்வமாக' இருந்தன.

வால்நட்சத்திரங்கள் சூரியனை நீள்வட்டச் சுற்றுப்பாதையில் சுற்றுவதாகச் சொன்னோம். ஆகவே ஒரு தடவை வந்துவிட்டுச் சென்ற வால்நட்சத்திரம் (தனது சுற்றுப்பாதையில்) மறுகோடிக்குச் சென்று விட்டு எப்படியும் மறுபடி சூரியனை நோக்கி வந்தாகவேண்டும். சூரியனை நெருங்கும்போது மறுபடியும் அது தெரியும். சைக்கிள் பழகுபவரைப் போல.

வால்நட்சத்திரங்கள் பற்றி அறியப்படாமல் இருந்த காலத்தில் மக்களுக்கு, பழைய அதே வால்நட்சத்திரம் தான் 'ரவுண்டு' அடித்து விட்டு மறுபடி வருகிறது என்பது புரியவில்லை. முன்பு வந்து சென்ற அதே வால்நட்சத்திரத்தைப் புது வால்நட்சத்திரமாகக் கருதினார்கள்.

சூரியனை நோக்கி வருகிறபோது சில வால்நட்சத்திரங்களின் சுற்றுப்பாதை பாதிக்கப்பட்டது உண்டு. வால்நட்சத்திரம் ஒன்றின் சுற்றுப்பாதை நீள்வட்டமாக இருப்பதால் அது சூரியனை நோக்கி வரும்போலு பல கிரகங்களின் சுற்றுப்பாதைகளைக் கடந்து வந்தாக வேண்டும். அப்படி ஒரு கிரகத்தின் சுற்றுப்பாதையைக் கடக்கும்போது தற்செயலாக அந்த கிரகத்தை வால்நட்சத்திரம் நெருங்கிக் கடக்க நேரிடலாம். அதாவது ஆளில்லாத லெவல் கிராசிங்கில் ரயில் போகிற நேரம் பார்த்து ஒரு லாரியும் அங்கு வந்து சேருவது போன்ற நிலைமை ஏற்படலாம். அப்படி ஒரு கிரகத்தைக் கடக்கும்போது அந்த கிரகத்தின் ஈர்ப்பு சக்தி வால்நட்சத்திரத்தின் சுற்றுப்பாதையைப் பாதிக்கிறது. இதன்

விளைவாக வால்நட்சத்திரத்தின் சுற்றுப்பாதை மாறி அது கிட்டத்தட்ட வட்ட வடிவமான பாதையில் சூரியனைச் சுற்ற முற்படலாம்.

பல வால்நட்சத்திரங்களின் பாதையை இப்படி மாற்றிய பெருமை வியாழன் கிரகத்துக்கு உண்டு. பாதை மாறிய வால்நட்சத்திரங்கள் சூரியனை அடிக்கடி சுற்ற ஆரம்பிக்கின்றன.

இப்படி ‘சிறைபட்ட’ வால்நட்சத்திரங்கள் பலவும் உள்ளன.

வேறு சில வால்நட்சத்திரங்களின் சுற்றுப்பாதைகள் வளைக்கப்பட்ட வில் வடிவில் உள்ளன. அவை ஒரு தடவை வந்து சென்றால் மறுபடி தலைகாட்ட சில நூறு ஆண்டுகள் ஆகலாம். 19-ம் நூற்றாண்டின் மத்தி வாக்கில் பெரிய பெரிய வால்நட்சத்திரங்கள் வானில் தென்பட்டன. அவற்றில் சில வால்நட்சத்திரங்கள் பகல் நேரத்திலும் (பகலில் தெரிகின்ற மங்கிய நிலவு போல) தெரிந்தன.

வால்நட்சத்திரங்கள் பற்றி இதுவரை கூறப்பட்டதிலிருந்து நீங்கள் ஒன்றைப் புரிந்துக் கொண்டிருக்கலாம். அதாவது வால்நட்சத்திரம் என்பது நட்சத்திரம் அல்ல என்பதை உணர்ந்திருக்கலாம். அப்படி யானால் வால்நட்சத்திரம் என்பது என்ன?

வால்நட்சத்திரத்துக்கு உண்மையில் வால் இருக்கிறதா? அது நிரந்தர மாக இருக்கிற வால்தானா? வால்நட்சத்திரங்கள் எங்கிருந்து வருகின்றன?

வால் முளைத்த ‘நட்சத்திரம்’

உங்களுக்குப் பஞ்சு மிட்டாய் தெரியும். பஞ்சு மிட்டாய்க்குள் ஒரு பென்சிலை நீங்கள் எளிதாக நுழைக்க முடியும். ஆனால் ஒரு தேங்காய்க்குள் பென்சிலை எளிதாக நுழைக்க முடியாது.

பூமி, தேங்காய்போலக் கெட்டியானது. ஆனால் வால்நட்சத்திரம் பஞ்சு மிட்டாய் மாதிரி. ஆனால் தேங்காயைவிடப் பஞ்சுமிட்டாய் வடிவில் பெரியது. அதுபோல் வால்நட்சத்திரமும் வடிவில் பெரியது. ஆனால் அதன் அடர்த்தி குறைவு. ஆகவே நீங்களும் நானும் ஒரு விண்கலத்தில் ஏறிச் சென்றால் வால்நட்சத்திரத்தின் வாலுக்குள் நுழைந்து எந்தத் தீங்கும் நேராமல் மறுபுறம் வெளிவந்துவிடலாம்.

விண்கலம் என்ன, பூமிகூட பல தடவை வால் பகுதிக்குள் நுழைந்து மறுபுறம் வந்துள்ளது

பூமி சூரியனைச் சுற்றுகிறது என்பதை நாம் அறிவோம். அப்படிச் சுற்றுகையில் கடந்த காலத்தில் ஒரு தடவை அல்ல, பல தடவை வால்நட்சத்திரத்தின் வால் வழியே பூமி நுழைந்து சென்றுள்ளது. பூமி

இப்படிக் கடந்து செல்லக்கூடிய அளவுக்குப் பெரிய நீண்ட வால் உள்ளது என்றால் வால்நட்சத்திரம் வடிவில் மிகப் பிரமாண்டமானதாக இருக்கவேண்டும் என்பதை நீங்கள் புரிந்துகொண்டிருக்கலாம். உண்மைதான்! வால்நட்சத்திரங்கள் பல பூமியைவிடப் பெரியவை. சொல்லப்போனால் பெரிய வால்நட்சத்திரம் ஒன்றை; அதன் வாலையும் சேர்த்துக் கணக்கிட்டால் சூரியனைவிடப் பெரிதாக இருக்கும். ஒரு வால்நட்சத்திரத்தின் வால் பல கோடி கிலோமீட்டர் நீளம் இருக்கும்.

ஆனால் ஒன்று. அப்படிப்பட்ட வால்நட்சத்திரத்தைப் பிடித்து பசக்கென்று அமுக்கினால் அது நமது சந்திரனைவிட மிகச் சிறியதாகி விடும். பஞ்சுமிட்டாயை அமுக்கினால் அது கமர்கட் அளவுக்குக்கூட இருக்காது என்பதைப் போலத்தான் இதுவும்.

இதையே வேறுவிதமாகவும் கூறலாம். வானில் நீங்கள் மேகங்களைப் பார்த்திருக்கிறீர்கள். வடிவில் அவை மிகப் பெரியவையாக உள்ளன. ஆனால் அந்த மேகங்களின் ஊடே விமானம் பறந்து செல்வதையும் நீங்கள் பார்த்திருப்பீர்கள். அது மாதிரிதான் வால்நட்சத்திரம்.

வால்நட்சத்திரத்தின் வால் மிகப் பெரியது என்பதுடன் மிக நீண்டதும் கூட. பொதுவில் கூறினால் வால்நட்சத்திரத்துக்குத் தலையும் வாலும் மட்டும்தான் உள்ளன.

வால்நட்சத்திரத்தின் தலை காரணமாகத்தான் அதற்கு வால் உள்ளது. இது எப்படி என்று தெரிந்துகொள்ளுமுன் தலை எப்படி உள்ளது என்பதைக் கவனிக்கலாம். வால்நட்சத்திரத்தின் தலை என்பது கிட்டத்தட்ட ஒரு பனிக்கட்டி. அதில் அழுக்கும் இருக்கலாம். இதில் பலவகை வாயுக்களும், கல், மண் பாறைகள் போன்றவையும் இருக்கலாம். இவை அனைத்தும் சேர்ந்ததுதான் வால்நட்சத்திரத்தின் தலை.

ஒரு வால்நட்சத்திரம் சூரிய மண்டலத்தின் எல்லையில் அதாவது சூரியனிலிருந்து மிகமிகத் தொலைவில் இருக்கும்போது அதற்கு வால் கிடையாது. வெறும் தலை மட்டும்தான் இருக்கும்.

எந்த ஒரு வால்நட்சத்திரமும் சூரியனை ஒருமுறை சுற்றிவிட்டு வந்த வழியே திரும்புகிறது என்று சொன்னேன் அல்லவா? அப்படிச் சுற்றிச் செல்வதற்காக வால்நட்சத்திரம் சூரியன் இருக்கிற இடத்தை நோக்கி வருகிறது. அப்படி அது வரும்போது கொஞ்சம் கொஞ்சமாக அதன் வேகம் அதிகரிக்கும். சூரியனின் ஈர்ப்பு சக்தி இதற்குக் காரணம். அப்படி சூரியனை நெருங்க, நெருங்க வால்நட்சத்திரத்துக்கு வால் முளைக்க ஆரம்பிக்கிறது. வால் என்பது மிக நுண்ணிய துணுக்குகளே. வால் நட்சத்திரத்தின் தலை மீது சூரியவெப்பம் படும்போது தலைப்பகுதி சூடேறுகிறது.அத்துடன் சூரியனிலிருந்து வெளிப்படுகின்ற ஆற்றல் மிக்க துகள்கள் வால் நட்சத்திரத்தைத் தாக்கும் போது வால்

நட்சத்திரத்தில் உள்ள தூசும் அத்துடன் வாயுக்களும் வெளிப்பட ஆரம்பிக்கின்றன. இந்த வாயுக்களும் துகள்களும் சேர்ந்து வால் வடிவம் பெறுகின்றன. சில சமயங்களில் வானில் மிக உயரத்தில் ஜெட் விமானம் பறப்பதைப் பார்த்திருக்கலாம். அந்த ஜெட் விமானத்தின் பின் புறத்திலிருந்து வெண்மையான புகை வெளிப்படும். விமானம் மறைந்தபிறகும் அந்தப் புகை நீண்ட வெண்மைக் கோடு போல வானில் தெரியும். வால்நட்சத்திரத்தின் தலையிலிருந்து வெளிப்படும் வாயுத் துகள்கள் இப்படித்தான் வாலாக உருப்பெறுகின்றன. வால்நட்சத்திரம் சூரியனை நெருங்கிச் சுற்றிவிட்டு மறுபடி தனது பாதையில் மிக அப்பால் சென்றுவிடும்போது அதன் வால் மிகவும் சுருங்கிவிடுகிறது அல்லது வால் மறைந்துவிடுகிறது.

ஒரு வால்நட்சத்திரம் சூரியனைச் சுற்றிமுடித்தபின் வால் திடீரென ஒரு வேடிக்கை பண்ணுகிறது. அதாவது பலத்த காற்று அடிக்கும்போது குடையின் துணி எதிர்ப்புறம் திரும்பிக்கொள்ளும். அதுபோல வால்நட்சத்திரத்தின் வால் எதிர்ப்புறம் திரும்பிவிடுகிறது. இதன் விளைவாக ஒரு வால்நட்சத்திரம் சூரியனை நோக்கி வரும்போது அதன் தலைப்பகுதி சூரியனைப் பார்த்தபடி அமைந்திருக்கிறது. வால் பின்னால் இருக்கிறது. சூரியனை சுற்றி முடித்தபிறகும் தலைதான் சூரியனைப் பார்த்தபடி இருக்கிறது. வால் மறுபுறம் அமைந் திருக்கிறது. சூரியனுக்குத் தனது வாலைக் காட்டுவது மரியாதை இல்லை என்பதுபோல வால் எதிர்ப்புறத்துக்கு மாறி விடுகிறது.

வால்நட்சத்திரத்தின் வால் இப்படி திசை மாறுவதற்குக் காரணம் உண்டு. வால்நட்சத்திரத்தின் தலைப் பகுதியிலிருந்து வாயுத் துணுக்கு

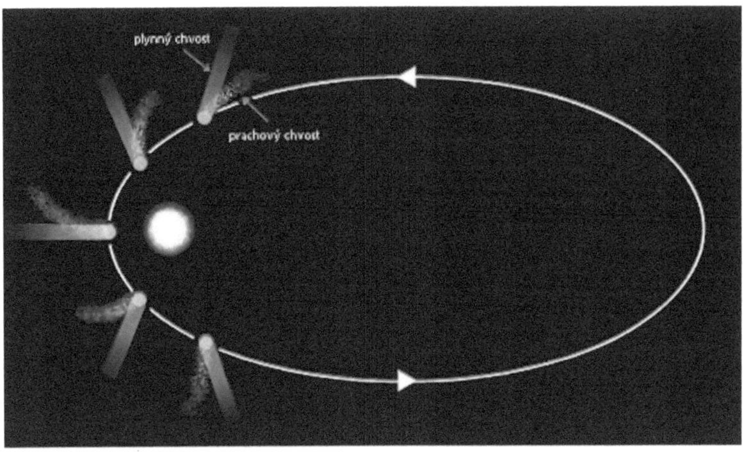

சூரியனை சுற்றி முடித்த பின் வால் நட்சத்திரத்தின்
வால் எதிர்ப்புறம் திரும்பிவிடும்

களும் தூசும் வெளிப்படுகின்றன என்று ஏற்கெனவே குறிப்பிட்டோம். சூரியனிலிருந்து ஒளி மட்டுமன்றி, மிக மிக நுண்ணிய துகள்களும் வெளிப்படுகின்றன. இந்தத் துணுக்குகள் வால்நட்சத்திரத்தின் வாயுக்களைப் பின்னே தள்ளுவதால்தான் வால்நட்சத்திரத்துக்கு வால் தோன்றுகிறது. சூரியனை சுற்றி முடித்தபின் அந்த வாயுத்துணுக்குகள் சூரியனின் துணுக்குகளால் பின்னுக்குத் தள்ளப்படுகின்றன. அதனால்தான் வால்நட்சத்திரத்தின் வால் திசை மாறுகிறது.

வால்நட்சத்திரங்கள் பலவும் குறிப்பிட்ட காலத்துக்கு ஒருமுறை தலைகாட்டுகின்றன என்று குறிப்பிட்டோம். இப்படி ஒவ்வொரு தடவையும் வரும்போது சூரிய வெப்பம் காரணமாக வால்நட்சத்திரத்தி லிருந்து பொருள்கள் வாயு வடிவில் வெளியேறுகின்றன.

இப்படி ஒவ்வொரு தடவையும் வால்நட்சத்திரம் தனது பொருளை இழக்கும்போது அது இளைத்துப் போகும் என்று சொல்லத் தேவையில்லை.

உதாரணமாக ஹாலி வால்நட்சத்திரம் 76 ஆண்டுகளுக்கு ஒருமுறை வருகிறது. (ஹாலி என்ற பிரபல விஞ்ஞானி இந்த வால்நட்சத்திரம் பற்றி பல முக்கியத் தகவல்களை கூறியதால் அதற்கு அவருடைய பெயர் வைக்கப்பட்டது.) அது ஒரு தடவை வந்து சென்றால் 250 மில்லியன் டன் பொருளை இழக்கிறது என்று விஞ்ஞானிகள் கணக்கிட்டுக் கூறியுள்ளனர். ஆகவே காலப்போக்கில் ஒரு வால்நட்சத்திரம் வடிவில் சிறுத்து இறுதியில் இருந்த இடம் தெரியாமல் போவது உண்டு.

எட்மன்ட் ஹாலி

ஹாலி வால்நட்சத்திரம் 1986-ல் மறுபடி தென்பட்டது. அப்போது அது கம்பீரமாகத் தெரியாமல் அனைவரையும் ஏமாற்றியது. அதே ஹாலி வால்நட்சத்திரம் 1910-ம் ஆண்டில் மிக நன்றாகத் தெரிந்தது. கி.பி.837-ம் ஆண்டில் வந்தபோது அது மிக மிகப் பெரிய வால்நட்சத்திரமாகத் தென்பட்டிருக்க வேண்டும்.

வால்நட்சத்திரங்கள் எல்லாமே காலப்போக்கில் அழிந்துபோய்விடும்.

வால்நட்சத்திரம் தென்பட்டால் உலகில் அழிவு ஏற்படும் என்று அந்தக் காலத்தில் மக்களும் மன்னர்களும் பயந்தார்கள். உண்மையில் வால் நட்சத்திரம் ஒரு தடவை வந்து போனால் அதற்குத்தான் அழிவு ஏற்படுகிறது.

சில வால்நட்சத்திரங்கள் சூரியனில் போய் விழுந்து அழிந்ததும் உண்டு. இப்படி அழிந்து போவதற்காக வரும் வால்நட்சத்திரங்கள்

எங்கிருந்து வருகின்றன என்பது பற்றி இன்னும் திட்டவட்டமாகத் தெரியவில்லை.

எங்கிருந்து வருகிறது வால்நட்சத்திரம்?

கவிஞர் கண்ணதாசனின் சினிமாப் பாடல் ஒன்று உண்டு. அந்தப் பாடலில்

வந்தது தெரியும்
போவது எங்கே?

என்ற வரிகள் வரும். வால்நட்சத்திரத்தின் கதையும் மிக நீண்ட காலம் இப்படியாகத் தான் இருந்து வந்தது.

எல்லா வால்நட்சத்திரங்களும் சூரியனைச் சுற்றிவிட்டுச் செல்வதற்காகப் பயங்கர வேகத்தில் வருகின்றன. அவை பூமியிலிருந்து அல்லது சூரியனிலிருந்து மிக மிகத் தொலைவில் இருக்கும்போது வானில் தென்படுவதில்லை. பூமியை நெருங்கும்போதுதான் தெரிய ஆரம்பிக்கின்றன. ஆகவே அவை எங்கிருந்து வருகின்றன என்பது மர்மமாக இருந்து வந்தது.

வால்நட்சத்திரங்கள் பற்றி ஓரளவுக்குத் தெரிய ஆரம்பித்தபிறகு நிபுணர்கள் இவை எங்கிருந்து வரக்கூடும் என்று சிந்திக்க ஆரம்பித்தார்கள். அறிவுபூர்வமான அந்தச் சிந்தனையின் அடிப்படையில் ஆரம்பத்தில் பல ஊகங்கள் கூறப்பட்டன. இவை ஊகங்களாகவே இருந்தன.

தேன்கூடுபோல வால்நட்சத்திரங்கள் அடங்கிய கூட்டம் (அதை 'முகில்' என்று கூறலாம்) மிகத் தொலைவில் இருந்தபடி சூரியனைச் சுற்றிவரலாம். இந்த முகிலிலிருந்துதான் அவ்வப்போது வால்நட்சத்திரங்கள் கிளம்பி வருகின்றன என்று 1930-ம் ஆண்டில் ஏர்னஸ்ட், ஓபிக் என்ற நிபுணர்கள் கூறினார்கள். சுமார் 20 ஆண்டுகளுக்குப் பிறகு ஹாலந்து நாட்டைச் சேர்ந்த ஜே.எச். ஊர்ட் இதே கொள்கையை விரிவாகக் கூறினார். ஆகவே இக்கொள்கைக்கு 'ஊர்ட் கொள்கை' என்று பெயர்.

சூரிய மண்டலத்தில் சூரியனும் கிரகங்களும் அவற்றைச் சுற்றும் சந்திரன்களும் தோன்றியபோது மிஞ்சிய பொருளே வால்நட்சத்திரங்களாக உருவெடுத்தன என்பது ஊர்ட் கொள்கையின் கருத்து. இப்படி உருவான வால்நட்சத்திரங்கள் சூரிய மண்டலத்திலிருந்து மிகமிகத் தொலைவில் இருப்பதாக ஊர்ட் கூறுகிறார்.

இந்த வால்நட்சத்திரங்களின் கூட்டம் 'ஊர்ட் முகில்' என்று குறிப்பிடப்படுகிறது. இதில் சுமார் 10,000 கோடி வால்நட்சத்திரங்கள் இருக்கலாம் என்று கூறப்படுகிறது. சூரியனை எப்போதாவது ஒரு நட்சத்திரம்

‘நெருங்கினால்’ ஊர்ட் முகிலில் பாதிப்பு ஏற்படுகிறது. அப்போது அந்த முகிலிலிருந்து பல வால்நட்சத்திரங்கள் கிளம்புகின்றன. அவற்றில் சில வால்நட்சத்திரங்கள் சூரியனால் ஈர்க்கப்படுகின்றன. அதனால் அவை சூரியனை நோக்கி நகருகின்றன. இவை சூரியனைச் சுற்றிவிட்டு மறுபடி ஊர்ட் முகிலுக்குப் போய்ச் சேருகின்றன என்று கருதப்படுகிறது.

எனினும் சமீப காலமாக வால்நட்சத்திரங்கள் பற்றி மேலும் விரிவான ஆய்வுகள் நடந்துள்ளன. அமெரிக்காவில் வி.வைஸ்மான் என்பவர் சக்திமிக்க கம்ப்யூட்டரைப் பயன்படுத்தி ஆராய்ந்தார். வால் நட்சத்திரங்கள் பற்றிய சர்வதேச மாநாட்டில் அவர் பேசுகையில் ஊர்ட் முகில் கொள்கைக்கு ஆதாரம் உள்ளதாகக் குறிப்பிட்டார். ஊர்ட் முகில் சூரியனிலிருந்து பல லட்சம் கோடி கிலோ மீட்டர் தொலைவுக்கு அப்பால் இருப்பதாக இப்போது கருதப்படுகிறது. பெரிய வால் நட்சத்திரங்கள் இங்கிருந்து வருவதாகச் சொல்லப்படுகிறது.

இதல்லாமல் நெப்டியூன், புளூட்டோ ஆகியவற்றுக்கு அப்பால் குய்பெர் வட்டாரம் என்ற பகுதி உள்ளது. அடிக்கடி வந்து போகின்ற வால் நட்சத்திரங்கள் இங்கிருந்து வருகின்றன என்று கருதப்படுகிறது. குய்பெர் வடடாரம் பூமியிலிருந்து சுமார் 450 கோடி முதல் 800 கோடி கிலோ மீட்டர் தொலைவில் உள்ளது.

வால் நட்சத்திரங்கள் விஷயத்தில் இப்போதைக்கு இவையே ஏற்கப் பட்ட கொள்கைகளாக உள்ளன. அமெரிக்காவின் நாஸா அனுப்பிய விண்கலம் எதுவும் குய்பெர் வட்டாரம் வரை சென்றது கிடையாது. சூரிய மண்டல எல்லையில் உள்ள புளூட்டோவை ஆராய்வதற்காக 2006 ஆம் ஆண்டில் நாஸா செலுத்திய நியூ ஹொரைசன்ஸ் விண்கலம் 2015 ஆம் ஆண்டு ஜுலை மாதம் புளூட்டோவை நெருங்கி ஆராய்ந்தது. அதன் பிறகு அது குய்பெர் வட்டாரப் பகுதிக்கு செல்லக்கூடும் என்று கருதப்படுகிறது.

நாம் வால் நட்சத்திரங்கள் உள்ள பகுதிக்கே சென்று ஆராயலாம். அல்லது வால் நட்சத்திரங்கள் நம் பகுதிக்கு வரும் போது அவை பற்றி விரிவாக ஆராயலாம்.அண்மைக்காலத்தில் பெரிய வால் நட்சத்திரங்கள் தலை காட்டவில்லை தான்.

அறிவியல் துறையில் அவ்வளவாக முன்னேற்றம் ஏற்படாமல் இருந்த காலத்தில், அதாவது சுமார் 200 ஆண்டுகளுக்கு முன்னர் பயங்கரமான வால்நட்சத்திரங்கள் வந்துசென்றுள்ளன. ஒரு சில வால்நட்சத்திரங்கள் பகலிலும் தெரிந்தது உண்டு. அடிவானிலிருந்து உச்சிவான் வரை மிக மிக நீண்ட வாலைக் கொண்ட வால்நட்சத்திரங்கள் தென்பட்டதும் உண்டு.

சில வால்நட்சத்திரங்களுக்கு, பல வால்கள் இருந்தன. அப்படியான வால்நட்சத்திரங்கள் மறுபடி தென்படுமா என்று நிபுணர்கள் காத்திருக்கிறார்கள்.

ஆறுவால் நட்சத்திரம்

'ஒரு நாய் 10 மீட்டர் தூரம் ஓடிவிட்டு திரும்பிப் பார்த்தது. அதற்கு ஒரு வால் இருந்தது. 20 மீட்டர் தூரம் ஓடிவிட்டுத் திரும்பிப் பார்த்தால் எவ்வளவு வால் இருக்கும்?'

'இரண்டு வால் இருக்கும்.'

சின்ன கிளாஸ் படிக்கிற குழந்தைகள் அறியாத்தனமாகச் சட்டென்று அளிக்கிற பதில் இதுவாகத்தான் இருக்கும்.

இந்தக் கேள்வியைச் சற்று மாற்றிக் கேட்க முடியும். சூரியனிலிருந்து 40 கோடி கிலோமீட்டர் தொலைவில் உள்ள ஒரு வால்நட்சத்திரத்துக்கு ஒரு வால் உள்ளது. சூரியனிலிருந்து 20 கோடி கிலோமீட்டர் தொலைவில் இருக்கும்போது அதற்கு எவ்வளவு வால் இருக்கும்?

அந்த வால்நட்சத்திரம் 20 கோடி கிலோமீட்டர் தொலைவில் அதற்கு ஒரு வால் இருக்கலாம். 3 வால் இருக்கலாம். அல்லது 6 வால் இருக்கலாம்.

வால் நட்சத்திரத்துக்குப் பொதுவில் ஒரு வால் இருப்பது போல் தோன்றும். ஆனால் உண்மையில் இரண்டு வால் உண்டு. ஒரு வால் தூசுகளால் ஆனது. இன்னொரு வால் வாயுக்களால் ஆனது. சில வால் நட்சத்திரங்களுக்குப் பல வால்கள் காணப்பட்டது உண்டு. உதாரண மாக 1744-ம் ஆண்டு மார்ச் மாதம் வானில் தெரிந்த வால் நட்சத்திரத்துக்குப் 6 வால்கள் இருந்தன. அதன் வால்கள் அடிவானத்தை ஆக்கிரமிக்கிற அளவுக்குப் பெரிதாக இருந்தன. அதன் தலை அடிவானத்துக்குக் கீழே மறைந்திருக்க, வால்கள் மட்டும் தெரிந்தன. இப்படிப்பட்ட வால்நட்சத்திரம் அதற்குப் பிறகு தலைகாட்டவே இல்லை. பல வால்களைக் கொண்ட அந்த வால்நட்சத்திரம் சில நூறு ஆண்டுகளுக்கு ஒருமுறை தலைகாட்டுவதாக இருக்கலாம்.

1858-ல் தெரிந்த டொனாடி வால்நட்சத்திரத்துக்கு 3 வால்கள் இருந்தன.

எனினும் சில வால்நட்சத்திரங்களுக்குப் பல வால்கள் உள்ளது பற்றி ரஷ்ய நிபுணர் ஆர்லோவ் கூறிய கருத்தை இங்கு குறிப்பிட்டாக வேண்டும். வால்நட்சத்திரம் ஒன்றின் ஒரே வால் இப்படிப் பல வால்களாக நம் கண்ணுக்குத் தென்படுகின்றது என்று அவர் கூறியுள்ளார். 1744-ம் ஆண்டில் 6 வால்களுடன் தெரிந்த வால்நட்சத்திரத்தின் வரைபடங்கள், மரச் செதுக்குப்படம் (அந்த நாட்களில் புகைப்படம் எடுக்கும் கேமரா கிடையாது) ஆகியவற்றை 1944-ம் ஆண்டில் ஆராய்ந்துவிட்டு அவர் அப்படிக் கூறினார். எனினும் பார்ப்பவரின் கண்ணுக்கு ஒரு வால்நட்சத்திரம் 6 வால்கள் அல்லது 3 வால்களுடன் கூடியதாகத் தென்படுகிறது என்பது என்னவோ உண்மை.

கூர் மூக்கு கொண்ட

பொதுவில் கூறுவதானால் வால் நட்சத்திரங்கள் அனைத்துக்கும் வால் ஒரே மாதிரியாக அமைவதில்லை. தவிரவும் வானில் தென்படுகிற ஒரு வால் நட்சத்திரத்தைத் தொடர்ந்து கவனித்துவந்தால் அந்த வால் நட்சத்திரத்தின் வால் வெவ்வேறு சமயங்களில் வெவ்வேறு விதமாகக் காணப்படுகிறது. வானில் தென்பட்ட சில நாட்களில் அதன் வால் திடீரென மங்கலாம். பிறகு அதேபோல திடீரென வால் மிகப் பிரகாசமாகத் தெரியலாம்.

ஒரு வால்நட்சத்திரத்தின் பிரகாசம் இப்படியாக வெவ்வேறு சமயங்களில் மாறுகிறது. ஒரே வால்நட்சத்திரத்துக்கு திடீரென ஒரு வால், இரண்டு அல்லது மூன்று வால்களாக மாறலாம். இது தாற்காலிகமாகத்தான் இருக்கும் என்று சில நிபுணர்கள் கூறுகின்றனர்.

வால்நட்சத்திரத்துக்கு வால் மட்டும்தான் இருக்கவேண்டும் என்பது இல்லை. கூர்வாள் போல நீண்ட மூக்குகூட இருக்க முடியும். 1811-ம் ஆண்டில் இவ்விதம் நீண்ட கூர்மூக்கு வால்நட்சத்திரம் தெரிந்தது. 1957-ல் தலைகாட்டிய அரெண்ட் ரோலண்ட் வால்நட்சத்திரத்துக்கு இப்படி நீண்ட மூக்கு இருந்தது. சில நிபுணர்கள் இதை மூக்கு என்பதற்குப் பதிலாக 'எதிர்வால்' என்று குறிப்பிடுகின்றனர்.

வால்நட்சத்திரம் என்பது பனிக்கட்டி, அழுக்குப் பொருள்கள், கற்கள், பாறைகள் வாயுக்கள் முதலியவற்றால் ஆனது என்பதைப் பார்த்தோம். சூரியனை நெருங்கும்போது, சூரியனின் வெப்பம் காரணமாக வெளிப்படும் வாயுக்கள் பின்னுக்குத் தள்ளப்பட்டு, அதனால்தான் வால்நட்சத்திரத்துக்கு வால் தோன்றுகிறது என்பதையும் கவனித்தோம்.

சூரியனிலிருந்து வெளிப்படும் மின்னேற்றம் கொண்ட துகள்கள் நுண்ணிய வாயுக்களைப் பின்தள்ளும்போதுதான் வால்நட்சத்திரத்துக்கு வால் தோன்றுகிறது. வால்நட்சத்திரத்தின் எதிர்வால் (அல்லது நீண்ட மூக்கு) உண்மையில் வால் அல்ல என்று நிபுணர்கள் கூறுகின்றனர். வால்நட்சத்திரத்திலிருந்து வெளிப்படும் பொருள் அதன் சுற்றுப் பாதையில் பரவும்போது குறிப்பிட்ட கோணத்திலிருந்து சூரிய ஒளி பரவுவதால் அப்படி எதிர்வால் தெரிகிறது என்று நிபுணர்கள் விளக்கம் அளிக்கின்றனர்.

பெரும்பாலான வால்நட்சத்திரங்கள் இரவு வானில்தான் தென்படும். அதுவும் அமாவாசை இரவாக இருந்தால் நன்கு தெரியும். எனினும் பட்டப்பகலிலும் வால்நட்சத்திரத்தைக் காண முடியும். 1910-ம் ஆண்டு ஜனவரியில் ஒரு பிரகாசமான வால்நட்சத்திரம் தோன்றியது. அது பட்டப்பகலில் சூரிய உதயத்துக்குப் பிறகும் தெரிந்தது. இக்காரணத் தால் பகலிலும் தெரிந்த வால்நட்சத்திரம் (Day light Comet) என்று இதற்குப் பெயர் வைக்கப்பட்டது. அந்த வால்நட்சத்திரம் 40 லட்சம் ஆண்டுகளுக்கு ஒரு முறை தலைகாட்டுவதாக இருக்கலாம் என்று ஒரு நிபுணர் கூறுகிறார்.

இந்த வால்நட்சத்திரத்துக்கு நேர்மாறாக முழு சூரிய கிரகணத்தின் போது மட்டுமே தெரிந்த வால்நட்சத்திரம் ஒன்று உண்டு. அது 1882-ம் ஆண்டில் இவ்விதம் தெரிந்ததால் அதற்கு 1882-ம் ஆண்டு வால் நட்சத்திரம் என்று பெயரிடப்பட்டது. சூரிய கிரகணம் அகன்றபிறகு அது தென்படவில்லை. 1947-ம் ஆண்டில் முழு சூரிய கிரகணம் ஏற்பட்டபோது இதேபோல ஒரு வால்நட்சத்திரம் தென்பட்டது. எனினும் அது சூரிய கிரகணத்துக்குப் பிறகும் தெரிந்தது.

வால்நட்சத்திரத்தால் பூமி அழியுமா?

இந்தியப் புராணங்களிலும் சரி, கிரேக்க, ரோமானியப் புராணங் களிலும் சரி, தேவதைகள் வானிலிருந்து வருவதாகத்தான் எழுதப் பட்டுள்ளது. அதனால்தான் சினிமாவில் வருகிற தேவதைகள் வானிலிருந்து குதிப்பதைப் பார்க்கிறோம். தேவதைகள் என்ன, மனிதனும் வானிலிருந்துதான் வந்தான் என்று இப்போது இரு நிபுணர்கள் அடித்துக் கூறுகிறார்கள். இவர்கள் கூறுவதை ஆராயுமுன்னர் வேறு ஒன்றைக் கவனிப்போம்.

ஆதிகாலத்தில் மன்னர்களும் சரி, மக்களும் சரி, வால்நட்சத்திரங்களைக் கண்டு பீதி அடைந்தனர். வால்நட்சத்திரம் தோன்றினால் ராஜாவுக்கு ஆபத்து, நாட்டில் பலவித நோய்கள் பரவும், பட்டினி தாண்டவமாடும் என்றெல்லாம் அஞ்சப்பட்டது.

சூரியமண்டலம், நட்சத்திர மண்டலம் பற்றி அறிவு வளர்ந்தபோது அந்த அச்சம் அகன்றது. இப்போது வானில் வால்நட்சத்திரம் தோன்றினால், மக்கள் பீதி கொள்ள மாட்டார்கள்; மாறாக அதை ஆவலுடன் கூடி நின்று பார்ப்பார்கள். அப்படியானால் வால் நட்சத்திரங்களால் ஆபத்து எதுவும் ஏற்படச் சிறிதுகூட வாய்ப்பு இல்லை என்று நம்பலாமா? அதுதான் இல்லை.

வானில் வால்நட்சத்திரம் தென்பட்டால் அந்த நாட்டுக்கு ஆபத்து என்று அந்தக் காலத்தில் அஞ்சினார்கள். (வால்நட்சத்திரம் எல்லா

நாடுகளிலும் தெரிய வேண்டும் என்ற அவசியமில்லை. ஒரு சில நாடுகளில் தெரியலாம். மற்ற நாடுகளில் அது தென்படாமல் போகலாம்.) ஆனால் இப்போது சில நிபுணர்கள் வால்நட்சத்திரங்களால் பூமிக்கு ஆபத்து ஏற்பட வாய்ப்பு உள்ளது என்றும் பூமியில் உயிரினம் அடியோடு அழிந்துவிடலாம் என்றும் புதிதாகப் பயமுறுத்துகிறார்கள்.

அவர்கள் வெறும் பீதி கிளப்புபவர்கள் அல்ல. விஞ்ஞான அடிப்படையில் இவ்வித வாய்ப்பு உள்ளதாகக் குறிப்பிடுகின்றனர்.

கோடானு கோடி ஆண்டுகளுக்கு முன்னர் பூமியில் டைனோசர் என்ற வகை விலங்குகள் வாழ்ந்தன என்பதை நீங்கள் அறிந்திருக்கலாம். சுமார் 6.5 கோடி ஆண்டுகளுக்கு முன்னர் ஏதோ விபரீதம் ஏற்பட்டு இந்த வகை விலங்குகள் பூண்டோடு அழிந்தன. 25 கிலோவுக்கு மேல் எடை கொண்ட அத்தனை விலங்குகளும் அழிந்ததாக ஒரு தகவல் கூறுகிறது. நிலத்தில் வாழ்ந்த உயிரினங்கள் மட்டுமன்றி கடலில் வாழ்ந்த விலங்குகளும் அழிந்துபோனதாகக் கூறப்படுகிறது.

மிகப்பெரிய விண்கல் ஒன்று பூமியில் வந்து விழுந்து, தொடர்ச்சியாக ஏற்பட்ட விளைவுகளினால் இந்த விபரீதம் ஏற்பட்டதாக முன்னர் இதைப்பற்றிக் குறிப்பிட்டிருந்தேன்.

வால்நட்சத்திரங்களால் பூமியில் உள்ள உயிரினத்துக்கு ஆபத்து ஏற்படலாம் என்று கூறுபவர்கள் என்ன சொல்கிறார்கள்? முதலாவதாக, மிகப் பெரிய வால்நட்சத்திரம் காலப்போக்கில் ஒரு பெரிய விண்கல்லாக மாறலாம் என்கிறார்கள். இப்படியான விண்கல் ஒன்று பூமியில் வந்து மோதலாம் என்றும் அவர்கள் கூறுகிறார்கள். பெரிய விண்கல் ஒன்று பூமியின்மீது மோதுவதற்கு என்றுமே ஓரளவு வாய்ப்பு இருக்கத்தான் செய்கிறது. இது தெரிந்த விஷயம். ஆகவே இது புதியது அல்ல.

இது ஒரு புறம் இருக்க, பூமியில் உயிரினம் தோன்றியதற்கே வால்நட்சத்திரங்கள்தான் காரணம் என்று வேறு இரு நிபுணர்கள் அடித்துக் கூறுகின்றனர்.

ஆதியில் பூமியில் உகந்த சூழ்நிலைகளில் நீர்ப்பரப்புகளில் நுண்ணுயிர்கள் இயல்பாகத் தோன்றி பரிணாம வளர்ச்சி மூலம் மீன், ஆமை, பல்லி, ஓணான், பன்றி, மாடு, புலி, குரங்கு என மனிதன் வரை பல்வகை உயிரினங்கள் தோன்றின என்று டார்வின் கொள்கை கூறுகிறது. உயிரினத்தின் பிறப்பிடம் பூமிதான் என்றும் அது கூறுகிறது.

உலகில் பரவலாக ஏற்கப்பட்டுள்ள இந்தக் கொள்கைக்கு மாறாக ஃப்ரெட் ஹாயில், சந்திரா விக்ரமசிங்கே ஆகியோர் ஒரு புதிய கருத்தைக் கூறுகின்றனர். இவர்களது கொள்கை முற்றிலும் மாறானது. புரட்சிகரமானது.

சந்திரா விக்ரமசிங்கே

பிரெட் ஹாயில்

பூமியில் நுண்ணுயிர்கள் தோன்றுவதற்கு ஆதாரமான பொருட்கள் வால்நட்சத்திரங்களிலிருந்துதான் பூமிக்கு வந்தன என்று இந்த இருவரும் கூறுகிறார்கள். அதாவது, உயிரினம் என்பதே வானிலிருந்து பூமிக்கு வந்ததுதான் என்று அவர்கள் சொல்வதாகக் கூறலாம். இதையே மிகைப்படுத்தி, மனிதனும் வானிலிருந்து வந்தவன்தான் எனலாம்.

சூரியனைச் சுற்றிவிட்டுச் செல்வதற்காக வால்நட்சத்திரங்கள் ஒவ்வொரு தடவையும் வரும்போது அவை அழிந்து மெலிகின்றன என்று முன்னரே குறிப்பிட்டோம். சூரியனின் ஈர்ப்பு சக்தி காரணமாக வால்நட்சத்திரம் தன்னிடம் உள்ள பொருட்களை வாயு வடிவில், நுண்ணிய துணுக்குகள் வடிவில் இழக்கின்றன. இவையே வால் போன்று காட்சியளிக்கின்றன. வால்நட்சத்திரம் வந்த வழியே திரும்பிச் சென்றபிறகும் வால்நட்சத்திரங்களின் நுண்ணிய துணுக்குகள் விண்வெளியில் மிதந்தபடி உள்ளன. பூமி தனது சுற்றுப் பாதையில் இந்த நுண் துணுக்குகள் வழியேதான் கடந்து செல்கிறது. இந்தத் துணுக்குகளில் நுண்ணுயிர்கள் உள்ளன என்று ஹாயிலும் விக்ரமசிங்கேவும் கூறுகிறார்கள்.

காலப்போக்கில் இவை பூமியை நோக்கி இறங்குகின்றன. இப்படியாகப் பூமியில் இறங்கிய நுண்ணுயிரிகள் மூலம்தான் பூமியில் உயிரினம் தோன்றியது என்று இந்த இரு நிபுணர்களும்கூறுகின்றனர்.

ஆண்டுதோறும் சுமார் *1,000* டன் அளவுக்கு வால்நட்சத்திர அழிவுத் துணுக்குகள் பூமியின் காற்று மண்டலம் வழியே நுழைகின்றன என்று அவர்கள் கூறுகிறார்கள். இந்த நுண்ணுயிர்களில் ஒரு பகுதி எவ்விதச் சேதமும் இன்றி பூமியின் மேற்பரப்புக்கு வந்து சேருகின்றன என்பது அவர்களது கருத்து.

1986-ல்ஹாலி வால்நட்சத்திரம் தென்பட்டபோது அதை ஆளில்லா விண்கலங்கள் ஆராய்ந்தன. அப்போது பெறப்பட்ட தகவல்கள் தங்களது கொள்கையை மிகச் சரியாக மெய்ப்பித்தன என்று ஹாயிலும் விக்ரமசிங்கேயும் வாதிடுகின்றனர்.

அவர்களது கருத்தை நாம் வாதத்துக்காக ஏற்றுக்கொள்வோம். அப்படியானால் பூமியில் இறங்கும் அந்த நுண்ணியிர்கள் அனைத்துமே நன்மை செய்பவையா என்ற கேள்வி எழுகிறது.

பூமியில் உள்ள உயிரினத்துக்குக் கேடு விளைவிக்கிற கிருமிகளும்தான் வந்து சேருகின்றன என்று ஹாயிலும் விக்ரமசிங்கேவும் ஒப்புக் கொள்கின்றனர். பூமியில் அவ்வப்போது தொற்று நோய் வடிவில் பரவுகிற புளூ ஜுரம், பிளேக், அம்மை, காமாலை போன்ற நோய்களின் கிருமிகள் வானிலிருந்து வால்நட்சத்திர அழிவுகளிலிருந்து கீழே இறங்குகின்றன. அதாவது பூமியின்மீது தொடர்ந்து கிருமிப் படையெடுப்பு நடந்துவருகிறது.

பூமியிலிருந்து அம்மை நோயை அறவே ஒழித்து விட்டதாக நாம் பெருமைப்பட்டுக் கொண்டிருக்கிறோம். ஆனால் வானிலிருந்து வருகிற காரணத்தால் இன்னும் 700 அல்லது 800 ஆண்டுகளில் மறுபடி அம்மை நோய் தலைகாட்டும் என்பது இவர்களுடைய கருத்து. பிளேக் நோய் பற்றியும் அவர்கள் இதேபோலக் கூறுகின்றனர். பூமியில் தோன்றும் நோய்களுக்கு வால்நட்சத்திரங்கள் காரணம் என்று இவர்கள் கூறுவது அச்சத்தை உண்டாக்குகிறது.

ஸ்டார்டஸ்ட் விண்கலம் ஒரு வால் நட்சத்திரத்தின் தூசை சேகரித்தது

ஒரு காலத்தில் மூட நம்பிக்கை காரணமாக வால்நட்சத்திரத்தைக் கண்டு அஞ்சியது போக, இப்போது வால்நட்சத்திரம் குறித்து அறிவியல்பூர்வமாக அஞ்ச வேண்டியுள்ளது எனலாம்.

ஹாயிலும் விக்ரமசிங்கேவும் கூறுகின்ற கொள்கை உண்மைதானா என்று கேட்கத் தோன்றும். வால்நட்சத்திரங்கள் பற்றிய பல விஷயங்களும் இன்னமும் புரியாப் புதிராக உள்ளன. அந்த அளவில் அவர்களது கொள்கையை முற்றிலுமாக ஏற்கவும் இயலாது; அடியோடு நிராகரிக்கவும் முடியாது என்ற நிலைதான் உள்ளது.

11

சந்திரன்

சந்திரனில் கண்ட நிலா

சூரிய மண்டலத்தைப் பற்றிப் பேச ஆரம்பித்து புதன் கிரகத்தில் தொடங்கினோம். சூரிய மண்டலத்தின் எல்லைவரைகூடப் பார்த்து விட்டோம். வால்நட்சத்திரங்களையும் ஆராய்ந்துவிட்டோம். ஆனால் நமது அண்டையில் இருக்கிற, பொழுது சாய்ந்தால் பார்க்கிற சந்திரனை இனிமேல்தான் கவனிக்கப்போகிறோம்.

வெள்ளி, வியாழன், புதன் முதலான கிரகங்கள் சந்திரனைவிடப் பல மடங்கு பெரியவை. ஆனால் அவை பல கோடி கிலோமீட்டர் தொலைவில் உள்ளன. சந்திரன் நமக்கு மிக அருகில் அதாவது சுமார் 3,75,000 கிலோமீட்டர் தொலைவில் உள்ளது. ஆதனால்தான் (பௌர்ணமி) இரவில் வானில் சந்திரன் வெறும் ஓர் ஒளிப்புள்ளியாக இல்லாமல் பெரிதாகத் தெரிகிறது.

வானில் சூரியனுக்கு அடுத்தபடியாகப் பெரிதாகத் தெரிவது சந்திரனே. சூரிய ஒளி கண்ணைக் கூசச் செய்யும். சந்திரனின் ஒளி குளிர்ச்சியாக இதமாக இருக்கிறது.

ஜோதிட சாத்திரம் சந்திரனையும் ஒரு கிரகமாக நவக்கிரகங்களில் ஒன்றாக வகைப்படுத்துகிறது. ஆனால் வானவியலின்படி சந்திரனுக்குக் கிரகம் என்ற அந்தஸ்து கிடையாது. தங்களுக்கு எனத் தனிப்பாதையைப் பெற்று சூரியனைச் சுற்றுபவையே கிரகம் என்று குறிப்பிடப்படுகிறது. அந்த வகையில் பூமியும் ஒரு கிரகம். ஆனால் சந்திரன் பூமியைச் சுற்றுகிறது. பூமியானது சந்திரனையும் தன்னுடன் இழுத்துச் செல்கிறது.

சந்திரன், காலைச் சுற்றிவரும் நாய்க்குட்டிமாதிரி, பூமியை ஓயாமல் சுற்றி வருகிறது.

பூமியுடன் ஒப்பிட்டால் சந்திரன் சிறியது

சந்திரனை பூமியின் அவுட்ஹவுஸ் என்றும் வருணிக்கலாம். பெரிய பங்களாவில் காம்பவுண்ட் சுவர் ஓரமாகச் சிறியதாக ஒரு வீடு இருக்கும். இரண்டு அல்லது மூன்று மாடி கொண்ட பங்களாவுடன் ஒப்பிட்டால் அவுட்ஹவுஸ் சிறியது. சந்திரனும் அப்படித்தான். பூமியின் குறுக்களவுடன் ஒப்பிட்டால் சந்திரனின் குறுக்களவு சுமார் 4 மடங்கு குறைவு. பூமியை எடை போட்டால் சந்திரனின் எடை 81 மடங்கு குறைவு.

சந்திரன் சிறியது என்பதால் அதன் ஈர்ப்பு சக்தியும் குறைவுதான். வீட்டு வாசலில் நீங்கள் ஸ்கிப்பிங் விளையாடும்போது 2 அடி உயரம் எழும்புவதாக வைத்துக்கொள்வோம். சந்திரனில் ஸ்கிப்பிங் ஆடினால் 12 அடி உயரம் வரை எழும்புவீர்கள். கீழே இறங்குவதும் மெதுவாகத்தான் இருக்கும். சந்திரனின் ஈர்ப்பு சக்தி குறைவு என்பதே காரணம். இதே காரணத்தால் சந்திரனில் நீங்கள் ஒரு கல்லை வீசினால் அது மிகத் தொலைவில் போய் விழும்.பூமியுடன் ஒப்பிட்டால் சந்திரன் சிறியது என்றாலும் சந்திரன் ஒரு வகையில் பூமியைப் படாத பாடு படுத்துகிறது. சந்திரனுக்கும் ஈர்ப்பு சக்தி உண்டு என்று குறிப்பிட்டோம். இந்த ஈர்ப்பு சக்தியானது பூமியில் உள்ள கடல்களின் நீர் மீது விளைவை உண்டாக்குகிறது. அதாவது கடல் பொங்கும்.பிறகு இறங்கும். கடலோரமாக அதுவும் குறுகலாக உள்ள பகுதிகளில் கடல் நீர் வெள்ளம் போல உள்ளே பாயும்.இது வேலையேற்றம் எனப்படும் (ஹை டைட்) பின்னர் வெள்ளம் போல உள்ளிருந்து வெளியே பாயும். இது வேலையிறக்கம் (லோடைட்) எனப்படும்.வேறு விதமாகச் சொல்வதானால் குறிப்பிட்ட சமயத்தில் கடல் மட்டம் உயரும். வேறு ஒரு சமயத்தில் கடல் மட்டம் குறையும்.

வட அமெரிக்காவில் கிழக்குக் கரையில் ஓரிடத்தில் கடல் மட்டம் 16 மீட்டர் அளவுக்கு உயருகிறது. இந்தியாவில் குஜராத் மாநிலத்தில் ஒரு துறைமுகப் பகுதியில் கடல் மட்டம் 12 மீட்டர் அளவுக்கு உயருகிறது.

உலகில் அனேகமாக எல்லாத் துறைமுகங்களிலும் கடல் மட்டம் உயருவதும் குறைவதும் நிகழ்கிறது. சில இடங்களில் இது ஒரு மீட்டர் அளவுக்கே இருக்கலாம். எனினும் கடல் மட்டம் உயருவதும் இறங்குவதும் ஒவ்வொரு நாளும் வெவ்வேறு சமயங்களில் நிகழும். கடல் மட்டம் உயரும் சமயம் பார்த்து கப்பல்கள் துறைமுகத்தில் நுழையும். அதே போல கடல் மட்டம் குறையும் போது துறைமுகங்களி லிருந்து கப்பல்கள் வெளியே செல்லும்.

நீங்கள் செடி, கொடி, மரம், மலை இல்லாத திறந்த வெளியில் நின்று பார்த்தால் பூமி தட்டையாக இருப்பதுபோலத்தான் தெரிகிறது. பூமியின் வளைவு நமக்குப் புலப்படுவதில்லை. பூமி பெரிய உருண்டை என்பதே இதற்குக் காரணம். ஆனால் நீங்கள் சந்திரனில் இருந்தால் சந்திரனின் வளைவு நன்கு தெரியும். சந்திரன் உருண்டையாக உள்ளதைக் கண்கூடாகக் காணலாம். சந்திரன் வடிவில் சிறியது, அதாவது சிறிய உருண்டை என்பதே இதற்குக் காரணம்.

சந்திரனில் உள்ள மேடு, பள்ளங்களைக் கடந்துசெல்லும் திறன் கொண்ட ஒரு வாகனத்தில் நீங்கள் ஏறிக்கொண்டு சவாரி கிளம்புவதாக வைத்துக்கொள்வோம். சந்திரனை நீங்கள் சுமார் ஒரு வாரத்தில் சுற்றி வந்துவிட முடியும். பூமியில் அது சாத்தியமில்லை. ஆறுகள், நதிகள் குறுக்கிடும். பெரிய மலைகள் வழிமறிக்கும். கடல்களைக் காரில் கடக்க முடியாது. ஆனால் சந்திரனில் இந்தக் கவலை இல்லை. ஏனெனில் சந்திரனில் பூமியில் உள்ளதைப்போலப் பெரிய மலைகள் இல்லை. நதிகள் இல்லை. காடுகள் இல்லை. கடல்கள் இல்லை. தலைக்குமேலே மேகங்கள் இல்லை. ஆகவேதான் நதிகளோ கடல்களோ இல்லை. சுருங்கச் சொன்னால் சந்திரன் வெறும் பொட்டல் காடு.

சந்திரன் உயிரற்றது. எந்த உயிரினமும் அங்கு இல்லை. அது மட்டுமல்ல. கண்ணுக்குத் தெரியாத கிருமிகள்கூட அங்கு இல்லை.

நீங்கள் சந்திரனில் இருந்தால் வெயில் சுட்டெரிக்கும். நடுப்பகலில் வெயில் 125 டிகிரி செல்சியஸ் அளவில் இருக்கும். இரவு சுகமாக இருக்கும் என்று நினைத்தால் தவறு. இரவில் கடும் குளிர் வீசும். குளிர் அளவு மைனஸ் 150 செல்சியஸ் டிகிரி அளவுக்கு இருக்கும்.

பூமியில் பகல் என்பது சுமார் 12 மணி நேரம். ஆனால் சந்திரனில் பகல் என்பது இரண்டு வாரம் நீடிக்கும். இரவு என்பது அதேபோல இரண்டு வாரம் நீடிக்கும்.

பூமியும் சந்திரனும் சூரியனிலிருந்து கிட்டத்தட்ட ஒரே தொலைவில் உள்ளன. ஆனால் பூமியுடன் ஒப்பிடுகையில் சந்திரனில் வெயிலும் குளிரும் மிகக் கடுமையாக உள்ளன. பூமியில் உள்ளது போல் சந்திரனில் காற்று மண்டலம் இல்லாததே இதற்குக் காரணம்.

சந்திரனிலிருந்து பார்த்தால் பூமியானது இவ்விதம் தெரியும்

காற்று மண்டலம் இல்லாததால் சந்திரனில் வேறு பல விளைவுகளும் ஏற்படுகின்றன. சந்திரனில் நீங்கள் எதிரே உள்ள ஒருவரை உரத்த குரலில் கூப்பிட்டாலும் அவரது காதில் விழாது. ஒலி செல்வதற்குக் காற்று தேவை. சந்திரனில் காற்று மண்டலம் என்ற பாதுகாப்புப் போர்வை இல்லாததால் சூரியனிலிருந்து வெளிப்படுகிற ஆபத்தான கதிர்கள் தாக்கும். அண்டவெளியிலிருந்து வருகிற பலவித ஆபத்தான கதிர்களும் தாக்கும். காற்று இல்லை என்பதால் சுவாசிக்க முடியாது. சந்திரனில் போய் இறங்குகிற ஒருவர் முதுகில் காற்றுக் குப்பியைக் கட்டிக்கொண்டாக வேண்டும். ஆபத்தான கதிர்கள் தாக்காமல் இருக்கத் தகுந்த கவச உடை அணிந்திருக்கவேண்டும். கடும் வெப்பமும் கடும் குளிரும் தாக்காமல் இருக்க அந்தக் கவச உடையில் தக்க ஏற்பாடு இருக்கவேண்டும். சந்திரனுக்குச் சென்ற அமெரிக்க விண்வெளி வீரர்கள் அடுக்கடுக்காக அமைந்த கனத்த கவச உடை அணிந்திருந்தனர்.

நீங்கள் இவ்விதமான உடையை அணிந்துகொண்டு சந்திரனில் நிற்பதாக வைத்துக்கொள்வோம். நீங்கள் அண்ணாந்து பார்த்தால் (சந்திரனின் பகல் நேரத்தில்) வானம் கரிய நிறத்தில் காணப்படும். நட்சத்திரங்களும் தெரியும். அவற்றின் நடுவே சூரியன் பயங்கரமான பிரகாசத்துடன் தெரியும். பூமியில் பகல் வானம் சற்று நீல நிறத்தில் தெரிவதற்கு, காற்று மண்டலத்தில் உள்ள தூசுகள் காரணம். ஆகவேதான் பூமியில் நம்மால் பகலில் நட்சத்திரங்களைக் காண முடிவதில்லை. சந்திரனில் அப்படி இல்லை.

சந்திரனில் இரவு நேரமாக இருந்தால் பூமி நன்கு தெரியும். பூமியில் நமக்குப் பௌர்ணமி இருப்பதுபோல சந்திரனுக்கும் பௌர்ணமி உண்டு. சந்திரனின் பௌர்ணமி நாளன்று பூமியானது பெரிய ‘நிலா’வாகத் தெரியும். உருண்டையாகத் தெரியாது.

சந்திரன் உருண்டைதான். ஆனால் பௌர்ணமி அன்று சந்திரன் உருண்டையாகத் தெரியாமல் வட்டமான தட்டு போன்று தெரிகிறது. சந்திரனிலிருந்து பார்த்தால் பூமியும் அப்படித்தான் வட்டத் தட்டு போன்று தெரியும். பூமி பெரிய தட்டுபோலத் தெரிவதற்கு பூமி பெரியது என்பது காரணம்.

பூமி எப்படி 'நிலா' ஆக மாறுகிறது என்று நீங்கள் வியக்கலாம்.

சந்திரனுக்குச் சுய ஒளி இல்லை. சூரியனின் ஒளி சந்திரன்மீது பட்டுப் பிரதிபலிக்கிறது. அதனால்தான் சந்திரன் நிலாவாகத் தெரிகிறது. சந்திரனிலிருந்து பார்க்கும்போது பூமியின்மீது படும் ஒளி பிரதிபலிக்கப்பட்டு பூமி ஒரு நிலாவாகக் காட்சியளிக்கும். ஆனால் இதில் ஒரு வித்தியாசம் உள்ளது. பூமியின் மேற்பரப்பில் பெரும்பகுதி கடல்களாக உள்ளன. எனவே சந்திரனில் தெரிகிற நிலாவானது நீல நிறத்தில் காட்சியளிக்கும்.

நமக்குப் பல சமயங்களிலும் சந்திரன் பிறை வடிவில் தெரிவதுபோல சந்திரனிலிருந்து பார்க்கும்போது பூமியும் பிறை வடிவில் தெரியும்.

சந்திரனில் வானவியல் நிபுணர் ஒருவர் அமர்ந்து சக்திமிக்க தொலைநோக்கி மூலம் பார்த்தால் பூமியின் எல்லாக் கண்டங்களையும் மலைகளையும் நதிகளையும் அவரால் பார்க்க முடியும்.

ஆனால் பூமியில் இருக்கிற நாம் பல்லாயிரக்கணக்கான ஆண்டுகளாகச் சந்திரனின் ஒரு புறத்தைத்தான் பார்த்துவருகிறோம். சந்திரனின் மறுபுறத்தை நாம் கண்டதே கிடையாது. இது ஏன்?

பௌர்ணமி நிலவு. நாம் எப்போதும் சந்திரனின் ஒரு புறத்தையே காண்கிறோம்.

சந்திரனின் மறுபுறம். சந்திரனைச் சுற்றி வந்த ஒரு விண்கலம் அனுப்பிய படம்

அன்று வந்ததும் அதே நிலா

அன்று வந்ததும் இதே நிலா
இன்று வந்ததும் அதே நிலா
என்றும் உள்ளது ஒரே நிலா
இருவர் கண்ணுக்கும் ஒரே நிலா...

என்று பாடினார் கவிஞர் கண்ணதாசன். அது உள்ளம் கவரும் அருமையான பாட்டு. அந்தப் பாடலின் ஒரு விசேஷம், அது அறிவியல்ரீதியிலும் மிகப் பொருத்தமானது.

பல ஆயிரம் ஆண்டுகளுக்கு முன்னர் கற்கால மனிதர்கள் கண்ட அதே நிலாவைத்தான் இன்னும் நாம் காண்கிறோம். இதில் என்ன புதுமை இருக்கிறது? பல ஆயிரம் ஆண்டுகளில் நிலா உருமாறிவிடுமா என்ன என்று நீங்கள் கேட்கலாம். சந்திரன் உருமாறவில்லை. அப்படியேதான் இருக்கிறது.

ஆனால் சந்திரன் பல்லாயிரம் ஆண்டுகளாகத் தனது ஒரு பகுதியை (கிட்டத்தட்ட ஒரு பாதியை) மட்டும்தான் நமக்குக் காட்டிவருகிறது. மறுபாதியைக் காட்டியதே கிடையாது. ஆகவே அன்று கண்ட அதே நிலாவைத்தான் இன்றும் நாம் காண்கிறோம். 'நாம் என்றும் காண்பது அதே நிலா'தான்.

இதை இன்னும் சற்று விளக்கியாக வேண்டும். பள்ளியில் நீங்கள் உலக உருண்டையை (குளோப்) பார்த்திருப்பீர்கள். அதன்மீது உலகின் கண்டங்கள், நாடுகள், கடல்கள் ஆகியன காணப்படும். நீங்கள் அதன் அருகே சென்று நிற்கும்போது இந்தியாவும் ஆப்பிரிக்காவும் மட்டும் தெரிவதாக வைத்துக்கொள்வோம். மறுபுறத்தில் உள்ள வட அமெரிக்கா, தென் அமெரிக்கா, பசிபிக் கடல் ஆகியவை உங்கள் கண்களில் தென்படாது. ஆனால் குளோப் உருண்டையை லேசாகத் தட்டிவிட்டால் போதும். அது மெல்லச் சுழலும். அப்போது வட, தென் அமெரிக்கக் கண்டங்களும் பசிபிக் கடலும் உங்கள் பார்வையில் தென்படும். அது ஒரு சுற்றுச் சுற்றி முடிப்பதற்குள் உலகம் அனைத்தையும் நீங்கள் பார்த்துவிடலாம்.

உருண்டையான எந்தப் பொருளாக இருந்தாலும் நம் பார்வையில் ஒரு பாதிதான் தெரியும். மறுபாதியை நாம் பார்க்க முடியாது. அது தானாகச் சுழன்றால் அல்லது சுழற்றிவிட்டால் ஒரு பாதி போய், மறுபாதி நம் முன்னே வந்து நிற்கும். அப்போது அதை நாம் காண முடியும்.

பூமியைப் போலவே சந்திரனும் தனது அச்சில் சுழல்கிறது. ஆகவே ஒரு சமயத்தில் நமக்கு சந்திரனின் ஒரு பாதி தென்படும். சந்திரன்

சுழல்வதால் மறுபாதியும் நமக்குத் தெரிந்தாக வேண்டும். ஆனால் நம்மால் சந்திரனின் மறுபாதியைக் காணமுடிவதில்லை. ஒருபோதும் காண முடியாது. இது ஏன்?

நீங்கள் பௌர்ணமி நாளில் முழுநிலாவைக் கவனித்துப் பாருங்கள். அதில் 'முயல்' உட்கார்ந்திருப்பது போல் தெரியும். அது வெறும் பிரமை. சந்திரனின் மேற்பரப்பில் உள்ள வட்ட வட்டப் பள்ளங்கள், மேடுகள் இவையெல்லாம் சேர்ந்து அப்படியான தோற்றத்தை அளிக்கின்றன. அடுத்த பௌர்ணமி அன்று நீங்கள் சந்திரனைப் பார்த்தால் அதே 'முயல் காட்சி'யைத்தான் பார்ப்பீர்கள். சந்திரன் சுழலும்போது (சுழற்றிவிட்ட குளோப் போல) என்றாவது ஒருநாள் சந்திரனின் மறுபாதி தெரியவேண்டுமே? ஏன் தெரிவதில்லை?

பௌர்ணமியன்று தனது 'முகத்தை'க் காட்டுகிற சந்திரன், தொடர்ந்து பூமியைச் சுற்றி வருகிறது. பூமியைப் பாதி சுற்றி முடித்த சமயத்தில் சந்திரன் தனது அச்சில் பாதி சுற்றி முடிக்கிறது. சந்திரன் தொடர்ந்து தனது சுற்றுப் பாதையில் நகர்ந்து பூமியை ஒரு சுற்றுச் சுற்றி முடிக்கிறது. அப்போது சந்திரன் தனது அச்சில் ஒரு முறை சுழன்று முடிப்பதற்கு ஆகிற நாள்களும் அதேதான். அதனால்தான் பௌர்ணமியன்று சந்திரனின் அதே முகம் நமக்கு எதிரே வந்து நிற்கிறது. அன்றும் இன்றும் வந்தது அதே நிலாவாக இருப்பதற்கு இதுவே காரணம்.இது எப்படி என்பதை நீங்களே பரிசோதித்துப் பார்க்கலாம்.தரையில் ஒரு பெரிய வட்டம் போடுங்கள். நடுவே ஒரு ஸ்டூலில் ஒரு பந்தை வையுங்கள்.அது தான் பூமி. நீங்கள் இப்போது அந்த பந்தைப் பார்த்த மாதிரியில் வட்டத்தின் மீது நில்லுங்கள். பிறகு மெதுவாக வட்டத்தின் மீது இருந்தபடி பக்க வாட்டில் நகருங்கள். இப்படியே நகர்ந்து வரும் போது புறப்பட்ட இடத்துக்கே வந்து சேருவீர்கள். இப்படியாக நீங்கள் நடுவே உள்ள பந்தை ஒரு தடவை சுற்றி முடிப்பீர்கள். அதே நேரத்தில் நீங்கள் உங்களை ஒரு தடவை தடவை சுற்றி முடித்தவர்களாக இருப்பீர்கள்.

பூமி தனது அச்சில் ஒரு முறை சுழன்று முடிக்க 24 மணி நேரம் ஆகிறது. ஆகவே பூமியில் ஒருநாள் என்பது 24 மணி நேரம். ஆனால் சந்திரன் ஒரு முறை தனது அச்சில் சுழன்று முடிக்க சுமார் 28 நாள்கள் ஆகின்றன. சந்திரன் மிக மிக மெதுவாகச் சுழல்கிறது. ஆகவே சந்திரனில் ஒரு நாள் என்பது பூமிக் கணக்குப்படி சுமார் 28 நாள்கள். வேறு விதமாகச் சொல்வதானால் ஒரு பௌர்ணமியிலிருந்து மற்றொரு பௌர்ணமி வரையில் சுமார் 28 நாள்கள் ஆகின்றன. ஒரு பௌர்ணமிக்கும் மற்றொரு பௌர்ணமிக்கும் இடையே அமாவாசை வருகிறது. உங்களுக்கு இது தெரிந்திருக்கலாம்.

பௌர்ணமியிலிருந்து அமாவாசை வரை 14 நாள்கள். இதைத் தேய்பிறை என்று கூறுகிறோம். அமாவாசையிலிருந்து அடுத்த பௌர்ணமி வரையிலான காலம் (14 நாள்கள்) வளர்பிறையாகும்.

பௌர்ணமி முடிந்த மறுநாளே நாம் பௌர்ணமிக்குப் பிறகு முதல் நாள், பௌர்ணமிக்குப் பிறகு இரண்டாம் நாள், பௌர்ணமிக்குப் பிறகு மூன்றாம் நாள் என்று கணக்கிட ஆரம்பிக்கிறோம். பிரதமை, சஷ்டி, அஷ்டமி, நவமி... என்பதெல்லாம் இப்படியான கணக்குகள்தாம். சஷ்டி என்றால் பௌர்ணமி (அல்லது அமாவாசை) கழிந்த ஆறாவது நாள் என்று அர்த்தம். அஷ்டமி என்றால் எட்டாவது நாள். நவமி என்றால் ஒன்பதாவது நாள். ஏகாதசி பற்றிக் கேள்விப்பட்டிருப்பீர்கள். அது பௌர்ணமி (அல்லது அமாவாசை) கழிந்து பதினோராவது நாள் என்று அர்த்தம்.

தேய்பிறையை கிருஷ்ண பட்சம் என்றும் வளர்பிறையை சுக்ல பட்சம் என்றும் கூறுவார்கள். இதன்படி சுக்லபட்ச அஷ்டமி என்றால் வளர் பிறையில், அதாவது அமாவாசை கழிந்து எட்டாவது நாள் என்று அர்த்தம்.

அஷ்டமி, நவமி ஆகியவை நல்ல நாள்கள் அல்ல என்று பெரியவர்கள் கூற நீங்கள் கேட்டிருக்கலாம். ஒரு நல்ல காரியம் செய்வதில் அல்லது நல்ல காரியம் செய்யாமல் இருப்பதில் நமது வாழ்க்கையில் சந்திரன் முக்கியப் பங்கு வகிக்கிறது.

நீங்கள் அமாவாசைக்குப் பிறகு மேற்கு வானைக் கவனித்தால் சந்திரன் பிறை வடிவில் தெரியும். பெரும்பாலான சமயங்களில் நாலாம்பிறை (அதாவது அமாவாசை கழிந்த நான்காவது நாள்) சந்திரன்தான் நம் கண்ணில் நன்கு தென்படும். நாலாம்பிறையைப் பார்த்தால் நாய் படாதபாடு படுவார்கள் என்று கூறுவர். இதெல்லாம் மூடநம்பிக்கை.

சந்திரன் இப்படிப் பிறை வடிவில் தெரிவதற்குக் காரணம் உண்டு. சந்திரன்மீது சூரிய ஒளி படும்போது அதில் ஓர விளிம்புப் பகுதி மட்டுமே நம் பார்வையில் படுகிறது. சந்திரன் ஒவ்வொரு நாளும் நகரும்போது ஒளிபடும் பகுதியில் அதிகப் பகுதி நமக்குத் தென்படுகிறது. அமாவாசை கழிந்த ஆறாவது நாள் கழித்துப் பார்த்தால் (இரவில்) சந்திரனில் ஒளிபடும் பகுதியில் பாதி தெரிகிறது. ஆகவே பாதிச் சந்திரனை நாம் பார்க்க முடிகிறது. தேய்பிறையும் இதே போன்றதுதான்.

பல்லாயிரம் ஆண்டுகளாகப் பௌர்ணமியன்று சந்திரனின் அதே பாதியைத்தான் நாம் பார்த்து வருவதாகக் குறிப்பிட்டோம்.

எனினும் 1959-ம் ஆண்டு அக்டோபரில் சந்திரனை நோக்கி ரஷ்யா அனுப்பிய லூனிக்-3 என்ற விண்கலம் சந்திரனின் மறுபுறத்தைப் படம்

பிடித்து அனுப்பியது. சந்திரனின் மறுபுறம் எப்படி உள்ளது என்பதை அப்போதுதான் மனிதனால் முதல்முறையாக அறிய முடிந்தது. அந்தப் பகுதி அப்படி ஒன்றும் பெரிய வித்தியாசமாகக் காணப்படவில்லை.

விஞ்ஞானிகள் நீண்டகாலமாகக் கொண்டிருந்த ஆவலை ரஷ்ய விண்கலம் அனுப்பிய படங்கள் தீர்த்துவைத்தன. அவ்வளவுதான்.

பூமியிலிருந்து பார்ப்பதற்குச் சந்திரன் அழகாக இருக்கிறதே தவிர மற்றபடி சந்திரனில் பார்ப்பதற்கு எதுவுமே இல்லை. பிக்னிக் செல்ல சந்திரன் ஏற்ற இடமே இல்லை.

சந்திரனில் உள்ளதெல்லாம் பெரிய வட்ட வடிவப் பள்ளங்கள். பள்ளங்களைச் சுற்றிக் குன்றுகள்போலச் சிகரங்கள் உள்ளன.

அமாவாசை, அஷ்டமி, நவமி ஆகிய திதிகள் மூலம் நமது அன்றாட வாழ்க்கையிலும் சந்திரன் முக்கியப் பங்கு வகிப்பதாகக் குறிப்பிட்டோம். இதேபோலச் சந்திர, சூரிய கிரகணங்கள் வடிவிலும் சந்திரன் நமது வாழ்க்கையில் முக்கிய பங்கு வகிக்கின்றன.

நிழல் காட்டும் பூச்சாண்டி

கி.மு. 585-ம் ஆண்டு மே மாதம் 25-ம் தேதி நிகழ்ந்த ஒரு முழு சூரிய கிரகணம் ஒரு போரை நிறுத்தியது. மத்தியத் தரைக்கடல் பகுதியில் லிடிய மன்னர் இரண்டாம் அலையாட்டிஸின் படைகளுக்கும் மெடிஸ் மன்னர் சையாக்சாரஸின் படைகளுக்கும் இடையே கிட்டத்தட்ட ஐந்து ஆண்டுகளாகப் போர் நடந்துகொண்டிருந்தது. மாலை நெருங்கிய போது ஏற்பட்ட முழு சூரிய கிரகணம் காரணமாக இரு தரப்புப் படையினரும் பீதியடைந்தனர். அதன் பலனாக அவர்கள் சமரசம் செய்துகொண்டு போரை நிறுத்திவிட்டு ஊர் திரும்பினர்.

இந்தியா-இங்கிலாந்து இடையே 1980 பிப்ரவரியில் நடந்த பொன்விழா டெஸ்ட் போட்டியின்போது ஒரு சூரிய கிரகணம் குறுக்கிட்டது. கிரிக்கெட் ஆட்டத்தைப் பார்க்க வரும் ரசிகர்கள் சூரியனைப் பார்த்துக் கண்களைக் கெடுத்துக்கொள்ளக்கூடாது என்பதால் அன்றைய ஆட்டம் ரத்து செய்யப்பட்டது.

அரைகுறை சூரிய கிரகணமாக இருந்தாலும் சரி, முழு சூரிய கிரகண மாக இருந்தாலும் சரி, அதற்கு சந்திரன்தான் காரணம். இது எப்படி?

நீங்கள் டி.வி. பார்த்துக்கொண்டிருக்கிறீர்கள். அப்போது குறுக்கே ஒருவர் வந்தால் டி.வி. காட்சி மறைக்கப்படுகிறது. அது போலத்தான் சூரிய கிரகணம்.

முழு சூரிய கிரகணம். சூரிய ஒளித் தட்டை
சந்திரன் முற்றிலுமாக மறைத்துள்ளது.

பூமியைச் சந்திரன் சுற்றி வருகிறது. அப்படிச் சுற்றிவரும்போது குறிப்பிட்ட சமயங்களில் அது சூரியனுக்கும் பூமிக்கும் நேர் குறுக்காக அமைகிறது. அப்படி அமையும்போது சூரியனின் ஒளித்தட்டு சந்திரனால் மறைக்கப்படுகிறது. அபூர்வமாகச் சில சமயங்களில் சூரியனின் ஒளித்தட்டை சந்திரன் விளிம்புடன் விளிம்பு பொருந்தும் வகையில் கச்சிதமாக மறைக்கிறது. அதுவே முழு சூரிய கிரகணமாகும்.

சூரியனோ மிகப் பிரம்மாண்டமானது. சந்திரனோ மிகச் சிறியது. அது எப்படி சூரியனைச் சந்திரன் முற்றிலுமாக மறைக்கிறது என்று நீங்கள் கேட்கலாம். இது நியாயமான கேள்விதான்.

நீங்கள் ஒரு கண்ணை மூடிக்கொண்டு மற்றொரு கண் அருகே ஆள்காட்டி விரலை வைத்து தூரத்தில் உள்ள பொருளைப் பார்க்க முயற்சி செய்யுங்கள். உங்கள் ஆள்காட்டி விரல், எதிரே உள்ள மலையைக்கூட முற்றிலும் மறைத்துவிடலாம். இதற்குக் காரணம், உங்கள் ஆள் காட்டி விரல், கண் அருகே உள்ளதே.

வானில் நீங்கள் சூரியனையும் சந்திரனையும் கவனித்தால் இரண்டும் அநேகமாக ஒரே அளவிலேயே தெரிகின்றன. ஆனால் உண்மையில் சூரியனின் குறுக்களவு (விட்டம்) சந்திரனின் குறுக்களவைப் போல 400 மடங்கு அதிகம். அதே சமயத்தில் சந்திரனுக்கும் பூமிக்கும் உள்ள தூரத்தைப் போல 400 மடங்கு தூரத்தில் சூரியன் உள்ளது. இது தற்செயல் பொருத்தமே. இதன் காரணமாகத்தான் நம் பார்வைக்கு (கவனிக்கவும்... நம் பார்வையில்) சூரியனும் சந்திரனும் ஒரே

அளவாக இருப்பதுபோல் தோன்றுகிறது. இதனால்தான் சூரியனின் விளிம்பும் சந்திரனின் விளிம்பும் சரியாகப் பொருந்துகின்றன.

சரி, சந்திரன் எப்போதெல்லாம் சூரியனுக்கும் பூமிக்கும் குறுக்கே வருகிறது? சுமார் 28 நாள்களுக்கு ஒரு முறை சந்திரன் இவ்விதம் சூரியனுக்கும் பூமிக்கும் இடையே அமைகிறது. அதாவது ஒவ்வொரு அமாவாசையின்போதும் இப்படி நடுவே வருகிறது. ஆனால் ஒவ்வொரு அமாவாசையன்றும் சூரிய கிரகணம் ஏற்படுவது இல்லை. இது ஏன்?

நீங்கள் டி.வி. பார்த்துக்கொண்டிருக்கிறீர்கள். உங்களது தம்பிப் பயல் டிவியை மறைக்கக் கூடாது என்று கருதி குனிந்து செல்வதாக வைத்துக் கொள்வோம். அப்போது டி.வி காட்சி மறைக்கப்படுவதில்லை. அதுபோலவே சந்திரன் ‘குனிந்து’ செல்கிறது. அதாவது சந்திரனின் சுற்றுப்பாதை பல சமயங்களில் பூமிக்கும் சூரியனுக்கும் இடையே தாழ்வாக அமைகிறது. சில சமயங்களில் மேலாக அமைகிறது. அதனால்தான் ஒவ்வொரு அமாவாசையன்றும் சூரியனை சந்திரன் மறைப்பது இல்லை. சூரியன், சந்திரன், பூமி ஆகிய மூன்றும் ஒரே நேர்கோட்டில் இருக்கிற வகையில் சந்திரனின் சுற்றுப்பாதை அமைகிற சமயத்தில்தான் (ஏதேனும் ஒரு அமாவாசையில்) சூரிய கிரகணம் ஏற்படுகிறது.

இப்படி, சந்திரன் நேர் குறுக்காக அமையும்போது சூரியனை சந்திரன் மறைக்கிறது. இதையே வேறுவிதமாகச் சொல்வதானால் சந்திரனின் நிழல் பூமியின்மீது படர்கிறது. பூமியில் இப்படி நிழல்படும் இடங்களில் சூரிய கிரகணம் நிகழும். இவ்விதம் நிழல்படர்ந்த இடங்களிலும் குறிப்பிட்ட இடங்களில் முழு சூரிய கிரகணம் தெரியும். மற்ற இடங்களில் அரைகுறை சூரியகிரகணம் தெரியும். அதாவது சூரியனில் ஒரு பகுதி மட்டும் மறைக்கப்படும்.

சரி, சந்திர கிரகணம் எப்படி நிகழ்கிறது? இங்கு நீங்கள் ஒன்றைக் கவனிக்கவேண்டும். எப்போதுமே பௌர்ணமியன்றுதான் சந்திர கிரகணம் நிகழும். சூரியன் , பூமி, சந்திரன் இந்த மூன்றும் இந்த வரிசையில் ஒரே நேர் கோட்டில் அமையும்போது பூமியின் நிழல் சந்திரன் மீது விழுகிறது. இதன் விளைவாக சந்திர கிரகணம் ஏற்படுகிறது. சந்திரனின் சுற்றுப்பாதை சற்று மேலாக இருந்தால், அல்லது தாழ்வாக இருந்தால் பூமியின் நிழல் சந்திரன் மீது விழுவதில்லை. ஒவ்வொரு பௌர்ணமி அன்றும் சந்திர கிரகணம் ஏற்படாததற்கு இதுவே காரணம்.

சூரிய கிரகணம், சந்திர கிரகணம் இரண்டுக்குமே ‘நிழல்’தான் காரணம் என்று இப்போது நீங்கள் புரிந்துக்கொண்டிருப்பீர்கள். சில

அமாவாசைகளில் சந்திரனின் நிழல் பூமியில் விழும்போது அது சூரியகிரகணமாக அமைகிறது. சில பௌர்ணமிகளில் பூமியின் நிழல் சந்திரன்மீது விழும்போது அது சந்திர கிரகணமாக அமைகிறது. அவ்வளவுதான்.

ஆனால் கிரகணங்கள் பற்றி அறிவியல் பூர்வமாக அறியப்படாமல் இருந்த காலத்தில் இந்த நிழல்தான் பூச்சாண்டி காட்டியது. விவரம் தெரியாத அந்தக் காலத்து மக்கள் கிரகணங்களைக் கண்டு அஞ்சினார்கள். சூரிய கிரகணம், குறிப்பாக முழு சூரிய கிரகணம், அவர்களைப் பீதி கொள்ளச் செய்தது.

எப்போதெல்லாம் சூரிய கிரகணம், சந்திர கிரகணம் ஏற்படும் என்பதற்குக் கணக்கு உள்ளது. இது அப்படி ஒன்றும் கடினமான கணக்கு அல்ல. சுமார் 2,500 ஆண்டுகளுக்கு முன்னரே இந்தக் கணக்குமுறை அறியப்பட்டிருந்தது. இதை நன்கு அறிந்து வைத்திருந்தவர்கள் சூரிய, சந்திர கிரகணங்களை வைத்து மக்களை மிரட்டி ஆதிக்கம் செலுத்தினர்.

சின்னச் சின்ன ஆசை, சந்திரன் செல்ல ஆசை

மனிதன் ஆதிநாள்களிலிருந்தே சந்திரனைப் பிடிக்க அல்லது சந்திர லோகத்துக்குச் செல்ல ஆசைப்பட்டான். இந்த ஆசையின் விளைவாகப் பல கதைகள் பிறந்தன. அவற்றில் புராணக் கதைகளும் அடக்கம். புராணக் கடவுளர்கள் தங்களது வாகனங்களில் வெவ்வேறு உலகங்களுக்கும் சென்றனர். தேவர்கள் புஷ்பக விமானம் போன்ற வாகனங்களில் சென்றனர்.

புராணக் கதைகள் ஒருபுறம் இருக்க, நவீன காலத்தில் மனிதனை சந்திரனுக்கு அனுப்பும் கதைகள் பலவும் தோன்றின. இப்படிப்பட்ட கதை ஒன்றில் பிரபல விஞ்ஞானி ஒருவர், மந்திர ஜாலம் மூலம் ஒரு மனிதனைச் சந்திரனுக்கு அனுப்பி வைத்தார். அந்த விஞ்ஞானியின் பெயர் ஜோஹானஸ் கெப்ளர். அவர் கிரகங்களின் இயக்க விதிகளைக் கண்டுபிடித்துக் கூறியவர். கெப்ளர் 1634-ம் ஆண்டில் 'சோம்னியம்' என்ற கதையை எழுதினார். அதில் கதாநாயகன் மாயாஜாலத்தின் மூலம் சந்திரனுக்குச் செல்கிறான். விஞ்ஞானியா இப்படி எழுதுவது என்று நீங்கள் நினைக்கலாம். கெப்ளர் காலத்தில் மத அடிப்படையில் மூட நம்பிக்கைகள் நிறையவே இருந்தன.

கெப்ளருக்குப் பிறகு காட்வின் என்ற பாதிரியார் 'சந்திரனில் மனிதன்' என்ற தலைப்பில் ஒரு கதையை வெளியிட்டார். அவரது கதையில் கோன்சாலஸ் என்ற கதாநாயகன் அன்னப்பறவைகள் சுமந்து செல்லும் ஒரு வகை புஷ்பக விமானத்தில் சந்திரனுக்குச் செல்கிறான்.

இப்படியாக தங்களது கதாநாயகன் சந்திரனுக்குச் செல்வது போன்று எழுதப்பட்ட கதைகள் எல்லாம் உலகில் விமானம் கண்டுபிடிக்கப் பட்டதற்கு முன்னர் எழுதப்பட்டவை. அத்துடன் ராக்கெட் இயக்கம் பற்றிய அடிப்படை விதிகள், விண்வெளிப் பயணம் பற்றிய அடிப்படை உண்மைகள் ஆகியவை கண்டுபிடிக்கப்படுவதற்கு முன்னர் எழுதப் பட்டவை.

கடந்த நூற்றாண்டின் தொடக்கத்திலிருந்து விஞ்ஞான வளர்ச்சி வேகம் பிடித்தது. புதிது புதிதாகப் பல விஷயங்கள் கண்டுபிடிக்கப்பட்டன. இவற்றின் பலனாக நவீன ராக்கெட் உருவாகியது. அணுகுண்டு தயாரிக்கப்பட்டது.

முதலில் அணுகுண்டைத் தயாரித்தது அமெரிக்கா. அதைப் போரில் பயன்படுத்தியதும் அமெரிக்காவே. அமெரிக்காவைத் தொடர்ந்து ரஷ்யாவும் அணுகுண்டு தயாரித்தது. இந்த அணுகுண்டுகளைச் சுமந்து சென்று பல ஆயிரம் கிலோமீட்டர் தூரத்தில் உள்ள இலக்குகளைத் தாக்கும் சக்தி மிக்க பல அடுக்கு ராக்கெட்டுகளையும் இந்த இரு நாடுகளும் தயாரித்தன.

ஆனால் இதில் முக்கிய வித்தியாசம் இருந்தது. ரஷ்யாவின் அணுகுண்டுகள் வடிவில் பெரியவை. எடை மிக்கவை. ஆகவே நிறைய எடையைச் சுமந்து செல்கிற ரஷ்ய ராக்கெட்டுகள் வலிமை மிக்கவையாக இருந்தன. அமெரிக்கா அணுகுண்டு தயாரிப்பு நுட்பத்தில் மிக முன்னேறியதாக இருந்தது. ஆகவே அதன் அணுகுண்டுகள் சிறியவை. எடை குறைந்தவை. ஆகவே அமெரிக்கா ராக்கெட்டுகளின் திறன் மட்டான அளவில் இருந்தால் போதும் என்ற நிலை இருந்தது.இவ்வித ராக்கெட்டில் சில மாறுதல்களைச் செய்து அவற்றைப் பயன்படுத்தி பூமியைச் சுற்றுவதற்கான செயற்கைக் கோளை உயரே செலுத்தலாமே என்று ரஷ்யாவுக்குத் தோன்றியது.

இப்படிப்பட்ட பின்னணியில் ரஷ்யா 1957-ம் ஆண்டு அக்டோபரில் தனது சக்தி மிக்க ராக்கெட்டைப் பயன்படுத்தி உலகமே வியக்கும் வகையில் ஒரு காரியத்தைச் செய்தது. அதை அடுத்ததாகக் காண்போம்.

சந்திரனைப் பிடிக்க போட்டா போட்டி

'ஹீ மேன்' மாதிரி அசுர பலம் படைத்த ஒரு ராட்சதன் இருப்பதாக வைத்துக்கொள்வோம். அவன் ஒரு குட்டி மலையை அப்படியே பெயர்த்து எடுக்கிறான். அந்த மலையைத் தூக்கிக்கொண்டு பூமியிலிருந்து சில நூறு கிலோமீட்டர் உயரே பறக்கிறான். பிறகு அந்த மலையை குறிப்பிட்ட கோணத்தில், குறிப்பிட்ட வேகத்தில் வீசி எறிகிறான். என்ன ஆகும்? சந்திரன் பூமியைச் சுற்றி வருவதுபோல, அந்தக் குட்டி மலையும் பூமியைச் சுற்றி சுற்றி வரும்.

குட்டி மலை என்ன? உங்கள் வீட்டு ஆட்டுக் கல், அம்மிக் கல், மேஜை, நாற்காலி இப்படியான எந்தப் பொருளாக இருந்தாலும் சரி, அதைக் குறிப்பிட்ட உயரத்துக்குக் கொண்டுசென்று குறிப்பிட்ட கோணத்தில், சரியான வேகத்தில் வீசினால் அப்பொருள் பூமியைச் சுற்றத் தொடங்கி விடும். அவ்விதம் பூமியைச் சுற்றி வருவதற்கு அம்மிக் கல் அல்லது ஆட்டுக்கல்லில் எவ்வித எஞ்சினும் தேவையில்லை. பூமியைச் சுற்றி வருகிற சந்திரனில் ஏதாவது எஞ்சின் இருக்கிறதா? சூரியனைச் சுற்றி வருகின்ற பூமியில் தான் எஞ்சின் உள்ளதா?

அதே ஆட்டுக்கல்லை இன்னும் சற்று அதிக வேகத்தில் சந்திரனை நோக்கி வீசினால் அது சந்திரனுக்குப் போய்ச் சேர்ந்துவிடும்.

இப்படியாக ஒரு பொருளை மேலே எடுத்துச் சென்று தகுந்த வேகத்தில் வீச யாருக்கும் ராட்சத பலம் கிடையாது. ஆனால் மனிதன் உருவாக்கிய ராக்கெட்டுகளுக்கு அத்தகைய திறன் இருக்கிறது.

ரஷ்யா 1957-ம் ஆண்டு அக்டோபர் 4-ம் தேதி இப்படியான சக்தி மிக்க ராக்கெட் ஒன்றின்மூலம் உலகின் முதலாவது செயற்கைக் கோளை விண்ணில் செலுத்தியது. அது பூமியைச் சுற்ற ஆரம்பித்ததும் அதிலிருந்து, அதாவது விண்ணிலிருந்து, பீப் பீப் என்று சிக்னல்கள் வெளிப்பட்டன. மனிதன் உருவாக்கிய பொருள் ஒன்று பூமியைச் சுற்றுவது என்பது அதுவே முதல் தடவை. எனவே ரஷ்யாவின் இந்த சாதனையைக் கண்டு உலக நாடுகள் வியந்தன.

ரஷ்யாவின் இந்த சாதனை அமெரிக்க ஆட்சியாளர்களுக்கு அதிர்ச்சியைக் கொடுத்தது. 'அமெரிக்கா தூங்கிவிட்டது. ரஷ்யா முந்திக் கொண்டுவிட்டது' என்று அமெரிக்கப் பத்திரிகைகள் கடுப்புடன் செய்தி வெளியிட்டன.

ரஷ்யாவின் இந்தச் சாதனையை அமெரிக்காவுக்கு ஏற்பட்ட அவமானம் போலக் கருதிய அமெரிக்க மக்களில் பலரும் தங்களது கோபத்தை அமெரிக்க அரசின்மீது திருப்பினர்.

அமெரிக்கா உலகில் பல துறைகளிலும் முதலிடம் வகிக்கிற நாடு என்று நினைப்பு அப்போது இருந்தது. அதே சமயத்தில் ரஷ்யா (அந்நாடு அப்போது பல குடியரசுகளை உள்ளடக்கியதாக 'சோவியத் யூனியன்' என்று அழைக்கப்பட்டது) சற்றே பின்தங்கிய நாடு என்ற ஒரு கருத்து இருந்தது. இந்த நிலையில்தான் ரஷ்யர்கள் இப்படியான சாதனையை நிகழ்த்தினர்.

இதைக் கண்டு அமெரிக்கா எரிச்சல் கொண்டதில் வியப்பில்லை. அப்போது ரஷ்யாவுக்கும் அமெரிக்காவுக்கும் இடையே கடும் விரோதப் போக்கு இருந்தது. ஆயுதப் போட்டியும் இருந்தது. உலக

ரஷ்யாவின் லூனிக் 3 விண்கலம்

நாடுகளைத் தங்கள் பக்கம் இழுத்துக் கொள்ள இரு நாடுகள் இடையில் ஆதிக்கப் போட்டியும் இருந்தது.

ரஷ்யா பறக்கவிட்ட (உலகின் முதலாவது) செயற்கைக் கோளின் பெயர் ஸ்புட்னிக்-1. அதன் எடை 404 கிலோ.

அமெரிக்கா அதிர்ச்சியிலிருந்து மீள்வதற்குள் ரஷ்யா மறுமாதமே ஸ்புட்னிக்-2 என்ற இரண்டாவது செயற்கைக் கோளைச் செலுத்தியது. அதில் ஒரு நாய் வைத்து அனுப்பப் பட்டது. அந்த நாயின் பெயர் லெய்கா.

ரஷ்யாவின் இந்த இரட்டைச் சாதனைக்குப் பிறகு அமெரிக்கா 1958 ஜனவரியில் எக்ஸ்பு ளோரார் என்ற தனது முதலாவது செயற்கைக்கோளை விண்ணில் செலுத்தியது. இதன் எடை 68 கிலோ.

ரஷ்யா இதற்குள் சந்திரனைக் குறி வைத்தது. 1959 ஜனவரியில் ரஷ்யாவின் லூனிக்-1 என்ற ஆளற்ற விண்கலம் சந்திரனை நோக்கிச் செலுத்தப்பட்டது. பூமியின் பிடியிலிருந்து விடுபட்டுச் சென்ற முதல் விண்கலம் அதுவேயாகும். இதற்குச் சில மாதங்களுக்குப் பிறகு ரஷ்யா செலுத்திய லூனிக்-3 சந்திரனை நெருங்கி சந்திரனின் (மனிதன் இதுவரை காணாத) மறுபுறத்தைப் படம் எடுத்து அனுப்பி மேலும் ஒரு சாதனையை நிகழ்த்தியது.

அமெரிக்கா இதே போலச் சந்திரனை நோக்கி 1962 வரை அனுப்பிய விண்கலங்கள் வெற்றி பெறவில்லை.

இங்கு ஒன்றைக் கவனிக்கவேண்டும். அமெரிக்கா ஒரு ஜனநாயக நாடு. ஆகவே விண்வெளித்துறை அல்ல, மற்ற எந்தத் துறையிலும் தோல்வி ஏற்பட்டாலும் அது பகிரங்கமாக வெளியே தெரிந்தது. ஆனால் அப்போது ரஷ்யா ஒற்றை கட்சி கம்யூனிச ஆட்சியின்கீழ் இருந்த நாடு. விண்வெளித் துறையில் ரஷ்யா கண்ட தோல்விகள் வெளியே தெரிவிக்கப்படாமல் மூடி மறைக்கப்பட்டன. அதன் வெற்றிகள் மட்டும் உலகறியப் பறைசாற்றப்பட்டன. ஆகவே விண்வெளித் துறையில் ரஷ்யாவின் புகழ் மங்காத புகழாக நீடித்தது. அமெரிக்காவைவிட ரஷ்யாவிடம் ஆரம்ப காலத்திலிருந்தே சக்தி மிக்க ராக்கெட்டுகள் இருந்து வந்தன. ரஷ்யாவின் அடுத்தடுத்த வெற்றிகளுக்கு இதுவும் ஒரு முக்கிய காரணம்.

இந்த நிலையில் 1961 ஏப்ரலில் யூரி ககாரின் என்ற ரஷ்ய வீரர், விண்கலம் மூலம் உயரே அனுப்பப்பட்டார். விண்வெளிக்குச் சென்று பூமியைச் சுற்றிய முதல் விண்வெளி வீரர் அவரே ஆவார்.

ரஷ்யாவின் இந்த வெற்றியைத் தொடர்ந்து அமெரிக்கா இனி முனைப்பாகச் செயல்பட்டாகவேண்டும் என்ற முடிவுக்கு வந்தது. இந்த அடிப்படையில் அப்போதைய அமெரிக்க அதிபர் ஜான் கென்னடி 1961-ம் ஆண்டு மே மாதம் முக்கிய அறிவிப்பு ஒன்றை வெளியிட்டார். '1970-ம் ஆண்டுக்குள் அமெரிக்க விண்வெளி வீரரை சந்திரனில் இறக்குவதே அமெரிக்க விண்வெளித் திட்டத்தின் லட்சியம்' என்றார்.

மறு ஆண்டே அமெரிக்க வீரர் கிளென், விண்கலம் மூலம் பூமியைச் சுற்றிவந்தார். இந்த வெற்றி அமெரிக்காவுக்குப் புதுத் தெம்பை அளித்தது.

இதன்பிறகு அமெரிக்காவும் ரஷ்யாவும் மாறி மாறி வெவ்வேறு வகையான புதுப்புது வசதிகள் கொண்ட விண்கலங்களில் விண்வெளி வீரர்களை வின்வெளிக்கு அனுப்பின. ஒரே விண்கலத்தில் ஒன்றுக்கு மேற்பட்டவர்கள் அனுப்பப்பட்டனர். பூமிக்கு மேலே மிக உயரத்தில் விண்கலங்களை இணைப்பது, விண்கலத்திலிருந்து வெளியே வந்து அந்தரத்தில் மிதப்பது போன்ற சாதனைகள் நிகழ்த்தப்பட்டன.

சந்திரனில் மெதுவாகத் தரை இறங்கிய முதல் ஆளில்லா விண்கலம் ரஷ்ய விண்கலமே ஆகும். அதேபோல சந்திரனுக்கு ஒரு விண்கலத்தை அனுப்பி அதைச் சந்திரனைச் சுற்றி வரும்படிச் செய்வதிலும் ரஷ்யர்களே முதல் வெற்றி கண்டனர்.

1968 டிசம்பரில் அமெரிக்காவின் அப்போலோ-8 விண்கலத்தின் மூலம் சென்ற மூன்று விண்வெளி வீரர்கள் சந்திரனை அடைந்து கீழே தரை இறங்காமல் சந்திரனை ரவுண்ட் அடித்துவிட்டு வெற்றிகரமாக பூமிக்குத் திரும்பினர்.

சந்திரனுக்கு ஆளை அனுப்பாமல் அங்கிருந்து கல்லையும் மண்ணையும் எடுத்து வருவதே ரஷ்யாவின் திட்டம் என்ற யூகம் அப்போது பரவலாக இருந்தது.

இந்தப் பின்னணியில்தான் 1969 ஜூலை 16-ம் தேதி அப்போலோ-11 விண்கலம்மூலம் மூன்று அமெரிக்க விண்வெளி வீரர்கள் சந்திரனை நோக்கிக் கிளம்பினர்.

அதே சமயத்தில் ரஷ்யாவின் ஆளில்லா லூனிக்-15 விண்கலமும் சந்திரனை நோக்கிச் சென்றுகொண்டிருந்தது.

வானம் வசப்பட்டது

1969 ஆம் ஆண்டு ஜூலை 19 ஆம் தேதி அமெரிக்க அப்போலோ-11 விண்கலம் சந்திரனை நெருங்கிச் சுற்ற ஆரம்பித்தபோது சஸ்பென்ஸ் நிலவியது. அப்போலோ விண்கலத்தில் இருந்த மூவரில், இரண்டு விண்வெளி வீரர்கள் சந்திரனில் இறங்குவது என்பது ஏற்பாடு. அவர்கள் 'ஈகிள்' என்று பெயரிடப்பட்ட இறங்குகலத்தினுள் நுழைந்தனர். ஈகிள் கலம் தாய்க்கலத்திலிருந்து பிரிந்து கீழே இறங்க ஆரம்பித்தது. கடைசி நேரத்தில் ஏற்பட்ட ஒரு சிக்கலுக்குப் பிறகு ஈகிள் வெற்றிகரமாகச் சந்திரனில் இறங்கியது.

'ஈகிள் இறங்கிவிட்டது' என்று அதில் இருந்த அமெரிக்க விண்வெளி வீரர்கள் பூமிக்குத் தகவல் கொடுத்தனர். சில மணிநேர ஓய்வுக்குப் பிறகு, 'ஈகிள்' கலத்திலிருந்து அமெரிக்க விண்வெளி வீரர் நீல் ஆம்ஸ்ட்ராங் மெதுவாக ஏணிப்படிகள் வழியே இறங்கி, சந்திர மண்ணில் அடி எடுத்து வைத்து வரலாறு படைத்தார். 'இது மனித குலம் எடுத்து வைத்த மாபெரும் அடி' என்று ஆம்ஸ்ட்ராங் இந்தக் கணத்தைக் குறிப்பிட்டார்.

அவர் சந்திரனில் காலடி வைத்ததை உலகெங்கிலும் பல நாடுகளில் மக்கள் தங்கள் வீட்டு தொலைக்காட்சியில் நேரடி ஒளிபரப்பாகக் கண்டனர். ஆம்ஸ்ட்ராங்கைத் தொடர்ந்து எட்வின் ஆல்ட்ரின் கீழே இறங்கினார். அவர்களுடன் அப்போதைய அமெரிக்க அதிபர் நிக்சன் தொலைபேசியில் பேசி அவர்களது சாதனையை மெச்சினார். இந்தச் சாதனை மூலம் 'வானம் வசப்பட்டது' என்று அவர் வருணித்தார்.

சந்திரனில் நீல் ஆம்ஸ்டிராங்

இரு அமெரிக்க வீரர்களும் சந்திரனில் கொடியை நடுவது உள்பட, திட்டமிட்ட சில பணிகளை முடித்தனர். அவசர அவசரமாகச் சந்திரனின் நிலப்பரப்பிலிருந்து கற்களையும் மண்ணையும் சேகரித்தனர். அவர்கள் சந்திர மண்ணில் நடமாடியது சுமார் 2 மணி நேரமே. பிறகு இருவரும் ஈகிள் கலத்தில் ஏறிக்கொள்ள அது உயரே கிளம்பி, சந்திரனைத்

தொடர்ந்து சுற்றிக்கொண்டிருந்த தாய்க் கலத்துடன் இணைந்தது.

பிறகு தாய்க்கலத்தில் இருந்த மைக்கேல் காலின்ஸுடன் நீல் ஆம்ஸ்ட்ராங்கும் எட்வின் ஆல்ட்ரினும் பத்திரமாகப் பூமிக்குத் திரும்பினர்.

அதன்பிறகு, அமெரிக்கா ஆறு தடவை சந்திரனுக்கு விண்வெளி வீரர்களை அனுப்பியது. இவற்றில் அப்போலோ-13 பயணம் கிட்டத் தட்ட விபத்தில் முடிந்தது. நடுவழியில் அப்போலோ-13 விண்கலத்தில் கோளாறு ஏற்பட்டதால் அதில் சென்ற விண்வெளி வீரர்கள் சந்திரனுக்குச் செல்லாமல் பாதி வழியில் பூமிக்குத் திரும்பினர். 1972 டிசம்பரில் அப்போலோ-17 விண்கலத்தில் சென்றவர்கள் சாதனையாகச் சந்திர மண்ணில் 22 மணி நேரம் தங்கி, 29 கிலோமீட்டர் பயணம் செய்துவிட்டுப் பத்திரமாகப் பூமிக்குத் திரும்பினர். சந்திர மண்டலப் பயணம் அத்தோடு முடிந்து விட்டது.

சந்திரனின் தரையிலிருந்து கிளம்பிய ஈகிள் தாய்க் கலத்துடன் இணைவதற்கு முன்னர் எடுக்கப்பட்ட படம்

அதன் பிறகு எந்த நாடும் சந்திரனுக்கு விண்வெளி வீரர்களை அனுப்பவில்லை. எந்த நாட்டுக்கும் அதற்கான பணவசதி கிடையாது.

ரஷ்யா கடைசிவரை சந்திரனுக்கு ரஷ்ய விண்வெளி வீரர்களை அனுப்ப முற்படவில்லை.

அமெரிக்கா அப்போலோ-11 விண்கலத்தைச் சந்திரனுக்கு அனுப்பிய அதே சமயத்தில் ரஷ்யா தனது ஆளில்லாத லூனிக்-15 விண்கலத்தை சந்திரனுக்கு அனுப்பியது என்று குறிப்பிட்டிருந்தேன். துரதிர்ஷ்டவச மாக லூனிக்-15 சந்திரனில் மோதி நொறுங்கியது.

லூனிக்-15 விண்கலத்துக்கு அந்தக் கதி நேராதிருந்தால் அப்போலோ-11 விண்வெளி வீரர்கள் பூமிக்குத் திரும்பியதற்கு முன்னரே ரஷ்யக் கலம் சந்திரனிலிருந்து கல்லையும் மண்ணையும் அள்ளிக்கொண்டு பூமிக்குத் திரும்பி வந்திருக்கும். 'யாரையும் அனுப்பாமலேயே சந்திரனிலிருந்து

கல்லையும் மண்ணையும் எடுத்து வந்துவிட்டோம்' என்று ரஷ்யா பெருமையுடன் அறிவித்திருந்திருக்கும்.

எனினும் ரஷ்யா பின்னர் அனுப்பிய ஆளில்லா விண்கலங்கள் சந்திரனிலிருந்து கல்லையும் மண்ணையும் சேகரித்துக்கொண்டு பத்திரமாக பூமிக்குத் திரும்புவதில் வெற்றி கண்டன.

அமெரிக்கா அப்போலோ திட்டத்தின்போது விண்வெளி வீரர்களுடன் ஒரு வாகனத்தையும் சேர்த்து அனுப்பியது. அமெரிக்க விண்வெளி வீரர்கள் அதில் ஏறிக்கொண்டு சந்திரனில் உலவி ஆய்வுகளை நடத்தினர்.

ரஷ்யாவும் இதேபோல ஆளில்லா விண்கலம் மூலம் பெரிய வாகனத்தை அனுப்பியது. இவ்விதமான இரு வாகனங்கள் ஓட்டுநர் இன்றி, சந்திர மண்ணில் தாமாகவே அங்குமிங்கும் நடமாடி, ஆய்வு நடத்தின.

சந்திரனுக்கு மனிதன் சென்றது இப்போது ஒரு வரலாறு ஆகிவிட்டது. மேற்கொண்டு தொடர்ந்து அமெரிக்க விண்வெளி வீரர்களை அனுப்புவது அவசியமற்றது என்று கருதப்பட்டது. இத் திட்டம் கைவிடப்பட்டதற்கு முக்கியக் காரணம் ஒன்றும் உண்டு. 'சந்திரனைப் பிடிக்கும்' சாதனை நிகழ்த்தப்பட்டுதன்பிறகு, அமெரிக்க மக்கள் இப்படியான விண்வெளிப் பயணங்கள் 'வீண் செலவு' என்று கருத ஆரம்பித்தனர். சந்திரனுக்கு விண்வெளி வீரர்களை அனுப்புவதற்கு ஆகும் கோடிக்கணக்கான டாலர்களைக் கொண்டு, 'உருப்படியாக இதைச் செய்யலாமே, அதைச் செய்யலாமே' என்று கூறுவோர் அதிகரித்தனர். இப்படியான நிர்ப்பந்தம் காரணமாக அமெரிக்க அரசு நிதி ஒதுக்குவதை நிறுத்தியது.

இங்கு இன்னொன்றையும் கவனிக்கவேண்டும். சந்திரனுக்கு மனிதனை அனுப்புவது என்பது அமெரிக்காவில் ஆரம்பம் முதலே ஒரு சாதனைச் செயலாகக் கருதப்பட்டது. ரஷ்யாவை மிஞ்சவேண்டும் என்பதே நோக்கமாக இருந்தது. அந்த அளவில் 'அரசியல் அம்சம்' மேலோங்கியிருந்தது. அறிவியல் ஆய்வு என்பது இரண்டாம் பட்சமாகத்தான் இருந்தது. சொல்லப் போனால் ஐந்து தடவை சந்திரனுக்கு விண்வெளி வீரர்களை அனுப்பியதற்குப் பிறகுதான் முதல் தடவையாக அமெரிக்க விஞ்ஞானி ஒருவர் சந்திரனுக்கு அனுப்பப்பட்டார். ஆனால் அடுத்து மேலும் விஞ்ஞானிகளை அனுப்பி ஆய்வு நடத்துவதற்குள் அப்போலோ திட்டத்துக்கு முற்றுப்புள்ளி வைக்கப்பட்டுவிட்டது.

மனிதனை சந்திரனுக்கு அனுப்புவதில் வெற்றி கிட்டிய போதிலும் சந்திரன் பற்றிய அடிப்படையான ஒரு விஷயத்துக்கு விடை கண்டு பிடிக்கப்படவில்லை.

பூமிக்கு சந்திரன் என்ன உறவு?

இந்தக் கேள்வி உங்களுக்கு வேடிக்கையாக இருக்கலாம். பூமியைச் சந்திரன் சுற்றிச் சுற்றி வருகிறது. பூமி ஒரு கிரகம். சந்திரன் அதைச் சுற்றுகிற துணைக்கிரகம். இரண்டுக்கும் இடையே அப்படி என்ன உறவு முறை இருக்க முடியும் என்று நீங்கள் கேட்கலாம்.

சொல்லப்போனால் பூமிக்கும் சந்திரனுக்கும் இடையே மூன்றுவித மான உறவு முறைகள் இருக்க முடியும்.

சந்திரனை பூமியின் தம்பி என்று கூற முடியும். அல்லது சந்திரனை பூமியின் புதல்வன் என்று வர்ணிக்க முடியும். மூன்றாவது உறவாக, சந்திரன் பூமியின் அடிமையாகவும் இருக்கலாம்.

இந்த மூன்று வகை உறவு முறைகளில் எது சரி என்று கவனிக்கும் முன்னர் இந்த மூன்றையும் சற்று ஆராயலாம்.

பூமி தோன்றியபோதே சந்திரனும் தோன்றியிருக்கவேண்டும் என்று ஆரம்ப நாள்களில் ஒரு கருத்து நிலவியது. அது சரி என்று வைத்துக் கொண்டால், பூமியும் சந்திரனும் சகோதரர்கள். வடிவில் பூமி பெரியது என்பதால் பூமியை அண்ணன் என்று வைத்துக்கொள்ளலாம். சந்திரன் சிறியது. ஆகவே தம்பி.

ஆனால் நவீன கால விஞ்ஞானிகள் பூமியும் சந்திரனும் சகோதரர்கள் என்ற கருத்தை ஏற்க மறுக்கிறார்கள். பூமியின் உள்ளமைப்பு ஒருவித மாகவும் சந்திரனின் உள்ளமைப்பு வேறு விதமாகவும் உள்ளதை அவர்கள் சுட்டிக்காட்டுகிறார்கள். பூமியின் மையத்தில் கொதிக்கும் குழம்பு நிலையில் நிறைய இரும்பு இருக்கிறது. சந்திரனில் அப்படி இல்லை என்பதை அவர்கள் சுட்டிக்காட்டுகிறார்கள். பூமியும் சந்திரனும் அண்ணன்-தம்பி என்று காட்டத்தகுந்த அறிவியல் ஆதாரங்கள் இல்லை என்றும் அவர்கள் கூறுகிறார்கள்.

சரி, அடுத்த உறவு முறையைக் கவனிப்போம்.

ஆதியில் முதலில் பூமி தோன்றியதாகவும் பிறகு பூமியிலிருந்து ஒரு பெரிய துண்டுப்பகுதி பிய்த்துக்கொண்டு வெளியேறியதாகவும் அதுவே பின்னர் சந்திரனாக உருப்பெற்றது என்ற கருத்தும் உள்ளது. இதன்படி பார்த்தால் சந்திரன் பூமித்தாயின் குழந்தை. பூமிக்குச் சந்திரன் புதல்வன். இந்தக் கருத்தைக் கூறியவர்கள் இதற்கு ஒரு ‘ஆதாரம்’ காட்டினார்கள். நீங்கள் உலக வரைபடத்தைப் பார்த்தால் பசிபிக் பெருங்கடல் மிகப் பெரியதாக உள்ளதைக் கவனித்திருக்கலாம். பசிபிக் கடலின் அகலமும் சந்திரனின் குறுக்களவும் ஒரே அளவாக உள்ளது என்று

அவர்கள் சுட்டிக்காட்டினார்கள். சந்திரன் பிய்த்துக்கொண்ட பகுதியில் தான் பிறகு பசிபிக் கடல் ஏற்பட்டது என்று அவர்கள் கூறினார்கள்.

ஆனால் நவீன கால விஞ்ஞானிகள் இக் கருத்தை நிராகரித்துள்ளனர். கடந்த கோடானு கோடி ஆண்டுகளில் ஆப்பிரிக்கா, ஆசியா, வட அமெரிக்கா, தென் அமெரிக்கா, ஐரோப்பா முதலிய கண்டங்கள் இடம் பெயர்ந்துள்ளதாகக் கண்டறியப்பட்டுள்ளது. இதன் விளைவாகச் சில கடல்கள் சுருங்கின; சில கடல்கள் விரிந்தன என்று நிபுணர்கள் சுட்டிக் காட்டியுள்ளனர்.உதாரணமாக அட்லாண்டிக் கடல் அகன்று வருகிறது. பசிபிக் கடல் சுருங்கி வருகிறது.

ஆகவே சந்திரன் பிரிந்துபோனதால்தான் பசிபிக் கடல் தோன்றியது என்று கருத்துக்கு ஆதாரமே இல்லை என்று அவர்கள் கூறுகின்றனர். பூமியிலிருந்து சந்திரன் உருவாகியிருக்க முடியாது என்று அவர்கள் கூறுகின்றனர். இதற்கு அவர்கள் வேறுபல காரணங்களையும் எடுத்துக் கூறியுள்ளனர்.

சந்திரன் பூமிக்குத் தம்பியும் அல்ல, புதல்வனும் அல்ல. அப்படி யானால் சந்திரன் பூமியின் அடிமையாகத்தானே இருக்க முடியும்.

சந்திரன் எப்படி பூமிக்கு அடிமை ஆக முடியும்? சந்திரன் எங்கோ உண்டாகியிருக்கவேண்டும். பின்னர் அது ஏதோ காரணத்தால் பூமிக்கு அருகில் வந்தபோது பூமியின் ஈர்ப்பு சக்தியால் கவரப்பட்டு பூமியைச் சுற்ற ஆரம்பித்திருக்கவேண்டும். பூமியின் பிடியில் சிக்கிய சந்திரனை பூமியின் அடிமை என்று கூறுவதில் தவறு இல்லையே!

சந்திரன் பூமியின் அடிமை என்ற கொள்கை குறித்தும் சில ஆட்சேபங்கள் உள்ளன.

அமெரிக்காவும் ரஷ்யாவும் சந்திர மண்டலத்தில் மேற்கொண்ட ஆய்வுகளில் ஏதேனும் துப்பு கிடைக்கவில்லையா? பூமிக்குச் சந்திரன் என்ன உறவு என்ற கேள்விக்கு இந்த ஆய்வுகளில் விடை கிடைத்ததா என்று நீங்கள் கேட்கலாம்.

1962 தொடங்கி, அமெரிக்கா பல வகையான ஆளில்லா விண்கலங் களைச் சந்திரனுக்கு அனுப்பி ஆய்வு நடத்தியது. இவற்றில் சில விண்கலங்கள் சந்திரனுக்கு மேலாகப் பறந்து ஆய்வுகளை நடத்தின. சில ஆளில்லா விண்கலங்கள் சந்திரனில் இறங்கி ஆராய்ந்தன. இவற்றைத் தொடர்ந்து 1969-ல் அமெரிக்க விண்வெளி வீரர்கள் சந்திரனில் இறங்கினர். சந்திரனுக்கு அமெரிக்கா மொத்தம் 6 தடவைகளில் 17 விண்வெளி வீரர்களை அனுப்பியது. இவர்களும் சந்திரனை ஆராய்ந்தனர். இவர்கள் சந்திரனில் வைத்துவிட்டு வந்த நுட்பமான கருவிகள் சந்திரனைப் பற்றித் தொடர்ந்து தகவல்கள்

அனுப்பிவருகின்றன. சந்திரனில் ஏற்படுகிற நிலநடுக்கம் பற்றியும் சந்திரனின் உட்புறம் பற்றியும் இவை தகவல்களை அனுப்பியுள்ளன.

ரஷ்யாவும் 1959-ல் தொடங்கிப் பலவகையான ஆளில்லா விண்கலங் களைச் சந்திரனுக்கு அனுப்பி ஆராய்ந்தது.

அமெரிக்க விண்வெளி வீரர்களும் ஆளில்லா ரஷிய விண்கலங்களும் சந்திரனிலிருந்து எடுத்து வந்த மண், கல் ஆகியவை பல ஆண்டுக்காலம் ஆராய்ச்சிக் கூடங்களில் ஆராயப்பட்டுள்ளன. ஆயினும் இவ்வளவுக் குப் பிறகும் பூமி சந்திரன் இடையிலான உறவு என்ன என்ற கேள்விக்குத் திட்டவட்டமான விடை கிடைக்க வில்லை. எனினும் அண்மைக்கால ஆய்வு களின் பலனாக புதிதாக நான்காவதான கொள்கை உருவாகியுள்ளது. அதாவது பூமி தோன்றியதற்குப் பிறகு ஒரு கட்டத்தில் செவ்வாய் அளவுக்கு இருந்த பெரிய உருண்டை பூமியின் மீது வந்து மோதியது. இதனால் பூமியின் தாக்குண்ட ஒரு பகுதி பிய்த்துக் கொண்டு உயரே கிளம்பியது. பூமியின் மீது மோதிய உருண்டையும் அழிந்து உருகி மேலே கிளம்பியது.இவை இரண்டும் கலந்து பாகு போலாகிப் பின்னர் அது சந்திரனாக உருவெடுத்தது. இப்போதைக்கு இதுவே ஒப்புக் கொள்ளப் பட்ட கொள்கையாக உள்ளது.

சந்திரனிலிருந்து அப்போலோ 15 விண்வெளி வீரர்கள் எடுத்து வந்த கல்

என்ன நடந்திருந்தால் பூமியும் சந்திரனும் இப்போதுள்ள வகையில் இருக்கும் என கம்ப்யூட்டரில் வெவ்வேறான நிலைமைகளை பாவனையாக உருவாக்கி அதன் மூலம் கிடைத்த விடைகளைக் கொண்டு இப்புதிய கொள்கை உருவாக்கப்பட்டுள்ளது. எனினும் இது சந்திரனின் தோற்றம் பற்றிய சில விஷயங்களில் உதைக்கிறது. எனினும் இப்போதைக்கு இக்கொள்கைதான் பெரும்பாலும் ஏற்கத்தக்கதாக உள்ளது. சரி, இதகொள்கையின்படி பூமிக்கு சந்திரன் என்ன உறவு? பூமிக்கு சந்திரன் தாயாதி என்று சொல்லலாமா? தாயாதி என்பதால் தான் என்னவோ பூமியை சந்திரன் படாதபாடு படுத்துகிறது.

இது ஒரு புறம் இருக்க, சந்திரனை பல்வேறு கோணங்களில் ஆராயும் நோக்கில் தொடர்ந்து ஆளில்லா விண்கலங்கள் தொடர்ந்து செலுத்தப் பட்டு வருகின்றன.

விண்வெளி வீரர்களை சந்திரனுக்கு அனுப்புவதில் வெற்றி கண்ட அமெரிக்கா மிக நீண்ட காலம் சந்திரன் பக்கம் திரும்பவில்லை. ரஷ்யாவும் தான். இதற்கிடையே சீனா, ஜப்பான், இந்தியா ஆகிய நாடுகள் தங்களது விண்வெளித் திறன்களை வளர்த்துக் கொள்வதில் மும்முரமாக ஈடுபட்டன.

இப் பின்னணியில் ஆசிய நாடுகள் எங்களாலும் முடியும் என்று காட்ட முற்பட்டு சந்திரனுக்கு ஆளில்லா விண்கலங்களை செலுத்த முற்பட்டன. ஜப்பானின் ஹிதேன் எனப்படும் ஆளில்லா விண்கலம் 1993 செலுத்தப்பட்டு சந்திரனை சுற்றிச் சுற்றி வந்து ஆராய்ந்தது. ஜப்பானின் இன்னொரு விண்கலம் சந்திரனை அருகாமையில் கடந்து சென்று ஆராய்ந்தது. ஜப்பான் இத்தோடு நில்லாமல் மறுபடி 2007 ஆம் ஆண்டில் எடை மிக்க செலீன் (இதற்கு காகுயா என்ற பெயரும் உண்டு) ஆளில்லா விண்கலத்தை அனுப்பியது. சந்திரனின் தோற்றம் பற்றி அறிவதே இதன் நோக்கம்.

சக்திமிக்க ராக்கெட்டுகளை உருவாக்குவதில் பல ஆண்டுகளுக்கு முன்னரே வெற்றி கண்ட சீனா 2007 ஆம் ஆண்டில் சந்திரனுக்கு ஆளில்லா விண்கலம் ஒன்றை அனுப்பியது. சுமார் இரண்டரை டன் எடை கொண்ட அந்த விண்கலத்தின் பெயர் சாங்க்யு -1 என்பதாகும். மூன்றாண்டுகளுக்குப் பின்னர் சாங்க்யு -2 செலுத்தப்பட்டது. இந்த இரண்டுமே சந்திரனை உயரே இருந்தபடிசுற்றி வந்தவை. சீனா 2013 ஆம் ஆண்டில் அனுப்பிய சாங்க்யு-3 இதை விட ஒரு படி மேலே சென்று சந்திரனில் ஒரு ஆய்வுக் கலத்தை இறக்கியது. இது சந்திரனில் நடமாடி கனி வளங்களை ஆராய்வதற்கானது.

இதல்லாமல் விண்கலம் மூலம் பூமியைச் சுற்றி வருதிலும் சீனர் சாதனை புரிந்துள்ளனர்.2003 ல் தொடங்கி இது மூன்று முறை சாதிக்கப்பட்டது. இதன் நடுவே 2011 ஆம் ஆண்டில் சீனா பூமியைத் தொடர்ந்து சுற்றி வருவதற்காக டியான்கோங் (விண்வெளி மாளிகை என்று பொருள்) என்னும் பெயர் கொண்ட விண்வெளி நிலையத்தை உயரே அனுப்பியது. சீன விண்வெளி வீரர்கள் இரண்டு முறை இந்த விண்வெளி மாளிகைக்குச் சென்று அங்கு சில நாட்கள் தங்கி விட்டுப் பூமிக்குத் திரும்பினர்.

விண்வெளித் துறையில் சீனாவின் வேகமான முன்னேற்றத்துக்கு ஒரு பின்னணி உள்ளது.

சீனா, ஜப்பான், இந்தியா ஆகிய மூன்று ஆசிய நாடுகளில் சீனா பெரியது. ஆகவே அதிக வளம் கொண்டது. விண்வெளித் துறையில் பெரிய வல்லரசாக நிரூபித்துக் காட்ட வேண்டும் என்ற உந்துதல்

அதற்கு எப்போதும் உண்டு.இதல்லாமல் 1950 களில் சீனா- சோவியத் யூனியன் (இப்போதைய ரஷ்யா) இடையே இரண்டும் கம்யூனிஸ்டு நாடுகள் என்ற அளவில் நெருங்கிய நட்புறவு நிலவிய போது சோவியத் யூனியனிடமிருந்து சீனா சக்திமிக்க ராக்கெட்டுகளை உருவாக்கு வதற்கான தொழில் நுட்ப உதவியைப் பெற்றது. ரஷ்யாவுடனான நட்பு உறவு முறிந்த பின்னரும் சீனாவில் வலுவான ராக்கெட்டுகளை உருவாக்கும் பணி நீடித்தது. ஆனால் இதன் நோக்கம் வேறு.

அமெரிக்காவும் சோவியத் யூனியமும் செய்தது போலவே சீனாவும் சரி, அணுகுண்டுகளைச் சுமந்தபடி மிக நீண்ட தூரம் பறக்கும் திறன் கொண்ட அதாவது கண்டம் விட்டு கண்டம் பாயும் ஏவுகணைகளை உருவாக்குவதில் தான் முதலில் ஈடுபட்டது. பின்னர் தான் விண்வெளித் துறையில் செயற்கைக்கோள்களையும் விண்கலங்களையும் செலுத்த முற்பட்டது. கண்டம் விட்டு கண்டம் பாயும் ஏவுகணைகளை விண்வெளித் துறைக்கான ராக்கெட்டுகளாக மாற்றுவதில் பெரிய பிரச்சினை கிடையாது.

சீனாவுடன் ஒப்பிட்டால் இந்தியா முதலில் செயற்கைக்கோள்களை செலுத்துவதற்கான ராக்கெட்டுகளை உருவாக்குவதில் தான் முதலில் ஈடுபட்டது. பின்னர் தான் ராணுவ காரியங்களுக்கான ஏவுகணைகளை உருவாக்குவதில் ஈடுபட்டது.

தவிர, இந்தியா 1974 ஆம் ஆண்டிலும் பின்னர் 1998 ஆம் ஆண்டிலும் நிலத்துக்கு அடியில் பல அணுகுண்டுகளை வெடித்து சோதனை நடத்தியத்தைத் தொடர்ந்து இந்தியாவுக்கு அணுசக்தித் துறை, விண்வெளித் துறை போன்றவற்றில் எந்த நாடும் எந்த உதவியும் செய்யக்கூடாது என்று அமெரிக்கா தலைமையில் மேற்கத்திய வல்லரசு நாடுகள் தடை விதித்தன. ஆகவே இந்தியா இத்துறைகளிலான தொழில் நுட்பங்களை சொந்தமாக உருவாக்கிக் கொள்ள வேண்டி யிருந்தது. ஆகவே சக்திமிக்க ராக்கெட்டுகளை உருவாக்குவதில் தவிர்க்க முடியாதபடி காலதாமதம் ஏற்பட்டது

சந்திரயான்

சீனாவின் சாங்க்யு-1 சந்திரனை சுற்றிக் கொண்டிருந்த நேரத்தில் தான் இந்தியாவின் சந்திரயான் -1 உயரே செலுத்தப்பட்டது.

பூமியைச் சுற்றி வருகின்ற பல நுட்பமான செயற்கைக்கோள்களைச் செலுத்துவதில் இந்தியாவுக்கு நல்ல அனுபவம் உண்டு. சக்திமிக்க ராக்கெட்டுகளில் இந்தியாவின் முன்னேற்றம் மிக மெதுவாக இருந்தது என்றாலும் எடை மிக்க அத்துடன் பல்வகையான திறன் கொண்ட செயற்கைக் கோள்களை உருவாக்குவதில் இந்தியா முன்னேறிய நிலையில் இருந்து வந்துள்ளது. இப்பின்னணியில் தான் சந்திரனுக்கு

ராக்கெட் மூலம் சந்திரயான் உயரே செலுத்தப்பட்ட காட்சி

ஆளில்லா விண்கலம் ஒன்றை அனுப்ப முடிவு செய்யப்பட்டது.

சுமாரான திறன் கொண்ட பி.எஸ்.எல்.வி வகை ராக்கெட் மூலம் சந்திரயான் -1 விண்கலம் ஸ்ரீஹரிகோட்டா விண்வெளிக் கேந்திரத்திலிருந்து 2008 அக்டோபர் 22 ஆம் தேதி உயரே செலுத்தப்பட்டது. சந்திரயானை நேரடியாக சந்திரனுக்குச் செலுத்தும் அளவுக்கு அந்த ராக்கெட் திறன் கொண்டது அல்ல. ஆகவே சந்திரயான் சந்திரனுக்குப் போய்ச் சேருவதற்கு விசேஷ உத்தி கையாளப்பட்டது. இது நாள் பிடிக்கிற உத்தியாகும். இதன் விளைவாக சந்திரயான் 17 நாள் கழித்து நவம்பர் 8 ஆம் தேதி தான் சந்திரனுக்குப் போய்ச் சேர்ந்தது. இத்துடன் ஒப்பிட்டால் 1959 ஆம் ஆண்டில் ரஷ்ய லூனா 2 விண்கலம் 36 மணி நேரத்தில் சந்திரனுக்குப் போய்ச் சேர்ந்தது.

சந்திரயான் உயரே செலுத்தப்பட்ட பின்னர் பூமியை நீள்வட்டப் பாதையில் சுற்ற ஆரம்பித்தது. இப்படி நீள்வட்டப் பாதையில் ஒரு விண்கலம் சுற்ற ஆரம்பித்தால் அது தனது சுற்றுப் பாதையில் ஒரு சமயம் மிக அருகில் இருக்கும். இதை அருகாமை நிலை என்பார்கள்.வேறு சமயத்தில் மிக அப்பால் இருக்கும். அது தொலைவு நிலையாகும். உயரே செலுத்திய கட்டத்தில் அருகாமை நிலை 225 கிலோ மீட்டராகவும் தொலைவு நிலை 22,860 கிலோ மீட்டராகவும் இருந்தது,

பின்னர் சந்திரயானுடன் இணைந்த எஞ்சினை சில நிமிஷம் இயக்கி தொலைவு நிலையானது 37 ஆயிரம் கிலோ மீட்டராக அதிகரிக்கப்பட்டது. பிறகு அடுத்தடுத்த கட்டங்களில் தொலைவு நிலையானது 74 ஆயிரம் கிலோ மீட்டர், ஒரு லட்சத்து 64 என அதிகரிக்கப்பட்டது.பிறகு அது 2 லட்சத்து 67 ஆயிரம் கிலோ மீட்டர் ஆகியது. இறுதியில் 3 லட்சத்து 80 ஆயிரம் கிலோ மீட்டராக உயர்ந்த போது அது சந்திரனை நெருங்கியதாகியது.

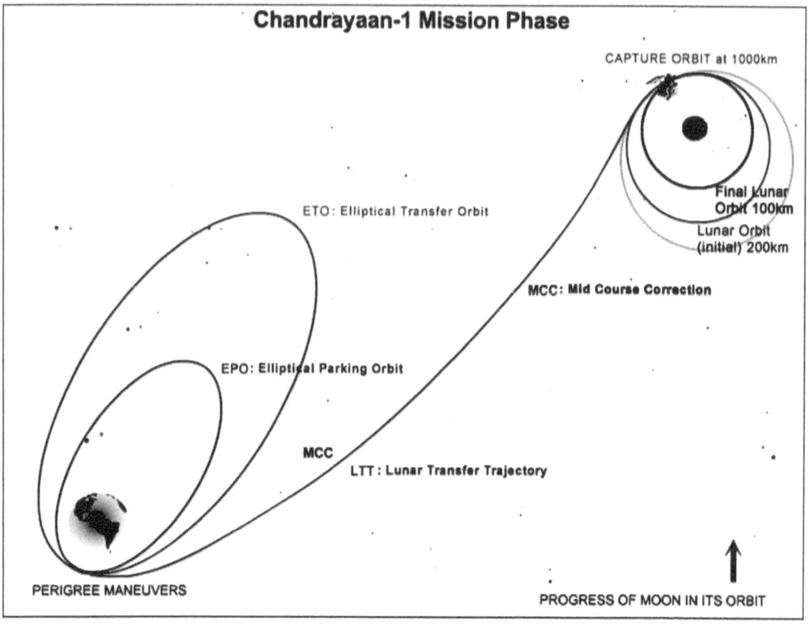

சந்திரயான் விண்கலம் எவ்விதம் சந்திரனை எட்டியது
என்பதை விளக்கும் படம்

சந்திரனை நெருங்குகின்ற விண்கலம் ஒன்றின் வேகம் கணிசமாகக் குறைக்கப்பட்டால் தான் அது சந்திரனின் ஈர்ப்புப் பிடியில் சிக்கி அதைச் சுற்ற ஆரம்பிக்கும். சந்திரயானுடன் இணைந்த எஞ்சின் சுமார் 13 நிமிஷம் இயக்கப்பட்ட பின்னர் அந்த விண்கலம் சந்திரனின் பிடியில் சிக்கிஅதைச் நீள்வட்டப் பாதையில் சுற்றி வர ஆரம்பித்தது. பின்னர் படிப்படியாக சந்திரயானின் சுற்றுப்பாதையில் சிறு மாற்றங்களைச் செய்து அது சந்திரனை 100 கிலோ மீட்டர் உயரத்தில் வட்டவடிவப் பாதையில் சுற்றும்படி செய்யப்பட்டது. இது மிக சிக்கலான பணியாகும்.

உள்ளபடி சந்திரயானில் இந்தியா உருவாக்கிய கருவிகள் மட்டுமன்றி நாஸா உருவாக்கி அளித்த கருவி உட்பட பல கருவிகள் இடம் பெற்றிருந்தன. இந்தியா வைத்திருந்த கருவிகளில் ஒன்று சந்திரனின் நிலப்பரப்பை முப்பரிமாணப் படங்களாக எடுத்து அனுப்பியது. இதுவே சந்திரயானின் முக்கிய பணியாகும். இப் பணியை சந்திரயான் விரைவிலேயே முடித்தது ஒரு வகையில் வசதியாகப் போய்விட்டது.

ஏனெனில் சந்திரயானில் எதிர்பாராதவிதமாக அடுத்தடுத்து கோளாறுகள் ஏற்பட்டன. இதற்கு மூல காரணம் சந்திரனின் நிலப்பரப்பிலிருந்து மேல் நோக்கி வந்த கடும் வெப்பம்.

சந்திரனில் பகல் என்பது 14 நாட்கள். இதன் காரணமாக சந்திரனின் தரை கடுமையாக சூடேறும். இதனால் கடும் அனல் மேலே கிளம்பும். சந்திராயன் 100 கிலோ மீட்டர் உயரத்தில் பறந்து கொண்டிருந்த காரணத்தால் இந்த அனல் சந்திரயானில் வைக்கப்பட்டிருந்த ஸ்டார் சென்சார் என்னும் கருவியைத் தாக்கி அதை செயலிழக்கச் செய்தது.

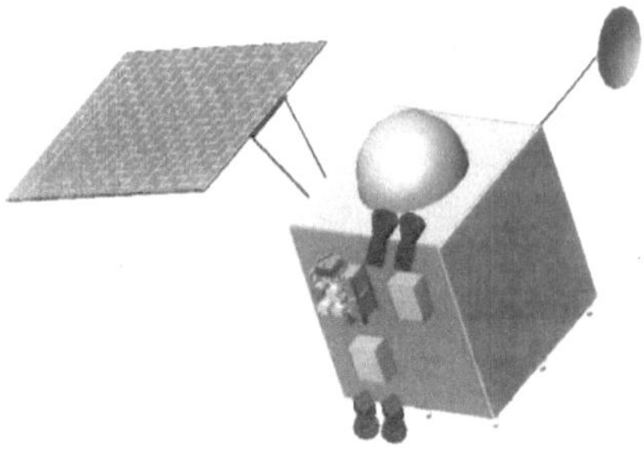

சந்திரயான் விண்கலம்

சந்திரயானில் உள்ளகேமராக்களும் இதர கருவிகளும் குறிப்பிட்ட கோணத்தில் அமைந்திருக்க வேண்டும் என்பதையும் கர்னாடக மாநிலத்தில் உள்ள ராட்சத ஆண்டெனாவுக்குத் தகவல் அனுப்ப சந்திரயானில் உள்ள ஆண்டெனாகுறிப்பிட்ட கோணத்தில் அமைந்திருக்க வேண்டும் என்பதையும் நிர்ணயிப்பது ஸ்டார் சென்சார் கருவியே.

அக்கருவி செயலிழந்ததும் நிபுணர்கள் சந்திரயான் மாற்று ஏற்பாடு களைப் பின்பற்றும்படி செய்தனர். அத்துடன் சந்திரனின் தரையி லிருந்து அனல் தாக்குவதைக் குறைக்க சந்திரயான் 200 கிலோ மீட்டர் உயரத்தில் பறக்கும்படி அதன் சுற்றுப்பாதையை மாற்றியமைத்தனர்.

ஆனால் இப்படியெல்லாம் செய்தும் 2009 ஆகஸ்ட் 29 ஆம் தேதியன்று சந்திரயானுடன் தொடர்பு அறுந்தது. இரண்டு ஆண்டு செயல் பட்டிருக்க வேண்டிய சந்திரயான் 312 நாட்கள் மட்டுமே செயல்பட்டது.

சந்திரனின் முப்பரிமாணப் படங்களை எடுப்பது அனேகமாக முடிந்து விட்டிருந்தது. அத்துடன் சந்திரயானில் வைக்கப்பட்டிருந்த நாஸா கருவியானது சந்திரனின் துருவப் பகுதிகளில் ஐஸ்கட்டி வடிவில் தண்ணீர் இருப்பதைக் கண்டுபிடித்தது. இது முக்கியமான கண்டு பிடிப்பாகும். இதில் சந்திரயானுக்கும் முக்கிய பங்கு உண்டு என்பதால் சந்திரயான் திட்டம் வெற்றி என்றே வருணிக்கப்படுகிறது.

சந்திரனுக்கு அடுத்து சந்திரயான் -2 என்னும் ஆளில்லா விண்கலத்தை அனுப்ப இந்தியா திட்டமிட்டுள்ளது. சீனாவோ சந்திரனுக்கு சீன விண்வெளி வீரர்களை அனுப்ப உத்தேசித்துள்ளது. ஆகவே வருகிற ஆண்டுகளில் சந்திரன் மீதான படையெடுப்பு தொடர்ந்து நீடிக்கலாம்.

12

வேறு கிரகத்துக்குச் செல்வது எப்படி?

பூமிக்கு அப்பால்

எண்ணற்ற ஆளில்லா விண்கலங்களைச் செலுத்தியுள்ளதன் பலனாகவே நம்மால் புதன் முதல் நெப்டியூன் வரையிலான கிரகங்களையும் அவற்றைச் சுற்றும் சந்திரன்களையும் ஆராய்ந்து புதுப் புது விஷயங்களை அறிய முடிந்துள்ளது. ஆனால் ஒரு கிரகத்துக்கு ஆளில்லா விண்கலத்தை அனுப்புவது எளிய விஷயமல்ல. இதில் எவ்வளவோ பிரச்சினைகள் உள்ளன.

முதலாவதாக பூமியின் ஈர்ப்புப் பிடியிலிருந்து விடுபட்டால் தான் ஒரு விண்கலம் வேறு கிரகத்தை நோக்கிப் பயணிக்க முடியும். சுமார் 400 கிலோ மீட்டர் உயரத்தில் இருந்தபடி சர்வதேச விண்வெளி நிலையம் பூமியைச் சுற்றி வருகிறது.மற்றும் எண்ணற்ற செயற்கைக்கோள்களும் சுற்றி வருகின்றன. இவற்றுக்கெல்லாம் அப்பால் சந்திரன் சுமார் 4 லட்சம் கிலோ மீட்டர் தொலைவில் இருந்தபடி பூமியைச் சுற்றுகிறது. இவை எல்லாமே பூமியின் ஈர்ப்புப் பிடியில் தான் உள்ளன. சொல்லப் போனால் பூமியின் ஈர்ப்பு சக்தி 9 லட்சம் கிலோ மீட்டர் வரை வியாபித்துள்ளது.

ராக்கெட்டுகள் உயரே சீறிப் பாய்வதை டிவியில் பார்த்திருக்கிறோம். அனேகமாக இவை அனைத்துமே பூமியைச் சுற்றி வருவதற்கான செயற்கைக்கோள்களைச் செலுத்துபவை. விண்கலங்களைச் செலுத்த இவற்றை விட சக்தி வாய்ந்த ராக்கெட்டுகள் தேவை. ஒரு விண்கலம் பூமியின் ஈர்ப்புப் பிடியிலிருந்து விடுபட்டு செவ்வாய் கிரகத்தை நோக்கிச் செல்ல வேண்டுமானால் அந்த விண்கலம் குறைந்தது மணிக்குச் சுமார் 40 ஆயிரம் கிலோ மீட்டர் வேகத்தில் செலுத்தப்பட வேண்டும். இத்துடன் ஒப்பிட்டால் பூமியைச் சுற்றுவதற்கான

செயற்கைக்கோள்களை மணிக்கு சுமார் 28 ஆயிரம் கிலோ மீட்டர் வேகத்தில் செலுத்தினால் போதும்.

சந்திரனைப் பொறுத்தவரையில் அது தள்ளியும் இருக்கிறது. அதே சமயத்தில் பூமியைச் சுற்றி வருகிற காரணத்தால் பூமியின் ஈர்ப்புப் பிடிக்குள்ளாகவும் இருக்கிறது. சந்திரனுக்குச் செல்வதற்கான ராக்கெட்டை மணிக்கு சுமார் 38 ஆயிரம் வேகத்தில் செலுத்தினாலே போதுமானது.

சந்திரனுக்கு செல்வதாக இருந்தாலும் சரி, செவ்வாய்க்குச் செல்வதானாலும் சரி, விண்வெளிக் கேந்திரத்திலிருந்து உயரே கிளம்பும் ராக்கெட் நேரடியாகப் பயணித்து விடுவதில்லை. ஒரு ரவுண்டு அல்லது ஒன்றரை ரவுண்டு பூமியைச் சுற்றும். அதன் பிறகு ராக்கெட் எஞ்சினை சில நிமிஷ நேரம் இயங்கச் செய்வர். அப்போது அது உகந்த வேகம் பெற்றுப் பாயும்.

உயரே செலுத்தப்படுகிற எந்த ஒரு விண்கலமாக இருந்தாலும் அதில் ராக்கெட் எஞ்சினுக்குரிய பீச்சு குழலும் எரிபொருள் டாங்கும் இருக்கும். செவ்வாய் கிரகத்தை நோக்கிப் பாய்வதற்காக அது சிறிது நேரமே இயக்கப்படும். பின்னர் அவசியமான கட்டத்தில் தான் அது இயக்கப்படும்.செவ்வாய் கிரகத்தை நோக்கி அல்லது வேறு ஒரு கிரகத்தை நோக்கி உகந்த வேகத்தில் செலுத்தப்பட்ட பிறகு விண்கலம் தொடர்ந்து செல்வதற்கு எஞ்சின் இயக்கம் தேவையில்லை. இது வியப்பாக இருக்கலாம்.

சென்னையிலிருந்து ஒருவர் தமது காரில் திருச்சிக்குக் கிளம்புகிறார். தாம்பரம் தாண்டியவுடன் அவர் கார் எஞ்சினை நிறுத்தி விட்டால் கார் சில அடி தூரம் சென்றவுடன் கார் நின்று விடும். ஆனால் விண்கலத்தின் உள்ள எஞ்சினை நிறுத்தினால் ஒன்றும் ஆகாது. அது தொடர்ந்து செவ்வாயை நோக்கிஅல்லது வேறு கிரகத்தை நோக்கிச் சென்று கொண்டிருக்கும். விண்வெளி நிலைமைகள் வேறு.

விண்வெளியில் நேர் கோட்டுப் பாதை என்பதே கிடையாது. தவிர, விண்வெளியில் எதைச் செலுத்தினாலும் அது வளைந்த பாதையில் தான் சென்று கொண்டு இருக்கும். எதுவும் ஓரே இடத்தில் நிலையாக இருக்க முடியாது. வேகம் குறைந்து இறுதியில் ஓரிடத்தில் போய் நின்றுவிடுகிற பேச்சுக்கே இடமில்லை. வேகம் குறைந்தால் கீழே விழாதா என்ற கேள்விக்கே இடமில்லை. விண்வெளியில் மேல் கீழ் என்ற பேச்சுக்கே இடமில்லை.

விண்கலம் பூமியின் ஈர்ப்புப் பிடியிலிருந்து விடுபட்ட பின்னர் சூரியனின் ஈர்ப்புப் பிடிக்குள் சிக்கியதாகிவிடுகிறது. ஆகவே அது

சூரியனைச் சுற்ற முற்படும். அக்கட்டத்தில் அது இயற்கை விதிகளுக்கு உட்பட்டதாகி பூமியைப் போலவே சூரியனைச் சுற்ற ஆரம்பிக்கும். சூரியனைச் சுற்றி வருவதற்கு பூமியில் அல்லது வேறு கிரகங்களில் எஞ்சின் எதுவும் இல்லை. அந்த வகையில் சூரியனைச் சுற்றுவதற்கு விண்கலத்துக்கு எஞ்சின் உதவி தேவையில்லை. அதை அப்படியே விட்டு விட்டால் சூரியனை பல காலம் சுற்றிக் கொண்டிருக்கும்.

ஆனால் அந்த விண்கலம் செவ்வாய் கிரகத்துக்குப் போய்ச் சேர வேண்டியதாகும். ஆகவே குறிப்பிட்ட நாட்களுக்கு ஒரு தடவை விண்கலத்தில் உள்ள சிறு ராக்கெட்டுகளை - இவற்றைப் பீச்சு கருவிகள் என்றும் கூறலாம் இயக்கி விண்கலத்தின் பாதையை செவ்வாயை நோக்கி இருக்கும் வகையில் மாற்றுவர்.

பிற கிரகங்களுக்கு விண்கலத்தைச் செலுத்துவதில் உள்ள வேறு முக்கிய பிரச்சினை தூரம் ஆகும். விண்வெளிப் பயணம் என்றாலே எல்லோருக்கும் நினைவுக்கு வருவது சந்திர மண்டலப் பயணம் தான். சந்திரனுக்குச் செல்வது வேறு. செவ்வாய் போன்ற கிரகங்களுக்கு விண்கலத்தை அனுப்புவது வேறு. முதலாவதாக சந்திரன் ஒரு கிரகம் அல்ல. அது பூமியைச் சுற்றுகின்ற துணைக் கிரகம். பூமியைச் சுற்றி வருவதால் பூமிக்கும் சந்திரனுக்கும் உள்ள தூரம் கிட்டத்தட்ட நிலையானது. மிஞ்சிப் போனால் சந்திரனுக்கு உள்ள தூரம் சுமார் 4 லட்சம் கிலோ மீட்டர்.

இத்துடன் ஒப்பிட்டால் செவ்வாய், வியாழன், சனி போன்ற கிரகங்கள் தனித்தனிப் பாதையில் சூரியனைச் சுற்றுபவை. இவை வெவ்வேறு வட்டங்களில் சுற்றுவதால் பூமிக்கும் இவற்றுக்கும் உள்ள தூரம் தினமும் மாறிக்கொண்டே இருக்கும். இது ஒரு புறம் இருக்க ,இவை அனைத்துமே பல கோடி கிலோ மீட்டருக்கு அப்பால் இருப்பவை. ஆளில்லா விண்கலமாக இருந்தாலும் சரி போய்ச் சேருவதற்கு பல மாதங்கள் அல்லது பல வருடங்கள் ஆகலாம்.

நமது அண்டைக் கிரகம் என்று சொல்லத் தக்க செவ்வாய் கிரகத்துக்கும் பூமிக்கும் உள்ள குறைந்த பட்ச தூரம் சுமார் 5 கோடி கிலோ மீட்டர். இது சந்திரனுக்குள்ள தூரத்தைப் போல 100 மடங்குக்கும் அதிகம். பூமியிலிருந்து செவ்வாய்க்கு அதிகபட்ச தூரம் 40 கோடி கிலோ மீட்டர். எனவே செவ்வாய் கிரகம் பூமிக்கு மிக அருகாமையில் இருக்கும் போது செவ்வாய்க்கான விண்கலம் செலுத்தப்படுவதாக நீங்கள் நினைக்கலாம். அது அப்படி இல்லை.

செவ்வாய்க்கான விண்கலம் எஞ்சின் உதவியின்றி எரிபொருள் செலவின்றி இயற்கை விதிகளுக்கு உட்பட்டதாகத் தொடர்ந்து

வளைவான பாதையில் சென்று கொண்டிருக்கும் போது சிறிது சிறிதாக அதன் பாதையை மாற்றி செவ்வாயின் சுற்றுப்பாதையை நெருங்கும் படி செய்ய வேண்டும். செவ்வாய் கிரகம் தனது சுற்றுப்பாதையில் குறிப்பிட்ட இடத்துக்கு வந்து சேரும் போது விண்கலமும் அதே இடத்துக்கு வந்து சேரும்படி பார்த்துக் கொள்ள வேண்டும்.

செவ்வாய் கிரகம் தனது சுற்றுப்பாதையில் மணிக்கு சுமார் 86 ஆயிரம் கிலோ மீட்டர் வேகத்தில் செல்கின்றது என்பதை மறந்து விடக்கூடாது. ஆகவே விண்கலம் செவ்வாயை துரத்திச் செல்வதாகவே இருக்கும். அது செவ்வாய் எந்த இடத்தில் இருக்குமோ அந்த இடத்தை மிகச் சரியான நேரத்தில் போய்ச் சேருவதாக இருக்க வேண்டும். சில மணி நேரம் முன்கூட்டிச் சென்றாலோ அல்லது சில மணி நேரம் தாமதித்துச் சென்றாலோ செவ்வாயை அடைய முடியாமல் போய் விடும். இதற்கெல்லாம் நிபுணர்கள் நிறைய கணக்குப் போட்டாக வேண்டும்.

விண்வெளியில் இருக்கக்கூடிய நிலைமைகள் பற்றியும் குறிப்பிட்டாக வேண்டும். பகல், இரவு என்பதெல்லாம் பூமியில் இருக்கிற வரையில் தான். விண்வெளி என்றும் நிரந்தரமான இரவாக இருக்கும். விண்வெளியில் நீங்கள் அந்தரத்தில் இருப்பதாக வைத்துக் கொண்டால் எங்கு நோக்கினாலும் இருட்டாக இருக்கும். கரிய வானில் நான்கு திசைகளிலும் அத்துடன் தலைக்கு மேலேயும் கால்களுக்கு கீழேயும் நட்சத்திரங்கள் தெரியும். சூரியனும் தெரியும் சந்திரனும் தெரியும். ஆனால் இருட்டாக இருக்கும். இருக்கின்ற இடத்தைப் பொருத்து பல கிரகங்கள் தெரியலாம்.

இப்படியான இருளில் தொடர்ந்து பயணித்துக் கொண்டிருக்கின்ற விண்கலம் அது சென்றடைய வேண்டிய செவ்வாய் அல்லது வியாழன் எங்கே இருக்கிறது என்பதை எவ்விதம் கண்டுபிடிக்கும்? விண்கலத்தில் உள்ள கம்ப்யூட்டரில் இதற்கான ஏற்பாடுகள் உண்டு.ஸ்டார் சென்சார் என்ற கருவி உண்டு.இக்கருவியானது வானத்து நட்சத்திரங்களை அடையாளம் கண்டு அதற்கேற்ப விண்கலத்தை நடத்திச் செல்வதாகும்.

நட்சத்திரங்கள் (குறைந்தது பல லட்சம் ஆண்டுகளுக்கு) இடம் மாறாதவை. ஆகவே வானத்தில் நன்கு புலப்படுகிற குறிப்பிட்ட நட்சத்திரங்களின் ஒளியானது ஸ்டார் சென்சார் கருவியில் குறிப்பிட்ட இடத்தில் விழுந்து கொண்டே இருக்க வேண்டும் என்று நிர்ணயித்து விட்டால் விண்கலம் அந்த நட்சத்திரங்களைப் பற்றிக் கொண்டு நிர்ணயித்த பாதையில் சென்று கொண்டிருக்கும். எந்தெந்த நட்சத்திரங் களைத் தேர்ந்தெடுத்து பாதையை நிர்ணயிப்பது என்பது விண்கலப்

பாதையை வகுக்கும் நிபுணர்களின் பணியாகும். பொதுவில் இந்த நட்சத்திரங்களில் கனோபஸ் (அகஸ்திய) நட்சத்திரம் ஒன்றாக இருக்கும். இரவு வானில் இந்த நட்சத்திரத்தை வெறும் கண்ணால் பார்க்கமுடியும்.

பல நூறு ஆண்டுகளுக்கு முன்னர் நீண்டகடல் பயணம் மேற்கொண்டவர்களுக்கு நட்சத்திரங்கள் வழிகாட்டியாக விளங்கின. நவீன காலத்தில் அதே நட்சத்திரங்கள் விண்கலங்களுக்கு வழிகாட்டியாக உள்ளன.

விண்கலத்தில் உள்ள கருவிகள் இயங்குவதற்கு மின்சாரம் தேவை. விண்கலத்தின் இரு புறங்களிலும் இறக்கை போன்று பொருத்தப்பட்ட சூரிய மின்விசைப் பலகைகள் சூரிய ஒளியை மின்சாரமாக மாற்றித் தருகின்றன. விண்வெளியில் கடும் குளிர் நிலவும். விண்கலத்தின் முக்கியமான கருவிகள் கடும் குளிரால் பாதிக்கப்படலாம். ஆகவே சூரிய மின் விசைப் பலகைகளின் மூலம் பெறப்படும் மின்சாரத்தில் ஒரு பகுதி வெப்பமாக மாற்றப்பட்டு முக்கிய கருவிகள் பாதிக்கப்படாமல் இருக்கப் பயன்படுத்தப்படுகிறது.

ஆனால் வியாழன் கிரகத்துக்கும் அதற்கு அப்பாலும் உள்ள கிரகங்களை ஆராய்வதற்காக அனுப்பப்படும் விண்கலங்களில் சூரிய மின்விசைப் பலகைகளால் பயனில்லை. அவ்வளவு தூரத்தில் சூரியன் மிகச் சிறியதாகக் காணப்படும். அங்கிருந்து பார்த்தால் சூரியன் பட்டாணி சைஸில் தெரியும். ஆகவே சூரியனின் வெப்பம் உறைக்காது. ஆகவே புளூட்டோனியம்-238 எனப்படும் அணுசக்திப் பொருள் அடங்கிய அணுசக்தி பாட்டரிகள் விண்கலத்தில் வைக்கப்படுகின்றன. இவற்றிலிருந்து மின்சாரமும் வெப்பமும் பெறப்படுகின்றன.

பூமியிலிருந்து செலுத்தப்படுகிற விண்கலம் குறிப்பிட்டதொரு கிரகத்தின் பிடியில் சிக்கினால் தான் அது அந்த கிரகத்தைச் சுற்றிச் சுற்றி வரும். அல்லது அந்த விண்கலத்திலிருந்து இறங்கு கலம் கீழே தரையில் இறங்க இயலும். விண்கலத்தின் வேகம் கணிசமாகக் குறைக்கப் பட்டால் தான் அது அந்த கிரகத்தின் பிடியில் சிக்கும். எனவே விண்கலத்துடன் இணைந்த எஞ்சினை இயக்கி வேகத்தைக் குறைத்தாக வேண்டும். சரியான கட்டத்தில் எஞ்சின் இயங்காவிட்டால் பிரச்சினை தான். அத்துடன் அக்கிரகத்தின் ஈர்ப்புப் பிடியில் சிக்கும் வகையில் விண்கலம் செல்லும் கோணமும் மாற்றப்பட்டாக வேண்டும்.

ஆளில்லா விண்கலம் ஒன்றை அனுப்புவதன் நோக்கமே ஒரு கிரகம் பற்றிய தகவல்களையும் படங்களையும் பெறுவது தான்.இதற்கென விண்கலத்தில் பல வகையான நுட்பமான ஆய்வுக் கருவிகள், கேமராக்கள் இடம் பெறுகின்றன. இவை சேகரிக்கும் தகவல்களை அந்த விண்கலம் சிக்னல்கள் வடிவில் பூமிக்கு அனுப்புகின்றன. இந்த

சிக்னலகள் ஒளி வேகத்தில் பூமியை வந்தடைகின்றன. ஆனால் பல கோடி கிலோ மீட்டர் தொலைவிலிருந்து வருகின்ற காரணத்தால் சிக்னல்கள் பூமிக்கு வந்து சேருவதற்குத் தவிர்க்க முடியாதபடி காலதாமதம் ஏற்படுகிறது.

உதாரணமாக, அமெரிக்காவின் நாஸா அனுப்பிய கியூரியாசிடி விண்கலம் செவ்வாயில் இறங்கியவுடன் அது அனுப்பிய தகவல் வந்து சேர 13 நிமிஷம் ஆகியது. நாஸா உடனே கியூரியாசிடி விண்கலத்துக்கு ஓர் ஆணை பிறப்பித்திருந்தால் அது போய்ச் சேர இதே போல 13 நிமிஷம் பிடித்திருக்கும்.

செவ்வாய் தனது பாதையில் மேலும் தொலைவில் இருக்குமானால் சிக்னல்கள் வந்து சேர அதிகபட்சமாக 20 நிமிஷம் கூட ஆகலாம். ஒரு விண்கலம் வியாழன் கிரகத்தைச் சுற்றிக் கொண்டிருந்தால் அந்த விண்கலத்திலிருந்து சிக்னல்கள் பூமிக்கு வந்து சேர 50 நிமிஷம் கூட ஆகலாம். 2013 ஆம் ஆண்டில் சூரிய மண்டலத்தின் விளிம்பை எட்டிய வாயேஜர்-1 விண்கலத்திலிருந்து சிக்னல்கள் வந்துசேர சுமார் 18 மணி நேரம் பிடித்தது.

இவ்வித நிலைமை இருப்பதால் தான் ஒரு விண்கலத்தில் இருக்கின்ற கருவிகளுக்கு முக்கிய ஆணைகளை அளிக்கும் பொறுப்பு விண் கலத்தில் உள்ள கம்ப்யூட்டர்களிடமே ஒப்படைக்கப்படுகிறது. அதாவது விண்கலத்தை செலுத்துவதற்கு முன்னரே அந்த கம்ப்யூட்டரில் ஆணைகள் பதிவு செய்யப்பட்டு விடுகின்றன.

இது ஒரு புறம் இருக்க, விண்கலங்கள் அனுப்பும் தகவல்களைப் பெற்றுக்கொள்ள விசேஷ ஏற்பாடுகள் உள்ளன. பிற கிரகங்களுக்கு விண்கலங்களை அனுப்பும் திறன் பெற்ற அமெரிக்கா, ரஷியா, ஐரோப்பிய விண்வெளி அமைப்பு, இந்தியா, ஜப்பான், சீனா ஆகிய நாடுகள் தமது நாடுகளில் ராட்சத ஆண்டெனாக்களை நிறுவியுள்ளன. இவை விண்கலங்களுக்குத் தகவல்களை அனுப்பவும் விண்கலங்களி லிருந்து சிக்னல்களைப் பெறவும் திறன் படைத்தவை. இந்த விஷயத்தில் உலகிலேயே அமெரிக்கா செய்துள்ள ஏற்பாடு தான் மிகச் சிறப்பானது. மிக விரிவானது. மிகத் திறன் கொண்டது.

இங்கு ஒன்றைக் கவனிக்க வேண்டும். சிக்னல்கள் நேர்கோட்டில் தான் செல்பவை. நேருக்கு நேர் இருந்தால் தான் சிக்னல்களைப் பெற முடியும். பூமி தனது அச்சில் சுழல்கிறது. செவ்வாய் கிரகமும் அப்படித்தான். ஆகவே எவ்வளவு பெரிய ஆண்டெனாவாக இருந்தாலும் சரி, பூமியின் சுழற்சி காரணமாக அது மறுபுறத்துக்குச் சென்று விட்டால் செவ்வாயில் இறங்கியுள்ள ஆய்வுக் கலம் அல்லது

செவ்வாயைச் சுற்றுகின்ற விண் கலம் அனுப்புகின்ற தகவல்களைப் பெற இயலாது போய் விடும். ஆகவே அமெரிக்காவில் கலிபோர்னியா மாகாணத்திலும் ஸ்பெயின் நாட்டிலும் ஆஸ்திரேலியாவிலுமாக மூன்று இடங்களில் பெரிய பெரிய ஆண்டெனாக்களை அமெரிக்கா நிறுவியுள்ளது. ஆகவே சூரிய மண்டலத்தில் ஒரு விண்கலம் எந்த மூலையில் இருந்தாலும் சரி, அது அனுப்புகின்ற தகவல்களை இந்த மூன்றில் ஏதாவது ஒன்று அவற்றைப் பெற்றுக் கொள்ளும்.

அமெரிக்காவில் கோல்ட்ஸ்டோன் என்னுமிடத்தில் உள்ள 70மீட்டர் குறுக்கள்வு கொண்ட ஆண்டெனா

இந்த மூன்று இடங்களிலும் உள்ள ஆண்டெனாக்கள் மிகவும் பலவீனமான சிக்னல்களையும் பெறும் திறன் படைத்தவை. செவ்வாய் கிரகத்தில் அமெரிக்கா அவ்வப்போது இறக்கிய ஆய்வுக் கலங்கள் (கியூரியாசிடி நீங்கலாக) வடிவில் சிறியவை. இவை அனுப்பும் சிக்னல்கள் பலவீனமானவை. இவற்றை நேரடியாகப் பெறுவதற்குப் பதில் மாற்று ஏற்பாடு பின்பற்றப்பட்டது. செவ்வாய் கிரகத்தை உயரே இருந்தபடி சுற்றுகின்ற விண்கலங்கள் இந்த பலவீனமான சிக்னல்களைப் பெற்றுப் பிறகு அவற்றை பூமியை நோக்கி அனுப்பின.

அமெரிக்காவின் நாஸா அமைப்புக்காக ஜெ.பி.எல் என்னும் அமைப்பு இந்த மூன்று நாடுகளிலும் உள்ள ஆண்டெனாக்களை நிர்வகிக்கிறது. பிற நாடுகள் கேட்டுக்கொண்டால் இந்த அமைப்பு அந்த நாடுகளின் விண்கலங்களுடனும் தொடர்பு கொண்டு தகவல்களைப் பெறுகிறது. அல்லது அவற்றுக்கு தகவல் அனுப்புகிறது. அல்லது அவற்றின் இருப்பிடம் பற்றிய தகவலை சேகரிக்கிறது. ஐரோப்பிய விண்வெளி அமைப்பு, ஜப்பான், ரஷியா, இந்தியா முதலான நாடுகள் இந்த சேவையைப் பயன்படுத்திக் கொள்கின்றன. இந்தியாவின் இஸ்ரோ 2013 நவம்பர் கடைசி வாக்கில் அனுப்பிய மங்கள்யான் விஷயத்திலும் ஜெ.பி.எல் அமைப்பின் உதவி பெறப்பட்டது.

ஜெ.பி.எல். அமைப்பு 2013 ஆம் ஆண்டு நிலவரப்படி 33 விண்கலங்களை நிர்வகித்து வருகிறது. இவை அனைத்துமே சந்திரனுக்கு அப்பால் உள்ளவை.

பெங்களூர் அருகே பையாலாலு என்னுமிடத்தில் உள்ள 32 மீட்டர் குறுக்களவு கொண்ட ஆண்டெனா

விண்கலங்களைச் செலுத்துவதில் உள்ள பிரச்சினைகளை விவரிக்கையில் பல சமயங்களிலும் செவ்வாய் பற்றியே குறிப்பிட்டு வந்தோம். இதனால் மற்ற கிரகங்களுக்கு விண்கலங்கள் செலுத்தப்படுவதில்லை என்று கருதக்கூடாது. ஆனால் இதுவரை செவ்வாய் கிரகத்துக்குத் தான் அதிக எண்ணிக்கையிலான விண்கலங்கள் அனுப்பப்பட்டுள்ளன. இதற்குக் காரணம் உண்டு. மனிதன் என்றாவது ஒரு நாள் செவ்வாய்க் கிரகத்தில் போய் தங்க முடியும். முடியுமானால் குடியிருப்புகளையும் ஏற்படுத்திக் கொள்ள முடியும். சூரிய மண்டலத்தில் வேறு எந்த கிரகத்திலும் மனிதன் பத்திரமாகப் போய் இறங்க முடியாது. செவ்வாய் மீதான 'மோகத்துக்கு' இதுவே காரணம்.

இது ஒரு புறம் இருக்க, செவ்வாய் கிரகத்துக்கு ஆளில்லா விண்கலங்களை அனுப்புவதற்குப் பயன்படுத்தப்படுகிற அதே ராக்கெட்டைப் பயன்படுத்தி அத்துடன் அதே உத்தியைப் பயன்படுத்தி பிற கிரகங்களுக்கும் விண்கலங்களை அனுப்ப இயலுமா என்றால் அது அனேகமாக சாத்தியமில்லை.

ஒரு விண்கலம் பூமியின் ஈர்ப்புப் பிடியிலிருந்து விடுபட வேண்டுமானால் அது குறைந்தபட்சம் மணிக்கு 40 ஆயிரம் கிலோ மீட்டர் வேகத்தில் செலுத்தப்பட வேண்டும் என்று பார்த்தோம். அப்படி செலுத்தப்படும் விண்கலம் செவ்வாய்க்குப் போய்ச் சேர்ந்து விடலாம். ஆனால் வியாழன் கிரகத்துக்குப் போய்ச் சேர அந்த வேகம் போதாது. ஆகவே விண்கலம் அதிக சக்தி கொண்ட ராக்கெட் மூலம் அதிக வேகத்தில் குறைந்தது மணிக்கு சுமார் 50ஆயிரம் கிலோ மீட்டர் வேகத்தில் செலுத்தப்பட வேண்டும். எனினும் ஒரு விண்கலம் குறைந்த திறன் கொண்ட ராக்கெட்டினால் செலுத்தப்பட்ட பல மாதங்களுக்கும் பிறகும் அந்த விண்கலத்துக்கு அதிக வேகத்தை அளித்து வியாழன் கிரகத்துக்குப் போய்ச் சேரும்படி செய்ய முடியும். அதற்குத் தனிஉத்தி உள்ளது.

அமெரிக்காவின் நாஸாவுக்கு முன்னைப் போல பெரும் பணம் ஒதுக்கப்படுவதில்லை. அந்த அளவில் நாஸா 2011 ஆம் ஆண்டு

ஆகஸ்டில் சுமாரான திறன் கொண்ட ராக்கெட்டைப் பயன்படுத்தி வியாழன் கிரகத்தை நோக்கி ஜூனோ என்னும் விண்கலத்தைச் செலுத்தியது. அந்த விண்கலம் வியாழனை நோக்கிப் பாதி வழி சென்று விட்டுப் பிறகு பூமியை நோக்கித் திரும்பியது. நாஸா நிபுணர்கள் இது குறித்து அதிர்ச்சி அடையவில்லை. ஜூனோ அப்படி பூமியை நோக்கித் திரும்பும்படி ஏற்பாடு செய்ததே அவர்கள் தான்.

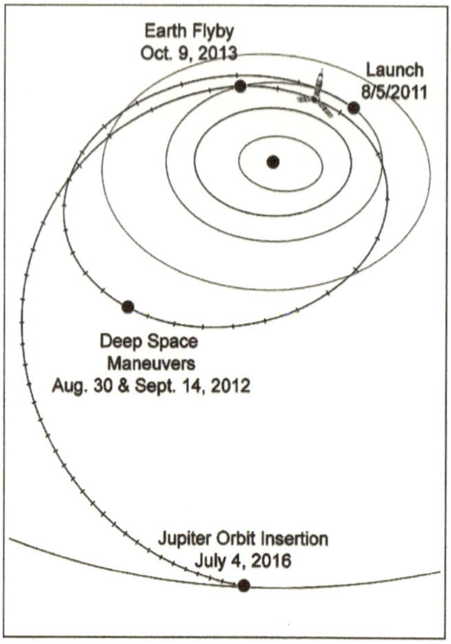

அமெரிக்காவின் ஜூனோ விண்கலம் கூடுதல் வேகம் பெற பூமியைச் சுற்றி விட்டுச் சென்றதை விளக்கும் படம்

பூமியை நோக்கி வந்த ஜூனோ 2013 அக்டோபர் 9 ஆம் தேதி பூமியை மிகவும் நெருங்கி வந்தது. பூமியின் மீது மோதாமல் அது பூமியை ஒரு வட்டமிட்டுப் பிறகு வந்த வழியே திரும்பியது.பூமியை வட்ட மடித்ததால் ஜூனோவுக்கு ஏற்கெனவே இருந்த வேகத்துடன் கூடுதலாக 26 ஆயிரம் கிலோ மீட்டர் வேகம் கிடைத்தது. எனவே அதனால் நிச்சயம் வியாழன் கிரகத்தை அடைந்து விட முடியும். பூமியின் ஈர்ப்பு சக்தியின் பலனாகவே ஜூனோ விண்கலத்துக்கு இப்படி கூடுதல் வேகம் கிடைத்தது.

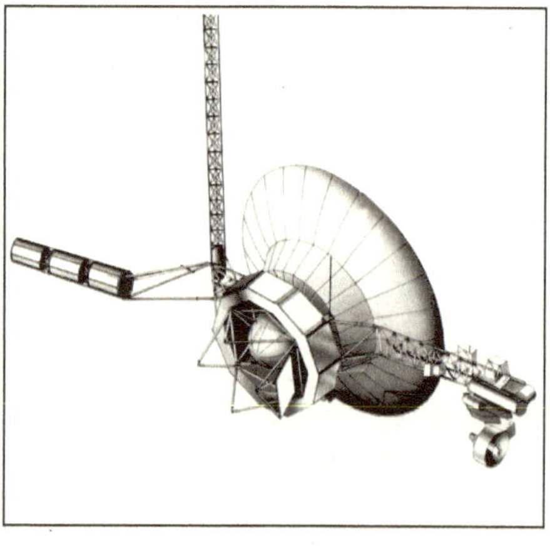

சூரிய மண்டலத்தை விட்டே வெளியேறிய வாயேஜர் -1 விண்கலம்

பூமி மட்டுமல்ல. எந்த ஒரு கிரகத்தையும் பயன்படுத்தி இவ்விதம் ஒரு விண்கலத்தின் வேகத்தை அதிகரிக்க முடியும். இந்த உத்திக்கு ‘கிரக

ஈர்ப்பு உதவி' என்று பெயர். ஆங்கிலத்தில் இதை கிராவிடி அசிஸ்ட் என்று குறிப்பிடுகின்றனர். 1974 ஆம் ஆண்டில் மாரினர்-10 உயரே செலுத்தப்பட்ட காலத்திலிருந்தே இந்த உத்தி பயன்படுத்தப்பட்டு வருகிறது.

கிரக ஈர்ப்பு உத்தியைப் பயன்படுத்துவதன் விளைவாக ஒரு விண்கலம் குறிப்பிட்ட கிரகத்துக்குப் போய்ச் சேர அதிக காலம் ஆகலாம். நாஸா 1989 ஆம் ஆண்டில் வியாழனை நோக்கி கலிலியோ என்னும் விண்கலத்தை விண்வெளி ஓடம் எனப்படும் ஷட்டில் வாகனம் மூலம் செலுத்தியது.

கலிலியோ முதலில் வெள்ளி கிரகத்தை நோக்கிச் சென்று ஓரளவு கூடுதல் வேகம் பெற்றது. பின்னர் அந்த விண்கலம் மறுபடி ரவுண்டு அடித்து பூமியை வட்டமடித்தது. அப்போதும் போதுமான வேகம் கிடைக்கவில்லை. இரண்டாம் தடவை பூமியைச் சுற்றிய போது போதுமான வேகம் கிடைத்தது. பின்னர் அது 1995 ஆண்டில் வியாழனுக்குப் போய்ச் சேர்ந்தது.

வியாழன் கிரகத்துக்குச் செல்ல பூமியைப் பயன்படுத்திக் கொள்ள முடியும் என்றால் அதே போலவே வியாழனின் ஈர்ப்பு சக்தியையும் பயன்படுத்திக் கொள்ள முடியுமே. நாஸா அதைத்தான் செய்தது. சூரிய மண்டலத்தில் வியாழன் கிரகத்துக்கு அப்பால் சனி, யுரேனஸ்,

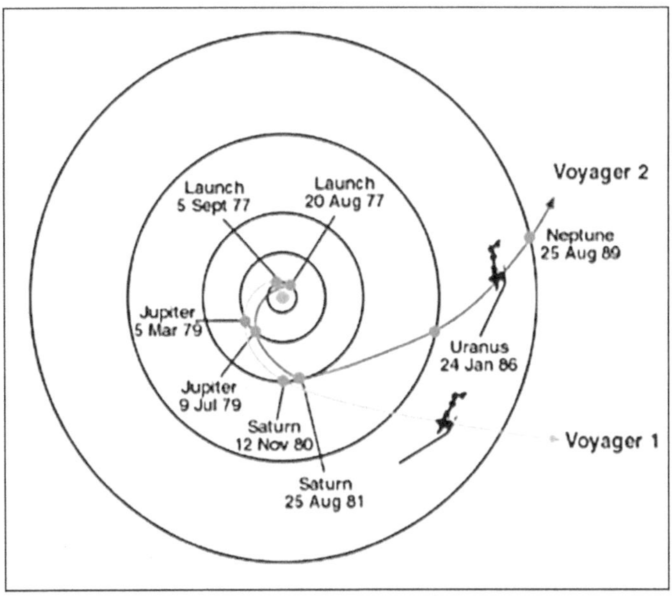

வாயேஜர் -1 வாயேஜர் -2 விண்கலங்கள் பின்பற்றிய பாதை

நெப்டியூன் ஆகிய கிரகங்கள் உள்ளன.இந்த கிரகங்களை ஆராய பயனீர்-10, பயனீர்-11, வாயேஜர்-1, வாயேஜர்-2 ஆகிய விண்கலங்களை நாஸா செலுத்திய போது அவை வியாழனுக்கு அருகாமையில் சென்றன. வியாழனின் ஈர்ப்பு சக்தியானது அவற்றுக்கு அதிக வேகத்தை அளித்தன.

இதன் பலனாக அவை வியாழனுக்கு அப்பால் உள்ள கிரகங்களுக்குச் செல்ல முடிந்தது. இந்த விண்கலங்களில் வாயேஜர்-1 விண்கலம் சூரிய மண்டலத்தை விட்டே வெளியேறி விட்டது. அது போய்க் கொண்டே இருக்கும்.கோடானு கோடி ஆண்டுகளுக்குப் பிறகு பூமி அழிந்தாலும் பூமியின் படைப்பு ஒன்று என்ற அளவில் அது ஏதோஒரு நட்சத்திர மண்டலத்தை நோக்கிச் சென்று கொண்டிருக்கும்.

வியாழன் கிரகத்தை நோக்கிச் செல்வதற்கு ஜூனோ விண்கலத்துக்கு பூமி உதவியதைக் கவனித்தோம். இதற்கு ஒரு படி மேலே போய் இந்திய விண்வெளி அமைப்பான இஸ்ரோ 2013 ஆம் ஆண்டில் செவ்வாய்க்கு ஒரு விண்கலத்தை அனுப்ப பூமியின் ஈர்ப்பு சக்தியைப் பயன்படுத்திக் கொண்டது. மங்கள்யான் என்னும் அந்த விண்கலத்தை செவ்வாய்க்கு அனுப்ப இஸ்ரோவிடம் அப்போது சக்தி மிக்க ராக்கெட் இல்லை. ஆகவே பூமியின் ஈர்ப்பு சக்தியைப் பயன்படுத்திக் கொள்வது என்று முடிவு செய்யப்பட்டது.

அந்தஆண்டு நவம்பர் 5 ஆம் தேதி மங்கள்யான் விண்கலம் பி.எஸ்.எல்.வி. ராக்கெட் மூலம் செலுத்தப்பட்டது. உயரே சென்ற

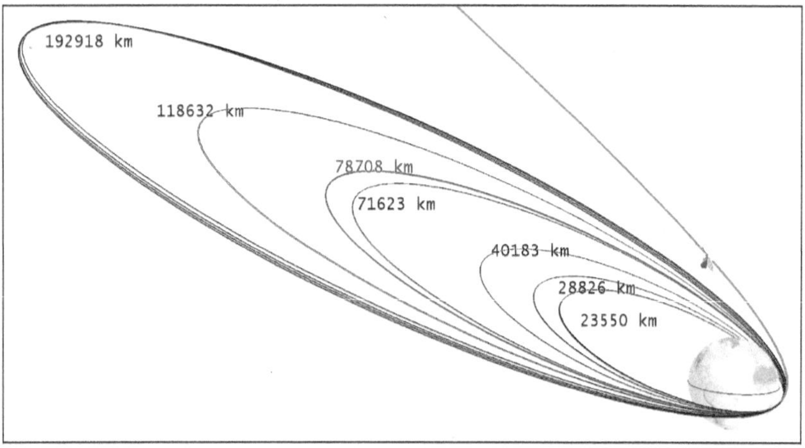

செவ்வாயை நோக்கிச் செல்வதற்கு உரிய வேகம் பெற மங்கள்யான் முதலில் பல தடவை பூமியைச் சுற்றிச் சுற்றி வந்தது.

அந்த விண்கலம் பூமியை நீள் வட்டப் பாதையில் சுற்ற ஆரம்பித்தது. விண்கலம் ஒரு முனையில் பூமியிலிருந்து சுமார் 250 கிலோ மீட்டரில் இருக்கும். மறு முனையில் மட்டும் அதன் உயரம் அதிகரித்துக் கொண்டே போயிற்று. இவ்விதம் ஆறு தடவை செய்யப்பட்டது. ஒவ்வொரு தடவையும் அது தொலைவு நிலையிலிருந்து வரும் போது வேகம் அதிகரிக்கும். இது இயற்கைய நியதியாகும்.

மங்கள்யான் உயரே செலுத்தப்பட்டு பூமியை அது சுற்ற ஆரம்பித்த போது அதன்வேகம் மணிக்கு சுமார் 28 ஆயிரம் கிலோ மீட்டர். ஆறு தடவை அதன் தொலைவு நிலை அதிகரிக்கப்பட்டதன் விளைவாக-அதாவது பூமியை ஆறு தடவை நீள் வட்டப் பாதையில் சுற்றியதன் காரணமாக அதன் வேகம் 38 ஆயிரம் கிலோ மீட்டராக உயர்ந்தது. கடைசியில் மங்கள்யானில் இருந்த ராக்கெட் எஞ்சின் சுமார் அரை மணி நேரம் இயக்கப்பட்டதும் மங்கள்யானின் வேகம் பூமியின் ஈர்ப்புப் பிடியிலிருந்து விடுபட்டுச் செல்கின்ற அளவுக்கு 42 ஆயிரம் கிலோ மீட்டராக அதிகரித்தது.

அக்கட்டத்தில் அது செவ்வாயை நோக்கிக் கிளம்பியது. ஒரு நாடு கிராவிடி அசிஸ்ட் உத்தியைப் பயன்படுத்தி செவ்வாய் கிரகத்துக்கு ஒரு விண்கலத்தை அனுப்பியது என்பது அதுவே முதல் தடவையாகும்.

ஒரு கிரகத்தின் ஈர்ப்பு சக்தியைப் பயன்படுத்தி விண்கலம் ஒன்றின் வேகத்தை அதிகரிக்க முடியும் என்று கவனித்தோம். இதே போலவே ஒரு கிரகத்தின் உதவியுடன் ஒரு விண்கலத்தின் வேகத்தைக் குறைக்கவும் முடியும். எதற்கு வேகத்தைக் குறைக்க வேண்டும்?

புதன், வெள்ளி ஆகிய இரு கிரகங்களும் பூமிக்கும் சூரியனுக்கும் இடையில் அமைந்தவையாக சூரியனைச் சுற்றி வருகின்றன. அந்த அளவில் புதனுக்கு அல்லது வெள்ளிக்கு ஒரு விண்கலத்தை அனுப்பும் போது அது சூரியன் இருக்கின்ற திசையை நோக்கிச் செல்வதாக இருக்கும். ஆகவே புதன் அல்லது வெள்ளியை நோக்கிச் செல்கின்ற விண்கலத்தின் வேகம் மேலும் மேலும் அதிகரிக்கும். அவ்வித நிலையில் அந்த விண்கலம் புதன் அல்லது வெள்ளியின் ஈர்ப்புப் பிடியில் சிக்கும்படி செய்வதானால் அந்த விண்கலத்தின் வேகத்தை பெருமளவுக்குக் குறைக்க வேண்டும். அப்படிக் குறைக்காவிட்டால் அந்த விண்கலம் புதன் அல்லது வெள்ளியின் ஈர்ப்புப் பிடியில் சிக்காமல் அந்த கிரகத்தைக் கடந்து சென்று விடும்.

விண்கலத்தின் வேகத்தைக் குறைப்பதற்குப் பொதுவில் விண்கலத்தில் இருக்கின்ற எஞ்சினை இயக்கலாம். ஆனால் வேகத்தைப் பெருமளவுக்குக் குறைக்கின்ற அளவுக்கு விண்கலத்தில் எரிபொருளை வைத்து அனுப்புவது என்பது நடை முறையில் சாத்தியமற்றது. ஆனால்

ஒரு கிரகத்தைக் கடந்து செல்கின்ற அதாவது கிராவிடி அசிஸ்ட் உத்தியைக் கையாண்டால் வேகத்தை நன்கு குறைக்க முடியும்.

கிராவிடிஅசிஸ்ட் உத்தியின்படி ஒரு கிரகத்தைக் கடந்து செல்வதில் இரண்டு வகைகள் உள்ளன. விண்கலம் ஒன்று ஒரு கிரகத்தைப் பின்புறமாகக் கடந்து சென்றால் விண்கலத்தின் வேகம் அதிகரிக்கும். பயனீர் முதலான விண்கலங்கள் இவ்விதம் வியாழனைப் பின்புறமாகக் கடந்து சென்றன. இதற்கு மாறாக விண்கலம் ஒரு கிரகத்தை முன்புறமாகக் கடந்து சென்றால் அந்த விண்கலத்தின் வேகம் குறையும். இது இயற்கை நியதி.

புதன் கிரகத்தை நோக்கி 2004 ஆம் ஆண்டில் மெசஞ்சர் விண்கலம் செலுத்தப்பட்டது. புதன் கிரகத்தை அடைந்து அக்கிரகத்தைத் தொடர்ந்து சுற்றி வர வேண்டும் என்பது திட்டம். புதன் கிரகத்தின் ஈர்ப்புப் பிடியில் சிக்க வேண்டுமானால் மெசஞ்சரின் வேகம் மிகவும் குறைக்கப்பட்டாக வேண்டும்.

ஆகவே புதன் கிரகத்தை நோக்கிக் கிளம்பிய மெசஞ்சர் சூரியனை வட்டமடித்து விட்டு பூமியை நோக்கி வந்து பூமிக்கு அருகாமையில் (2005ஆம் ஆண்டில்) வந்து விட்டு பழையபடி சூரியனை வட்ட மடித்தது. பிறகு அது (2006 ஆம் ஆண்டில்) வெள்ளி கிரகத்துக்கு அருகாமையில் வந்து அதைக் கடந்தது. மேலும் ஒரு தடவை சூரியனைச் சுற்றி விட்டு (2007 ஆம் ஆண்டில்) மீண்டும் வெள்ளிக் கிரகத்தை அருகாமையில் கடந்து சென்றது. இத்துடன் கதை விஷயம் முடியவில்லை. மெசஞ்சர் விண்கலம் மூன்று முறை புதன் கிரகத்தை முன்புறமாகக் கடந்து சென்றது. இப்படியாக அதன் வேகம் பெருமளவுக்குக் குறைக்கப்பட்டு 2011 ஆண்டு மார்ச் மாதம் புதன் கிரகத்தின் ஈர்ப்புப் பிடியில் சிக்கி அதைச் சுற்றி வர ஆரம்பித்தது. மெசஞ்சர் விண்கலம் புதன் கிரகத்தைப் பிடிக்க மொத்தம் 7 ஆண்டுகள் ஆகின.

கலிலியோ விண்கலம் 1997 ஆம் ஆண்டில் செலுத்தப்பட்டு இதே போல ஏழு ஆண்டுகள் கழித்து வியாழனை அடைந்தது. காசினி விண்கலம் 1989 ஆம் ஆண்டில் செலுத்தப்பட்டு ஆறு ஆண்டுகள் கழித்து சனி கிரகத்தை அடைந்தது.

இந்த விண்கலங்கள் இப்படி இவ்வளவு ஆண்டுகள் எடுத்துக் கொள்வதால் அவை பழையதாகி கெட்டு விடாதா என்று கேட்கலாம். விண்வெளியில் பயணிக்கும் போது உராய்வு எதுவும் கிடையாது. தொடர்ந்து இயங்கும் பகுதிகள் கிடையாது. விண்கலத்தில் உள்ள தகவல் தொடர்புக் கருவிகள் நீங்கலாக மற்ற கருவிகள் செயல்படாது ‘உறங்கும்’ நிலையில் வைக்கப்படும். குறிப்பிட்ட கிரகத்தை நெருங்கிய பிறகு தான்

இவை செயலுக்கு வரும். முக்கிய கருவிகளைக் கடும் குளிர் தாக்காதபடி தடுக்க ஏற்பாடு இருக்கும் என ஏற்கெனவே குறிப்பிட்டோம்

கலிலியோ, காசினி ஆகியவற்றுடன் ஒப்பிட்டால் நாஸா 2006 ஜனவரியில் அனுப்பிய நியூ ஹொரைசன்ஸ் விண்கலம் ஒன்பது ஆண்டுகள் பயணம் செய்து புளூட்டோவை அடைந்தது. இந்த விண்கலத்துக்கு ஒரு தனிப் பெருமை உண்டு. பூமியிலிருந்து செலுத்தப்பட்ட மிக வேகமான விண்கலம் இதுவே ஆகும். பூமியை விட்டுக் கிளம்பிய போது அதன் வேகம் மணிக்கு 59 ஆயிரம் கிலோ மீட்டர். நியூ ஹொரைசன்ஸ் 2015 ஜூலை மாத வாக்கில் புளூட்டோவைச் சென்றடைந்தது. சற்றே எட்ட இருந்து அது புளூட்டோவையும் அதன் சந்திரன்களையும் ஆராய்ந்து தகவல்களை யும் படங்களையும் அனுப்பியது.

வியாழன், சனி ஆகியவற்றுடன் ஒப்பிட்டால் புளூட்டோ மிக மிகச் சிறியது. சொல்லப்போனால் அது நமது சந்திரனை விடச் சிறியது. மிக நீண்ட காலம் புளூட்டோ ஒரு கிரகம் என்றே கருதப்பட்டது. ஆனால் புளூட்டோவை ஒரு கிரகம் என்று கருதக் கூடிய தகுதிகள் அதற்கு இல்லை என்று கூறி 2006 ஆம் ஆண்டில் சர்வதேச வானவியல் சங்கம் புளூட்டோவை கிரக அந்தஸ்திலிருந்து நீக்கியது.

எனினும் நியூ ஹொரைசன்ஸ் விண்கலம் செலுத்தப்பட்ட காலத்தில் புளூட்டோ கிரக அந்தஸ்து கொண்டதாகவே இருந்தது. சர்வதேச வானவியல் சங்கம் புளூட்டோவை கிரக அந்தஸ்திலிருந்து நீக்கிய போதிலும் அமெரிக்காவில் பல தரப்பினரும் அந்த முடிவை ஏற்க மறுத்து புளூட்டோவை ஒரு கிரகம் என்றே கருதி வருகின்றனர். நாஸாவில் நியூ ஹொரைசன்ஸ் விண்கலத்தைக்கவனித்து வருகிற நிபுணர்களும் அவ்விதமே கருதுகின்றனர்.

புதன், வெள்ளி ஆகிய கிரகங்களுக்கு விண்கலங்களை அனுப்பும்போது அவை சூரியனை நெருங்குவதால் மேலும் மேலும் அதிக வெப்பத்தை சமாளிக்க வேண்டியிருக்கும். புதன் கிரகத்துக்கு செலுத்தப்பட்ட மெசஞ்சர் விண்கலத்தை சூரியனின் வெப்பம் தாக்காமல் இருக்க அந்த விண்கலத்துக்கு ‘குடை’ பிடிப்பது போல ஓர் ஏற்பாட்டைச் செய்ய வேண்டியிருந்தது. இதை உருவாக்கவே பல ஆண்டுகள் பிடித்தன. புதன் கிரகமே அக்னிக் குண்டம். அதன் தரையிலிருந்தே கடும் வெப்பம் வெளிப்படும். உயரே உள்ள மெசஞ்சரை இந்த வெப்பம் தொடர்ந்து தாக்காமல் இருப்பதற்காக புதனை அந்த விண்கலம் நீள்வட்டப் பாதையில் சுற்றி வரும்படி செய்தனர்.

ஒரு கிரகத்தை அடைகின்ற விண்கலம் அந்தக் கிரகத்தை சுற்றிச் சுற்றி வருவதோடு நிறுத்திக் கொள்ளலாம். அல்லது அந்த விண்கலத்தி

லிருந்து ஆய்வுக் கருவிகளுடன்கூடிய இறங்கு கலம் கீழே இறங்கி ஆய்வுகளை மேற்கொள்ளலாம். உள்ளபடி சூரிய மண்டலத்திலேயே செவ்வாய் கிரகம் ஒன்றில் தான் இவ்விதம் ஆய்வுக் கலங்களைக்கீழே இறக்க முடியும்.

புதன் கிரகத்தில் ஆய்வுக் கலம் இறங்கினால் வெப்பம் தாங்காமல் பொசுங்கி விடும். வெள்ளி கிரகத்தில் கடும் காற்றழுத்தம் காரணமாக ஆய்வுக் கலம் தரை இறங்கிய உடனேயே அப்பளம் போல நொறுங்கி விடும். சோவியத் யூனியன்(இப்போதைய ரஷியா) இரண்டு விண்கலங் களை வெற்றிகரமாக வெள்ளி கிரகத்தில் இறக்கியது. ஆனால் அவை இரண்டுமே சிறிது நேரம் தான் செயல்பட்டன. இதில் அமெரிக்காவுக்கு வெற்றி கிட்டவில்லை.

சூரியனிலிருந்து மிக அப்பால் உள்ள வியாழன், சனி,யுரேனஸ், நெப்டியூன் ஆகிய கிரகங்கள் அனைத்தும் வாயுக்களால் போர்த்தப்பட்ட பனி உருண்டைகள். ஆய்வுக் கலம் இறங்கினால் புதை சேறு போன்ற உறைபனிக்குள் புதையுண்டு போய்விடும். செவ்வாய் கிரகம் ஒன்றில் தான் உறுதியான தரை உள்ளது. ஆகவே தான் செவ்வாய் மீது அதிக கவனம் செலுத்தப்படுகிறது.

ஆனாலும் கடந்த பல ஆண்டுகளில் ரஷியா பல தடவை முயன்ற போதிலும் ஒரே ஒரு ரஷிய விண்கலம்மட்டுமே செவ்வாயில் வெற்றிகர மாகத் தரை இறங்கியது.இத்துடன் ஒப்பிட்டால் அமெரிக்காவின் நாஸா அனுப்பிய பல விண்கலங்கள் செவ்வாயில் வெற்றிகரமாக இறங்கி ஆய்வுகளை நடத்தியுள்ளன. இவற்றில் சுமார் ஒரு டன் எடை கொண்ட கியூரியாசிடி விண்கலம் முக்கியமானது. ஐரோப்பிய விண்வெளி அமைப்பு அனுப்பிய ஒரு விண்கலம் வானில் இருந்தபடி செவவாய் கிரகத்தைச் சுற்றுவதில் வெற்றி பெற்றது என்றாலும் ஆய்வுக் கலம் ஒன்றைக் கீழே இறக்குவதற்கு மேற்கொண்ட முயற்சி தோற்றுப் போனது.

ஒரு கிரகத்தின் ஈர்ப்புப் பிடியில் சிக்கவேண்டுமானால் விண்கலத்தின் வேகம் குறைக்கப்பட வேண்டும் என்று சொன்னோம். அப்படிச் செய்யப்பட்டு அந்த விண்கலம் தகுந்த கோணத்தில் திருப்பப்பட வேண்டும். இதன் பிறகு அந்த விண்கலம் அந்த கிரகத்தைச் சுற்றி வர ஆரம்பிக்கும். அதன் பிறகு இயற்கை நியதிப்படி அந்த விண்கலம் தொடர்ந்து சுற்றிக் கொண்டிருக்கும்.

இதன் பின்னர் அந்த விண்கலத்தின் சுற்றுப்பாதையை வட்ட வடிவில் மாற்ற வேண்டுமானால் விண்கலத்தில் உள்ள எஞ்சினை இயக்கி சுற்றுப்பாதையை சீராக்க வேண்டியிருக்கும். இப்படிச் செய்வதற்கு விண்கலத்தில் போதுமான எரிபொருள் இருந்தாக வேண்டும்.

விண்கலத்துடன் ஆய்வுக் கலமும் சேர்த்து அனுப்பப்பட்டிருந்தால் அந்த ஆய்வுக் கலத்தை கீழே இறக்கலாம். ஆய்வுக் கலம் கீழே இறங்குவதில் பிரச்சினைகள் உள்ளன. கிரகங்களைப் பொறுத்த வரையில் சூரிய மண்டலத்திலேயே செவ்வாய் ஒன்றில்தான் பத்திர மாகத் தரை இறங்க முடியும் என்று ஏற்கெனவே குறிப்பிட்டோம்

செவ்வாயைச் சுற்றுகின்ற விண்கலத்திலிருந்து ஆய்வுக் கலத்தைக் கழற்றி விட்டால் அது செவ்வாயின் தரையில் வேகமாக மோதி நொறுங்கி விடும். ஆகவே ஆய்வுக் கலம் மெல்லத் தரையிறங்குவதாக இருக்க வேண்டும்.விண்கலத்திலிருந்து பிரிந்த ஆய்வுக் கலம் செவ்வாயின் காற்று மண்டலம் வழியே வேகமாக இறங்க முற்படும். இதனால் ஆய்வுக் கலத்தின் வெளிப்பகுதி தீப்பற்றும் வாய்ப்பு உள்ளது.இதைத் தடுக்க ஆய்வுக் கலத்தின் வெளிப்புறத்தில் தீ பாதுகாப்பு கேடயம் அமைந்திருக்கும்.

ஒரு கட்டத்தில் தீ பாதுகாப்புக் கேடயம் தனியே பிரியும். பின்னர் ஆய்வுக் கலத்தில் வைக்கப்பட்ட பாராசூட்டுகள் விரிந்து கொள்ளும். இதன் பலனாக ஆய்வுக் கலம் மெல்லத் தரை இறங்கும். அமெரிக்காவின் சில ஆய்வுக் கலங்கள் பெரிய பலூன் மீது உட்கார்ந்தபடி தரை இறங்கின. ஆனால் சுமார் ஒரு டன் எடை கொண்ட கியூரியாசிடி ஆய்வுக் கலம் செவ்வாயில் தரை இறங்கிய போது புது ஏற்பாடு பின்பற்றப்பட்டது. ஸ்கை கிரேன் எனப்பட்ட ஒரு கிரேனிலிருந்து கியூரியாசிடி தொங்கிக் கொண்டிருந்தது. அதன் நான்கு கால்களிலிருந்து கீழ் நோக்கி நெருப்பு பீச்சிட்டது. இது கியூரியாசிடி கீழ் நோக்கி இறங்கும் வேகத்தைக் குறைத்தது. இவ்விதமாகக் கியூரியாசிடி கீழே இறங்கியது.

பூமியுடன் ஒப்பிட்டால் செவ்வாய் கிரகத்தில் காற்று மண்டலத்தின் அடர்த்தி மிகவும் குறைவு.காற்று மண்டத்தின் கனமும் குறைவு. ஆகவே தான் ஸ்கை கிரேன் போன்ற ஏற்பாடு தேவைப்படுகிறது. பூமியின் காற்று மண்டலம் அடர்த்தியானது என்பதால் விண்வெளியி லிருந்து பூமியில் இறங்குவதற்கு பாராசூட்டுகளே போதுமானவை.

சுமார் 400 கிலோ மீட்டர் உயரத்திலிருந்தபடி பூமியைச் சுற்றி வருகின்ற சர்வதேச விண்வெளி நிலையத்தில் பணி புரிய அவ்வப்போது செல்லும் விண்வெளி வீரர்கள் குறிப்பிட்ட காலத்துக்குப் பிறகு பூமிக்குத் திரும்புகின்றனர். அவர்கள் அடங்கிய இறங்குகலம் பெரிய பாராசூட்டுகளின் உதவியுடன் தான் தரை இறங்குகிறது.

அமெரிக்க விண்வெளி வீரர்கள் 1969 ஆம் ஆண்டில் தொடங்கி ஆறு தடவைகள் சந்திரனில் இறங்கிய போது பெரிய பிரச்சினை இருக்க வில்லை. காரணம் சந்திரன் சிறியது. செவ்வாயுடன் ஒப்பிட்டால்

சந்திரன் பாதி சைஸ். பூமியின் சைஸில் கால் பங்கு. ஆகவே சந்திரனின் ஈர்ப்பு சக்தி மிகவும் குறைவு. எடை என்பது ஈர்ப்பு சக்தியைப் பொறுத்தது என்பதால் பூமியில் ஒருவரின் எடை 75 கிலோ என்றால் சந்திரனில் அவர் எடை பார்த்தால் சுமார் 12 கிலோ இருக்கும்.

சந்திரனில் போய் இறங்கி விட்டு பூமிக்குத் திரும்புவதற்கு எவ்விதமான உத்திகள் பின்பற்றப்பட்டன என்று கவனிப்பது உசிதமாக இருக்கும். அமெரிக்க அட்லஸ்-5 விண்கலத்தின் முகப்பில் வைக்கப்பட்ட அப்போலோ-11 விண்கலத்தின் எடை சுமார் 43 டன். அப்போலோ விண்கலம் என்பது உண்மையில் ஒன்றோடு ஒன்று இணைக்கப்பட்ட மூன்று பகுதிகளை உள்ளடக்கியது. 1. விண்வெளி வீரர்கள் மூவர் அமர்ந்த பகுதி 2. பல்வேறு கருவிகள்,எரிபொருள் டாங்கிகள், மின் தயாரிப்புப் பகுதி, தண்ணீர் தயாரிப்புப் பகுதி முதலியவை அடங்கியது. இதை சரக்குப் பகுதி என்றும் சொல்லலாம். 3.சந்திரனில் இறங்கும் பகுதி.

ராக்கெட் மூலம் அப்போலோ பூமிக்கு மேலே வந்ததும் மூன்றாவது பகுதி தனியே பிரிந்து அப்போலோ கலத்தின் முன்புறமாக இணைந்து கொண்டது. சந்திரனில் எளிதில் இறங்குவதற்காக இந்த ஏற்பாடு.

சந்திரனை அடைந்ததும் மூன்று விண்வெளி வீரர்களில் இருவர் சந்திரனில் இறங்கும் பகுதிக்கு மாறிக் கொண்டனர். பின்னர் இறங்கு கலம் சந்திரனில் இறங்கியது. மூன்றாவது விண்வெளி வீரர் அப்போலோ விண்கலத்தில் இருந்தபடி சந்திரனைச் சுற்றிச் சுற்றி வந்தார்.

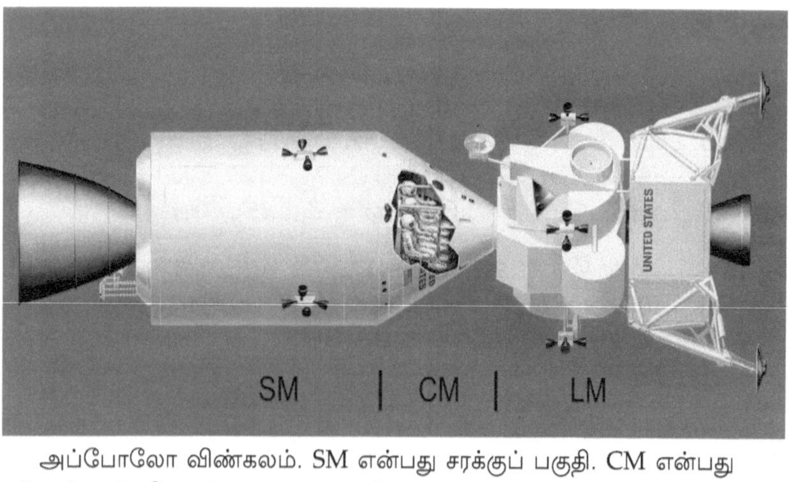

அப்போலோ விண்கலம். SM என்பது சரக்குப் பகுதி. CM என்பது விண்வெளி வீரர்கள் அமரும் பகுதி. LM என்பது சந்திரனில் இறங்கவும் மேலே வருவதற்குமான பகுதி.

சந்திரனில் ஆற்ற வேண்டிய பணி முடிந்ததும் இருவரும் இறங்கு கலத்துக்குத் திரும்பினர். இறங்கு கலத்தின் அடிப்பகுதி அப்படியே சந்திரனில் விடப்பட்டு அதன் மேல் பகுதி மட்டும் உயரே வந்து தாய்க் கலத்துடன் இணைந்தது. அந்த இருவரும் தாய்க்கலத்துக்கு மாறியதும் மேலே வருவதற்கு உதவிய பகுதி கழற்றி விடப்பட்டு சந்திரனில் போய் விழுந்தது.

பின்னர் பூமி நோக்கிப் பயணமாகினர். பூமியின் காற்று மண்டலத்தை அடைந்ததும் கருவிகள் அடங்கிய இரண்டாம் பகுதி கழற்றி விடப்பட்டது. மூன்று விண்வெளி வீரர்கள் அடங்கிய கூடு மட்டும் கடலில் வந்து விழுந்தது. காத்திருக்கும் கப்பல்கள் அவர்களை மீட்டனர். சந்திரனுக்கு கிளம்பிய போதுஅப்போலோ விண்கலத்தின் மொத்த எடை 43 டன். கடலில் வந்து விழுந்த பகுதியின் எடையோ வெறும் 5 டன்.

சந்திரனுக்குச் சென்று விட்டுத் திரும்புவதற்குப் பயன்படுத்திய அதே ஏற்பாட்டை செவ்வாய்க்கு மனிதர்களை அனுப்புவதற்கும் பயன் படுத்த முடியுமா என்று கேட்கலாம். அது மட்டும் சாத்தியமாக இருந்திருக்குமானால் செவ்வாயில் என்றைக்கோ அமெரிக்க விண்வெளி வீரர்கள் போய் இறங்கியிருப்பார்கள்.

மனிதன் சந்திரனில் காலடி பதித்து 40 ஆண்டுகளுக்கும் மேலாகி விட்டன. இக்கால கட்டத்தில் பல தொழில் நுட்ப முன்னேற்றங்கள் ஏற்பட்டுள்ளன. இவற்றைப் பயன்படுத்தி மனிதனை செவ்வாய்க்கு அனுப்ப இயலாதா என்று கேட்கலாம். நியாயமானகேள்விதான்.

சந்திரனுக்குப் போய்ச் சேர சுமார் மூன்றரை நாட்கள் ஆகும். அந்த அளவில் சோற்றுப் பிரச்சினை பெரிய பிரச்சினைஅல்ல.கட்டுச் சோறு போல கையோடு எடுத்துச் சென்றனர்.

செவ்வாய்க்குப் போய்ச் சேர குறைந்தது 300 நாட்கள் ஆகும். தவிர, செவ்வாய்க்கு மனிதன் செல்வதென்றால் குறைந்தது ஆறு பேரை அனுப்பியாக வேண்டும் என்ற கருத்து உள்ளது. இந்த ஆறு பேருக்கும் 300 நாட்களுக்குப் போதுமான உணவை கட்டுச் சோறு போல எடுத்துச் செல்ல முடியாது.

ஆகவே அந்த ஆறு பேரும் தங்கள் பயணத்தின் போது உணவைத் தயாரித்துக் கொள்வதற்கான ஏற்பாடு இருக்க வேண்டும். இது பெரிய பிரச்சினை அல்ல. 3 டி பிரிண்டிங் முறையில் உணவு தயாரிப்பது பற்றி நாஸா ஆராய்ச்சி நடத்தி வருகிறது.

ஒரு விண்கலத்தில் ஆறு பேர் ஜெயிலில் அடைத்துப் போட்ட மாதிரி நீண்ட பயணம் மேற்கொள்ளும் போது அவர்களின் மனப் போக்கே

மாறி ஒருவரை ஒருவர் அடித்துக் கொள்ளலாம் என்ற அச்சம் உண்டு. இதைச் சோதிக்க மாஸ்கோ அருகே இவ்விதம் ஆறு பேர் பாவனையாக செவ்வாய்ப் பயணம் மேற்கொண்டனர்.

இத்திட்டம் மார்ஸ்-500 என்று அழைக்கப்பட்டது. செவ்வாய்க்குப் போய் வர சுமார் 17 மாத காலம் ஆகலாம் என்ற கணக்கில் இத்திட்டத்தின் கீழ் அவர்கள் ஆறு பேரும் ஓரிடத்தில் 520 நாட்கள் அடைத்து வைக்கப்பட்டு செவ்வாய்ப் பயணத்தின் போது செய்ய வேண்டியிருக்கும் பணிகளைச் செய்யும்படி பணிக்கப்பட்டனர். அவர்களிடையே மனப் போக்கு ரீதியில் விபரீதம் எதுவும் நிகழவில்லை. ஆகவே அதுவும் பிரச்சினையல்ல.

சந்திரனில் காற்று மண்டலம் இல்லை . சந்திரன் சிறியது. ஆகவே சந்திரனில் இறங்கு கலத்தை இறக்குவது பிரச்சினையாக இருக்க வில்லை. செவ்வாயில் காற்று மண்டலம் உண்டு. இறங்குகலம் காற்று மண்டலம் வழியே இறங்கும் போது அதன் முகப்புப் பகுதி பயங்கர மாகத் தீப்பற்றும். விண்வெளி வீரர்களுக்கு இதிலிருந்து பாதுகாப்பு தேவை. இப்படியான பாதுகாப்பு அளிப்பதில் நமக்கு ஏற்கெனவே நிறைய அனுபவம் உண்டு. இதுவும் பெரிய பிரச்சினையல்ல

இறங்கு கலம் செவ்வாயின் தரையை நோக்கி இறங்கும் போது அதன் வேகத்தைக் குறைக்க புது ஏற்பாடு செய்யப்பட்டாக வேண்டும். அதையும் சமாளித்து விட முடியும்.

செவ்வாயில் இறங்குகின்ற விண்வெளி வீரர்கள் சில நாட்களில் அங்கிருந்து கிளம்ப முடியாது. பூமியிலிருந்து செவ்வாய்க்கு விண்கலம் செலுத்த இரண்டு ஆண்டுகளுக்கு ஒரு முறை தான் உகந்த காலம் இருப்பதைப் போல செவ்வாயிலிருந்து கிளம்ப உகந்த காலம் உண்டு. ஆகவே அதுவரை விண்வெளி வீரர்கள் கட்டாயமாக செவ்வாயில் இருக்கத் தான் வேண்டும்.

செவ்வாயில் முன் கூட்டியே ரெடிமேட் குடியிருப்புகளைக் கொண்டு போய் இறக்க முடியும். அவ்விதக் குடியிருப்புகளில் அவர்கள் தங்கலாம். அவ்வப்போதுசெவ்வாய்க்கு ஆளில்லா விண்கலங்கள் மூலம் உணவு மற்றும் தேவையான பொருட்களை அனுப்பி வரலாம். ஆகவே அதுவும் பிரச்சினை அல்ல

இந்த விண்வெளி வீரர்கள் செவ்வாயில் தங்கியிருக்கின்ற காலத்தில் அவர்களை ஏற்றி வந்த விண்கலம் தொடர்ந்து உயரே செவ்வாயை சுற்றிக் கொண்டிருக்கும். கீழே இறங்கியவர்கள் மேலே வந்து சேர்ந்தால் அந்த விண்கலம் மூலம் பூமிக்குத் திரும்பி விடலாம்.

ஆனால் செவ்வாயில் தங்கியிருக்கும் விண்வெளி வீரர்கள் மூவர் அல்லது நால்வர் எப்படி மேலே வந்து சேருவர் என்பது தான் பெரிய பிரச்சினை. இப்போதைக்கு அதற்கு வழி தெரியவில்லை.

செவ்வாயின் நிலப் பரப்பிலிருந்து மேலே உள்ள விண்கலத்துக்கு வந்து சேருவதானால் சக்திமிக்க ராக்கெட் தேவை. சந்திரன் விஷயத்தில் செய்தது போல இப்படி மேலே வருவதற்கான எஞ்சின் அடங்கிய இறங்கு கலத்தை இங்கிருந்தே விண்கலத்துடன் சேர்த்து அனுப்பலாமே என்று கேட்கலாம்.

சந்திரன் சிறியது. ஆகவே சிறிய அளவிலான ஏற்பாடு சாத்தியமாக இருந்தது. செவ்வாய்க்கு இங்கிருந்து அனுப்பும் விண்கலத்திலேயே இப்படி ஏற்பாடு செய்வதாக இருந்தால் விண்கலம் மிக அதிக எடை கொண்டதாகி விடும். அதை செவ்வாய்க்கு செலுத்துவதற்குப் போதுமான சக்தி கொண்ட ராக்கெட்டை உருவாக்குவதென்பது இயலாத காரியம்.

இக்காரணத்தால்தான், செவ்வாய்க்கு அனுப்பப்படும் விண்வெளி வீரர்கள் பத்திரமாகத் திரும்புவதற்கான வழி கண்டுபிடிக்கப்படாத வரை செவ்வாய்க்கு மனிதனை அனுப்பும் திட்டம் எதையும் மேற்கொள்ளப் போவதில்லை என்று நாஸா திட்டவட்டமாக அறிவித்துள்ளது.

இதற்கிடையே ஐரோப்பாவில் மார்ஸ் ஒன் என்னும் பெயர் கொண்ட தனியார் அமைப்பு ஒன்று செவ்வாய்க்குப் போக விருப்ப முள்ளவர்கள் தங்கள் பெயரைப் பதிவு செய்து கொள்ளலாம் என்று 2012 ஆம் ஆண்டில் அறிவிப்பு விடுக்க, ஏராளமானவர்கள் தங்கள் பெயரைப் பதிவு செய்து கொண்டுள்ளனர். அவர்களில் பல இந்தியர்களும் அடங்குவர்.

ஜோடி ஜோடியாக அனுப்புவோம். அங்கு போனால் தங்குவதற்குக் குடியிருப்புகளை முன்கூட்டியே கொண்டு போய் இறக்கப் போகிறோம். ஆகவே செவ்வாய்க்குப் போனால் தங்குவதற்குப் பிரச்சினை இல்லை. 2024 ஆம் ஆண்டில் முதல் குழுவாக நான்கு பேர் அனுப்பப்படுவர் என்று அந்த நிறுவனம் அறிவித்துள்ளது .

ஆனால் ஒன்று ,செவ்வாயிலிருந்து பூமிக்குத் திரும்புவதற்கு எங்களிடம் எந்த ஏற்பாடும் இல்லை. ஆகவே செவ்வாய்க்குப் போனால் அங்கேயே இருக்க வேண்டியது தான் என்று அந்த நிறுவனம் அறிவித்துள்ளது. ஆகவே கடைசி நேரத்தில் எவ்வளவு பேர் செவ்வாய்க்குச் செல்ல ஆசைப்படுவர் என்பது தெரியாது.

இந்த விஷயத்தில் தார்மீகப் பிரச்சினை உள்ளது. என்னதான் சிலர் இப்படியான நிபந்தனைகளை ஒப்புக்கொண்டு செவ்வாய்க்குச்

செல்லத் தயாராக இருந்தாலும் அங்கு போனால் சில காலத்தில் மரணம் நிச்சயம் என்ற நிலைமையில் அப்பாவி நபர்களை அனுப்புவது சரியான காரியமாகத் தோன்றவில்லை

அப்படியானால் செவ்வாய்க்கு மனிதன் போக வாய்ப்பே இல்லையா என்று கேட்கலாம். ஏதேனும் ஒரு நாடு அல்லது பல நாடுகள் கூட்டு சேர்ந்து பல நூறு கோடி டாலர் பணத்தை ஒதுக்கித் தக்கதோர் வழியைக் கண்டுபிடிப்பதற்கு ஏற்பாடு செய்தால் புது கண்டுபிடிப்பு சாத்தியமா கலாம். ஆனால் அவ்வளவு பணம் ஒதுக்க இப்போதுள்ள நிலையில் அமெரிக்காவோ ரஷியாவோ முன்வராது.தவிர, அதற்கு இப்போது என்ன அவசர அவசியம் உள்ளது?

சரி, பெரும் பணம் செலவு செய்து ஏதோ ஒரு புதிய வழி கண்டு பிடிக்கப்பட்டு செவ்வாய்க்கு விண்வெளி வீரர்கள் செல்வதாக வைத்துக் கொள்வோம். அவர்கள் செய்யப் போவது என்ன? செவ்வாயி லிருந்து கல்லையும் மண்ணையும் அள்ளிக் கொண்டு வருவார்கள். இங்குள்ள நிபுணர்கள் விசேஷ ஆராய்ச்சிகூடங்களில் அவற்றை நுணுகி ஆராய்வார்கள்.

நடமாடும் நவீன ஆராய்ச்சிக் கூடம் என்று அழைக்கப்படும் அமெரிக்க கியூரியாசிடி விண்கலம் அதைத் தானே செய்து வருகிறது. அது செவ்வாயில் ஒவ்வொரு இடமாக நகர்ந்து இப்படி கல்லையும் மண்ணையும் சேகரித்துப் பொடியாக்கி உலையில் போட்டு எரித்து நுணுக்கமான ஆராய்ச்சியை ஏற்கெனவே செய்து வரும் போது மனிதனை அனுப்ப என்ன அவசியம் இருக்கிறது?

இன்றுள்ள தொழில் நுட்பம், பெரும் பணம் செலவிடுவதிலான பிரச்சினைகள் முதலிய பிரச்சினைகளை வைத்து சொல்வதானால் நம்மால் மிஞ்சிப் போனால் மீண்டும் மீண்டும் சந்திரனுக்குச் சென்று வரலாம்.

13

பூமி

எங்கே இருக்கிறது?

இந்தப் புத்தகத்தில் இதுவரை சூரிய மண்டல எல்லைவரை சென்று பார்த்தாகிவிட்டது. எல்லா கிரகங்களையும் ஆராய்ந்துவிட்டோம். என்றாவது ஒருநாள் பூமிக்கு ஆபத்தை உண்டாக்கலாம் என்கிற விண்கற்களையும் கவனித்துவிட்டோம். அவ்வப்போது பூச்சாண்டி காட்டுகிற வால்நட்சத்திரங்களையும் அலசி விட்டோம். அடிக்கடி இருட்டில் ஒளிந்துகொள்ளும் சந்திரனைப் பற்றியும் புட்டுப் புட்டு வைத்தாகிவிட்டது.

மனிதர்களாகிய நாம் 'பூமி புத்திரர்கள்'. பூமியை விட்டு வெளியே காலடி எடுத்துவைப்பதும் எளிய விஷயமல்ல. அண்டவெளியில் நட்சத்திர மண்டலங்களுக்கு இடையே ராட்சத விண்கலங்களில் பயணம் செய்வது, சாகசம் புரிவது என்பதெல்லாம் வெறும் கற்பனை. இவையெல்லாம் டி.வி.யில் வருகிற கார்ட்டூன்களிலும் அவைபோன்ற சினிமாப் படங்களிலும்தான் சாத்தியம். மற்றபடி பூமிதான் நமக்கு சொர்க்கம்.

இப்போது கடைசியாக பூமிக்கு வந்து சேர்ந்திருக்கிறோம்.

அதுசரி. பூமி எங்கே இருக்கிறது? இந்தக் கேள்வி அபத்தமாக இருக்கலாம். ஆனால் சுமார் 500 ஆண்டுகளுக்கு முன்னர் இக்கேள்வி யானது ஐரோப்பிய நாடுகளில் பெரும் புயலைக் கிளப்பியது. மத அடிப்படையிலான மூட நம்பிக்கைக்கும் அறிவியல் வளர்ச்சிக்கும் இடையே போராட்டம் தொடங்கிய காலம் அது.

பூமிதான் நடுவில் இருக்கிறது என்றும் சூரியனும் சந்திரனும் மற்ற கிரகங்களும் பூமியைச் சுற்றி வருகின்றன என்றும் மதகுருமார்கள் மதநூலில் உள்ளதைக் காட்டி அடித்துக் கூறினர். பல துறைகளிலும்

மதகுருமார்களின் ஆதிக்கம் நிலவியதால் அவர்களது கூற்றுக்கு மாறாக உண்மையைக் கூறியவர்கள் பயமுறுத்தப் பட்டார்கள். தண்டிக்கப் பட்டார்கள்.

சூரிய மண்டலத்தில் சூரியன்தான் நடுவில் உள்ளது, பூமி அல்ல என்ற உண்மையை பிரபல விஞ்ஞானி கோப்பர் நிக்கஸ் எடுத்துக் கூறினார். ஆனாலும் இதை அவர் பகிரங்கமாகக் கூறப் பயந்தார்.

விண்வெளியிலிருந்து பார்த்தால் பூமி

பூமி நடுவில் இல்லை, சூரியன்தான் நடுவில் இருக்கிறது என்ற இந்தக் கருத்தை இத்தாலிய விஞ்ஞானி கலீலியோ ஆதரித்தார். இதைக் கூறியதற்காக அவர் மதகுருமார்களால் தண்டிக்கப்பட்டார்.

சூரியன்தான் நடுவில் இருக்கிறது என்பது இப்போது அனைவரும் ஒப்புக்கொண்ட உண்மை.

அதுசரி. பூமி எங்கே இருக்கிறது? அதன் முகவரி என்ன?

பூமி, 1ஏ, மூன்றாவது வீதி, C/o. சூரியன் என்பதே பூமியின் சரியான முகவரியாகும். இதைச் சற்று விளக்கவேண்டும்.

சூரியனை எட்டு கிரகங்கள் தனித்தனி வட்டங்களில் சுற்றுகின்றன. முதல் வட்டத்தில் புதன், அடுத்த வட்டத்தில் வெள்ளி. பூமியானது மூன்றாவது வட்டத்தில் உள்ளது. சந்திரனையும் இழுத்துக்கொண்டு பூமி செல்கின்ற இந்தப் பாதையை மூன்றாவது வீதி என்றும் கூறலாம். 1ஏ என்ற 'இல்லம்' நமது பூமி. 1பி என்பது சந்திரன்.

பூமி என்பது ஒரு பெரிய உருண்டை. விண்வெளியிலிருந்து எடுக்கப் பட்ட படங்கள் இதை நமக்கு நன்கு எடுத்துக்காட்டுகின்றன. எனினும் நடைமுறையில் பூமி தட்டையாக இருப்பதுபோன்று நமக்குத் தோன்றுகிறது. அதனால்தான் அறிவு வளர்ச்சி ஏற்படாத ஆதிகாலத்தில் பூமி தட்டையாக உள்ளதாக மக்கள் நம்பினர். ஆனால் இன்னமும் சிலர் பூமி தட்டையாக உள்ளதாகக் கூறுகிறார்கள். மேற்கத்திய நாடுகளில்

‘தட்டை பூமி ஆதரவாளர்கள் சங்கம்’ என்ற அமைப்பு உள்ளது. பூமி உருண்டை என்று தெரிந்தும் வேடிக்கைக்காக இந்தச் சங்கம் நடத்தப் படுவதாகச் சொல்லலாம்.

பூமி உருண்டைதான். ஆனாலும் அது டேபிள் டென்னிஸ் பந்துபோல, எலுமிச்சம் பழம்போல கச்சிதமான, வழவழப்பான உருண்டை அல்ல. நசுங்கிய பித்தளைச் சொம்பு போல அதில் நசுங்கல்கள் உள்ளன. பிதுக்கங்களும் உள்ளன. ராட்சதக் கரம் ஒன்று பூமியைத் தடவினால் இமயமலை, ஆல்ப்ஸ் மலை, ஆண்டீஸ் மலை ஆகியவை முகப்பருக்கள்போலச் சொரசொரப்பாகத் தட்டுப்படும். பூமியில் வடுக்களுக்கும் பஞ்சமில்லை. ஆங்காங்கு உள்ள பள்ளத்தாக்குகள் இப்படியான வடுக்களே.

பூமியானது சரியான, கச்சிதமான உருண்டையாக இருக்குமானால் பூமியின் மையத்திலிருந்து மேற்பரப்பு எல்லாப்புறங்களிலும் சம தூரத்தில் இருக்கவேண்டும். ஆனால் அப்படி இல்லை. பூமியின் வயிற்றுப்பகுதி - பூமியின் நடுக்கோடு - சற்று தொந்தி விழுவதுபோல உள்ளது. பூமியின் மையத்திலிருந்து வட துருவத்துக்கு உள்ள தூரம் தென் துருவத்துக்கு உள்ள தூரத்தைவிடச் சற்று அதிகம்.

பூமியானது தலைநிமிர்ந்து ‘அட்டென்ஷன்’ எனப்படும் நிலையில் இல்லை. நீங்கள் ஒருபக்கம் தலையை சாய்த்துக்கொண்டால் எப்படி இருக்குமோ அதுபோல (23.5 டிகிரி அளவுக்கு) சாய்ந்த நிலையில் உள்ளது. அந்த நிலையில்தான் அது பம்பரம்போலத் தனது அச்சில் சுழல்கிறது. பூமியின் நடுக்கோட்டுப் பகுதியில் சுழற்சி வேகம் மணிக்கு சுமார் 1,600 கிலோமீட்டர்.

பூமி ஒருவகையில் விண்கலம் போன்றது. பூமி என்ற இந்த இயற்கை விண்கலத்தில் நீங்களும் நானும் இன்னும் கோடானுகோடி மக்களும் இதர ஜீவராசிகளும் பயணிகள். பூமி நம்மையெல்லாம் சுமந்து கொண்டு மிகப் பயங்கர வேகத்தில் (சராசரியாக மணிக்கு சுமார் 1,08,000 கிலோமீட்டர்) சூரியனைச் சுற்றி வருகிறது. பூமியின் இந்த அசுர வேகத்தை நாம் உணருவதில்லை. வானில் மிக உயரத்தில் பறக்கும் விமானத்தில் நீங்கள் உட்கார்ந்திருந்தால், வேகமாகப் பறப்பதே உங்களுக்குத் தெரியாது. அதுபோலத்தான் இதுவும்.

சூரியனை பூமி சுற்றும் பாதையானது வட்டவடிவமானது அல்ல. அது சற்று நசுங்கிய வட்டம். ஆகவே பூமி தனது சுற்றுப் பாதையில் சில சமயங்களில் சூரியனிடமிருந்து தொலைவில் உள்ளது. வேறு சில சமயங்களில் சூரியனுக்குச் சற்று அருகில் உள்ளது. இவ்விதம் சூரியனுக்கு அருகில் இருக்கிற சமயத்தில் பூமியின் வேகம் அதிகரிக்கிறது. நீங்கள் ஓடிப்பிடித்து விளையாடுகையில் பிடிப்ப

வருக்கு அருகே நீங்கள் இருக்க நேர்ந்தால் வேகமாக ஓடுவீர்கள். பிடிப்பவரிடமிருந்து சற்றுத் தொலைவில் இருந்தால் மெதுவாக ஓடுவீர்கள். பூமியும் அப்படித்தான். பூமி தனது சுற்றுப் பாதையில் சூரியனிலிருந்து சற்றுத் தள்ளி இருக்கும்போது சற்று மெதுவாகச் செல்கிறது. இது இயற்கை நியதி.

பூமி, பம்பரம்போல தனது அச்சில் சுழல்கிறது. பூமி தனது அச்சில் ஒரு தடவை சுற்றி முடிப்பதையே ஒரு நாள் என்று நாம் கணக்கிடுகிறோம். இப்படி ஒரு தடவை அச்சில் சுழல 24 மணி நேரம் ஆவதாக நாம் வைத்துக்கொண்டிருக்கிறோம். ஆனால் உண்மையில் 23 மணி, 56 நிமிஷம், 4 விநாடிதான் ஆகிறது. நாம் இந்த அடிப்படையில் கடிகாரத்தை அமைத்துக்கொள்ள முடியாது. அதனால் பல பிரச்னைகள் ஏற்படும். ஆகவேதான் 24 மணி நேரம் என்பது ஒரு நாள் என்று வைத்துக் கொண்டிருக்கிறோம். ஒரு வருடம் என்பது 365 நாள்கள் என்று கணக்கு வைத்துக்கொண்டிருக்கிறோம். அதுவும் சரியான கணக்கு அல்ல. சூரியனை பூமி ஒரு தடவை சுற்றி முடிக்க சரியாகச் சொன்னால் 365 நாட்களுக்கு மேலாகச் சில மணி நேரம் ஆகிறது. இந்தச் சில மணி நேரத்தைக் கணக்கில் கொள்ளாவிட்டால் காலப்போக்கில் கோடைக் காலம் என்பது வேறு மாதங்களில் வர ஆரம்பிக்கும். இதைச் சரிக்கட்டவே 4 ஆண்டுகளுக்கு ஒருமுறை லீப் வருடம் என்று வைத்துக் கொண்டு பிப்ரவரியில் ஒரு நாளை (24 மணி நேரம்) சேர்த்துக் கொள்கிறோம். அதிலும் கணக்கு உதைக்கிறது என்பதால் 100 ஆண்டுகளுக்கு ஒரு முறை லீப் வருடம் கிடையாது என்றும் வைத்துக் கொண்டிருக்கிறோம்.

பாடப்புத்தகங்களில் பூமி படம்மீது கிழக்கு மேற்காகவும் தெற்கு வடக்காகவும் கோடுகள் போடப்பட்டிருப்பதாக நீங்கள் கண்டிருக் கலாம். இவையெல்லாம் நாமாகப் போட்டுக்கொண்ட செயற்கையான கோடுகளே. நேரம் கணக்கிட, ஓர் இடத்தைக் குறிக்க, மேப் (வரைபடம்) தயாரிக்க இந்தக் கோடுகள் நமக்கு உதவியாக இருக்கின்றன. தெற்கு வடக்காக அமைந்த கோடுகள் முக்கியமாக நேரம் கணக்கிட உதவுகின்றன. இவற்றில் பூஜ்யம் டிகிரி கோடு இங்கிலாந்தில் லண்டன் அருகே உள்ள கிரீன்விச் என்ற இடம் வழியே செல்வதாக வைத்துக்கொண்டிருக்கிறோம். கிரீன்விச்சில் உள்ள பழைய வான் ஆராய்ச்சிக் கூடத்தில் இந்த பூஜ்யம் டிகிரி கோட்டைக் குறிக்க சுமார் 20 அடி நீளத்துக்கு செம்புத் தகட்டைத் தரையில் பதித்திருக்கிறார்கள். வெளிநாடுகளிலிருந்து வரும் சுற்றுலாப் பயணிகள் இந்தத் தகட்டின் ஒருபுறத்தில் ஒரு காலையும் மறுபுறத்தில் ஒரு காலையும் வைத்துப் படம் எடுத்துக்கொள்வர்.பூமியின் மீதான இந்த கற்பனையான கோடுகள் ஏதோ பாடப் புத்தகங்களில் இடம் பெறுவதோடு சரி என்று நினைத்தால் அது தவறு.

பஜார் தெருவும் கோயில் தெருவும் சந்திக்கிற முனை என்று சொன்னால் சிறிய ஊரில் உள்ளவர்களும் புரிந்து கொள்வார்கள். பெரிய நகரில் மூன்றாவது மெயின் ரோடும் எட்டாவது கிராஸ் தெருவும் சந்திக்கிற இடம் என்று அடையாளம் சொல்வார்கள். ஏவுகணைகளிடம் மிகத் துல்லியமாக அட்சரேகை தீர்க்க ரேகையைக் கூறினால் அத்தகவலை வைத்து அனுப்பினால் அவை புரிந்து கொண்டு குறி தவறாமல் குறிப்பிட்ட கட்டடத்தை மட்டும் தாக்கும். எனவேதான் செயற்கைக் கோள்களைப் பெற்றுள்ள வல்லரசு நாடுகள் வானிலிருந்து படம் பிடித்து மிகத் துல்லியமான மேப்புகளைத் தயாரித்து வைத்துள்ளன. இந்தியாவும்தான்.

நாம் நேரத்தைக் குறிப்பிடும்போது காலை 8 மணி, முற்பகல் 10 மணி, பிற்பகல் 2 மணி, இரவு 9 மணி என்றெல்லாம் சொல்கிறோம். கடிகாரத்தில் 12 எண்கள்தான் உள்ளன. ஆகவே நாம் இப்படிக் கூறுகிறோம். ஆனால் ரயில்வே துறை, விமானப் பயணத்துறை முதலியவை 24 மணி நேர முறையைப் பின்பற்றுகின்றன. இதன்படி பிற்பகல் 1 மணி என்பது 13 மணி என்று குறிப்பிடப்படும். மாலை 5 மணி என்பது 17 மணி என்றும் இரவு 9 மணி என்பது 21 என்றும் குறிப்பிடப்படும். இதில் வசதி உள்ளது. 8 மணி என்றால் அது காலை 8 மணியாகத்தான் இருக்க முடியும். 4 மணி என்றால் அது அதிகாலை 4 மணியாகத்தான் இருக்க முடியும். இந்த முறையில் குழப்பத்துக்கே இடமில்லை.

பூமி உருண்டை என்பதால் சூரியனின் ஒளி இயல்பாக ஒரு பகுதியில் தான் விழும். மறு பாதியில் ஒளி விழாது. ஆகவே இந்தியாவில் பகலாக இருக்கும்போது அமெரிக்காவில் இரவாக இருக்கிறது. பூமியின் சுழற்சி காரணமாக இந்தியா ஒளி விழாத 'இருண்ட' பாதிக்குச் செல்லும்போது இந்தியாவுக்கு இரவு ஏற்படுகிறது. அமெரிக்கா சூரிய ஒளி விழும் பாதிக்கு வருவதால் அங்கு பகல் ஏற்படுகிறது.

காற்று என்னும் கவசம்

பூமியைச் சுற்றிலும் காற்று மண்டலம் அமைந்துள்ளது. காற்றுக்கு நாம் பல பெயர்களை வைத்திருக்கிறோம். தெற்கிலிருந்து வீசும் காற்று தென்றல். வடக்கிலிருந்து வீசினால் வாடை. வேப்பமரம் அருகே இருந்தால் வீசுவது வேப்பங்காற்று. புயலாக வீசினால் புயல் காற்று, சூறைக் காற்று, சுழல் காற்று. இதுதவிர கடல் காற்று, தரைக் காற்று என்று பல வகைப் பெயர்களை வைத்திருக்கிறோம்.

ஆனாலும் பூமி முழுவதையும் ஒரு போர்வையாகச் சூழ்ந்துள்ள காற்றுக்குத் தனிப்பெயர் எதுவும் கிடையாது. இந்த மொத்தக் காற்றும் சேர்ந்து காற்று மண்டலம் என்று குறிப்பிடப்படுகிறது.

உலகில் காற்று இல்லாத இடமே கிடையாது. கெட்டியான தரையில் ஆழமாகப் பள்ளம் தோண்டினால் அதில் முதலில் நுழைவது காற்றுதான். ஒரு மலையில் சுரங்கம் தோண்டினால் முதலில் நுழைவதும் காற்றுதான்.

காலி டின், காலி புட்டி என்று கூறுகிறோம். ஒரு டின்னில் இருப்பதைக் கீழே கொட்டிவிட்டு, அதைக் கெட்டியாக மூடினாலும் அதற்குள் காற்று இருக்கிறது. காலியான பொருள் என்று எதுவுமே கிடையாது. சொல்லப்போனால் இவற்றில் உள்ள காற்றை நம்மால் எளிதில் வெளியேற்ற இயலாது. இதற்கென்று பிரத்தியேகக் கருவிகள் தேவை.

உலகம் முழுவதும் பரவியுள்ள காற்றுக்கு எல்லை கிடையாது. கண்டங்களுக்கு நாம் பெயர் வைத்திருக்கிறோம். கடல்களுக்கும்கூடப் பெயர் உண்டு. ஆனால் இந்தியா காற்று, அமெரிக்கா காற்று, இங்கிலாந்து காற்று என்று எதுவும் கிடையாது.

காற்று எல்லையற்றது என்பது மட்டுமல்ல. அது நிலையற்றது. ஓரிடத்திலிருந்து மற்றோர் இடத்துக்கு அது மாறிக்கொண்டே இருக்கிறது. சூடான காற்று எப்போதும் மேல்நோக்கிச் செல்ல முற்படும். குளிர்ந்த காற்று அந்தச் சூடான காற்று இடம்பெயர்ந்த இடத்தை நோக்கிச் செல்லும். காற்றின் இந்த இயக்கத்துக்கு சூரியன் முக்கியக் காரணம்.

காற்றின் சக்தி பயங்கரமானது. காற்று இதமாக இருக்கிறவரை பிரச்னை இல்லை. ஆனால் அது, கட்டடக் கூரைகளைப் பிய்த்துச் செல்கிற, கடலில் கப்பல்களைக் கவிழ்க்கிறபுயல் காற்றாகவும் இருக்கலாம். புயலை அடக்கி, ஒடுக்க மனிதனால் இன்னும் வழிகண்டுபிடிக்க முடியவில்லை.

பூமியைக் காற்று மண்டலம் சூழ்ந்துள்ளது என்று குறிப்பிட்டோம். தரையிலிருந்து தொடங்கி, வானில் இருநூறு கிலோமீட்டர் வரை காற்றுமண்டலம் உள்ளது. விஞ்ஞானிகள் காற்று மண்டலத்தைக் கீழிருந்து ஆரம்பித்து பல அடுக்குகளாக வகைப்படுத்தியுள்ளனர். காற்று மண்டலத்தின் தன்மை இந்த ஒவ்வொரு அடுக்கிலும் அடர்த்தி, வெப்பநிலை, இயக்கம் முதலான வகைகளில் வித்தியாசப்படுகிறது. குறிப்பாக ஒன்றைச் சொல்வதானால், கீழிருந்து மேலே செல்லச் செல்லக் காற்றின் அடர்த்தி குறைந்துகொண்டே போகிறது. ஆகவே வானில் மிக உயரத்தில் மனிதனால் இயற்கையாக சுவாசித்து உயிர் வாழ இயலாது.

இங்கிலாந்தில் 1862-ம் ஆண்டில் வானிலை ஆராய்ச்சியாளர்களான கிளேய்ஷர், காக்ஸ்வெல் ஆகிய இருவரும் பெரிய பலூனின் அடிப்புறத்தில் அமைந்த பிரம்புக் கூடையில் உட்கார்ந்து வானில்

உயரே சென்றனர். பலூன் சுமார் 29 ஆயிரம் அடியை (எவரெஸ்ட் உச்சிக்குச் சமமான உயரம்) எட்டியபோது கிளேய்ஷர் நினைவிழந்தார். காக்ஸ்வெல்லுக்கும் கிட்டத்தட்ட அதே நிலை ஏற்பட்டது. அவரால் கையைக்கூடத் தூக்க இயலவில்லை. பலூனை கீழ்நோக்கி இறங்கச் செய்தால்தான் இருவரும் உயிர் பிழைக்க முடியும் என்ற நிலைமை. காக்ஸ்வெல் மிகச் சிரமப்பட்டுக் கடைசியில் தமது பற்களால் கண்ட்ரோல் வால்வைத் திறந்துவிட்டார். பலூன் கீழே இறங்க ஆரம்பித்தது. இருவரும் உயிர் பிழைத்தனர்.

ஆகவேதான் வானில் சுமார் 30,000 அல்லது 40,000 அடி உயரத்தில் பறந்து செல்லும் பயணி விமானங்களின் உட்புறத்தில் தகுந்த அழுத்தத்தில் காற்று இருக்கும்படிப் பார்த்துக்கொள்ளப்படுகிறது. ஒருவகையில் இந்த விமானங்கள் காற்று அடைத்த பலூன் போன்றவை. விமானத்தின் கதவுகளும் ஜன்னல்களும் உள்ளே இருக்கின்ற அழுத்தமிகு காற்று வெளியே போய்விடாதபடி வடிவமைக்கப்பட்டவை. விமானத்தில் சிறு ஓட்டை ஏற்பட்டாலும் விமானத்துக்கு ஆபத்துதான்.

காற்று மண்டலம் ஒரு வகையில் 'கடல்' போன்றது. மேலிருந்து ஆரம்பித்தால் காற்று மண்டலத்தின் ஒவ்வொர் அடுக்கும் அடுத்து கீழே உள்ள அடுக்கை அழுத்துகிறது. எல்லாவற்றுக்கும் கீழே தரை மட்டத்தை ஒட்டி அமைந்த டிரோபோஸ்பியர் என்ற அடுக்கில்தான் காற்று அழுத்தம் அதிகமாக உள்ளது. காறறு மண்டலத்தில் அடங்கிய மொத்தக் காற்றில் 75 சதம் இந்த அடுக்கில்தான் உள்ளது. இந்த அடுக்கில்தான் மேகம், மின்னல், மழை, புயல் ஆகியன நிகழ்கின்றன. (இவற்றைத் தவிர்க்கவே விமானங்கள் சுமார் 40 ஆயிரம் அடி உயரத்தில் பறக்கின்றன.) பூமியின் மேற்பரப்பில் வாழ்கிற நாம் காற்றுக் கடலின் அடிமட்டத்தில் வசிக்கிறோம்.

காற்றுக்கு எடை உண்டு. பல்வேறு அடுக்குகளிலும் உள்ள காற்றின் மொத்த எடை நம்மை அழுத்துகிறது. காற்று நம்மை எல்லாப்புறங்களி லிருந்தும் அழுத்துவதால் நம்மால் அதை உணர முடிவதில்லை.

நாம் எங்கிருந்தாலும் காற்று நம்மை எல்லாப்புறங்களிலும் சூழ்ந்துள்ளது. ஆனாலும் நம்மால் காற்றைக் காண முடிவதில்லை. காற்று நம் கண்ணுக்குப் புலப்படாமல் இருப்பது நல்லதுதான். இல்லாவிடில் சில அடி தூரத்தில் உள்ள பொருட்களைக்கூட நம்மால் காண முடியாதபடி காற்று தடுத்துவிடும்.

கண்ணுக்குத் தெரியாத காற்று, அதாவது காற்று மண்டலம், பூமியில் உள்ள (மனிதன் உள்பட) எல்லா உயிரினங்களையும் காக்கிற கவசம்

போல உள்ளது. நீங்கள் ஹைட்ரஜன் குண்டு பற்றி அறிந்திருக்கலாம். அப்படிப்பட்ட குண்டு வெடித்தால் அதிலிருந்து வெளிப்படுகிற ஆபத்தான காமா கதிர்கள், எக்ஸ் கதிர்கள் ஆகியவை உயிரினத்தை அழித்துவிடும். சூரியன் ஒரு வகையில் ஓயாது, நீண்டு நிதானமாக வெடித்துக்கொண்டிருக்கிற ஹைட்ரஜன் குண்டு போன்றதே. சூரியனிலிருந்து வெளிப்படுகிற எக்ஸ் கதிர்,சில வகைப் புற ஊதாக் கதிர், அண்டவெளியிலிருந்து வருவதாகக் கருதப்படும் காஸ்மிக் கதிர் ஆகியவற்றைக் காற்று மண்டலம் தடுத்து விடுகிறது. புற ஊதாக் கதிர்கள் மட்டுமே சிறிதளவு பூமியை அடைகின்றன.

சந்திரனில் இறங்கிய விண்வெளி வீரர்கள் ஆபத்தான கதிர்களிலிருந்து தங்களைக் காத்துக்கொள்ள விசேஷக் காப்பு உடை அணிந்திருந்தனர். சந்திரனில் காற்று மண்டலம் இல்லாத காரணத்தால்தான் இப்படிக் காப்பு உடை அணியவேண்டியதாயிற்று. வேறுவகையிலும் காற்று மண்டலம் நம்மைக் காக்கிறது. இரவு வேளைகளில் நீங்கள் 'நட்சத்திரம் விழுவதை' பார்த்திருக்கலாம். விண்வெளியிலிருந்து பல சமயங்களிலும் மணல் துணுக்கு அளவு உள்ள அல்லது சிறு கூழாங்கல் அளவு உள்ள பொருட்கள் பூமியை நோக்கி வேகமாகப் பாயும். அவை காற்று மண்டலத்தின் வழியே வரும்போது மிகுந்த சூடேறித் தீப்பற்று கின்றன. அவைதான் பிரகாசமான ஒளிக்கீற்றாக நட்சத்திரம் விழுவது போல நமக்குத் தெரிகின்றன. சுமாரான அளவில் உள்ள கற்கள் இப்படிக் கீழ்நோக்கி இறங்கும்போது தீப்பற்றி வெடித்துத் தூள் தூளாகி விடும். மிக அபூர்வமாக முழுக் கற்கள் பூமியில் வந்து விழுவது உண்டு.

காற்று என்பது ஒரு கலவைப் பொருள். அதில் பலவித வாயுக்கள் அடங்கியுள்ளன. காற்றில் நைட்ரஜன் வாயுதான் அதிகம் உள்ளது. நாம் உயிர் வாழ்வதற்குத் தேவையான ஆக்சிஜன், ஐந்தில் ஒரு பங்கு உள்ளது. தாவரங்களுக்குத் தேவையான கார்பன் டையாக்சைடும் காற்றில் உள்ளது. பூமியில் கோடானுகோடி ஜீவராசிகள் ஆக்சிஜனைப் பயன்படுத்துவதால் காற்று மண்டலத்தில் ஆக்சிஜன் குறைந்துபோய் விடுமே என நீங்கள் நினைக்கலாம். ஆனால் உலகெங்கிலும் உள்ள தாவரங்கள் பகல் நேரங்களில் (மட்டும்) தங்கள் உணவைத் தயாரித்துக் கொள்ள காற்றில் உள்ள கார்பன் டையாக்சைடை எடுத்துக்கொண்டு ஆக்சிஜனை வெளியே விடுகின்றன. இதிலிருந்து செடி, கொடி, மரங்கள் நமக்கு எவ்வளவு முக்கியமானவை என்று அறியலாம்.

காற்றில் மேற்கூறிய வாயுக்களைத் தவிர வேறு சில வாயுக்களும் உள்ளன. தவிர அந்தந்த இடத்தைப் பொருத்துக் காற்றில் புகை, தூசு, ஆபத்தான நச்சு வாயுக்கள், நாற்றத்தை அளிக்கும் வாயு, நீராவி முதலியவையும் அடங்கியுள்ளன.

மனிதன் தனது பல்வேறு செயல்களால் காற்றின் தூய்மையைக் கெடுத்துவருகிறான். திறந்த சாக்கடை, வீடுகள் அருகே குப்பைகளைச் சேர விடுவது போன்ற சிறிய காரியங்களும் காற்றின் தூய்மையைக் கெடுக்கும் செயல்களே. புதிதுபுதிதாகத் தோன்றும் ஆலைகள் பெட்ரோல் மற்றும் டீசலைப் பயன்படுத்தும் வாகனங்கள் ஆகியவை பெரிய அளவில் காற்றின் தூய்மையைக் கெடுக்கின்றன. இதைக் கட்டுப் படுத்த சர்வதேச அளவில் முயற்சிகள் மேற்கொள்ளப்பட்டுள்ளன.

காற்றில் கார்பன் டையாக்சைட் மற்றும் சில வாயுக்கள் அளவுக்கு மீறி சேர்ந்துகொண்டே போனால் விபரீத விளைவு ஏற்படும் என்று நிபுணர்கள் எச்சரிக்கிறார்கள்.

காற்று மண்டலம் இல்லாதிருந்தால் பூமியானது சந்திரன்போல உயிரினம் அற்ற பொட்டலாக இருந்திருக்கும். மனிதனின் செயல் களால் காற்றில் கார்பன் டையாக்சைட் அளவு அதிகரித்துச் சென்றால், பூமியானது இறுதியில் வெள்ளி கிரகம் போல நரகம் ஆகிவிடலாம். இதைத் தடுப்பது நம் கையில்தான் உள்ளது.

வடக்கே நகர்ந்த இந்தியா

பல கோடி ஆண்டுகளுக்கு முன்னால் இந்தியா எங்கே இருந்தது என்ற கேள்வியைப் பெரியவர்களிடம் கேட்டாலும் குழம்பித்தான் போவார்கள். 'எங்கே இருந்திருக்கும்! இதே இடத்தில்தான் இருந்திருக்கும்' என்று அவர்கள் ஒருவேளை பதில் அளிக்கலாம்.

ஆனால் உண்மையில், சுமார் 20 கோடி ஆண்டுகளுக்கு முன்னர் இந்தியா கிட்டத்தட்ட தென் துருவப் பகுதியில் இருந்தது. பின்னர் அங்கிருந்து வடக்கு நோக்கி நகர்ந்தது. அது போலவே மற்ற கண்டங்களும் வெவ்வேறு திசைகளில் நகர்ந்தன.

இப்படி நகர்ந்ததற்குமுன் பல கண்டங்கள் எல்லாம் ஒரே நிலப்பகுதியாக ஒன்று சேர்ந்திருந்தன. இப்படி இருந்த நிலப்பகுதிக்கு 'கோண்டுவானா லாண்ட்' என்று நிபுணர்கள் பெயர் வைத்துள்ளனர். கோண்டுவானா என்னும் பெரும் கண்டத்தில் தென்அமெரிக்கா, ஆப்பிரிக்கா, ஆஸ்திரேலியா, அண்டார்டிகா, இந்தியத்துணைக் கண்டம் ஆகியன அடங்கியிருந்தன. கோண்டுவானா என்பது இந்தியாவின் நடுவேயிருக்கிற ஒரு பகுதியின் பெயர்.

இந்தக் கண்டத்துக்கு அப்பால் 'லாராசியா' என்ற ஒரு பெரிய கண்டம் இருந்தது. இதில் வட அமெரிக்கா, ஐரோப்பா, இன்றைய ரஷ்யா, இன்றைய மத்திய ஆசியா, சீனா, ஜப்பான் ஆகியவை அடங்கியிருந்தன.

இவ்விதமாக இரு பெரிய கண்டங்கள் இருந்தது போலவே, இரண்டு கடல்கள் மட்டுமே இருந்தன. ஒன்று பசிபிக் கடல். மற்றொன்று டெத்திஸ் (Tethys) கடல் ஆகும். இக்கடல் லாராசியாவின் தென் பகுதியில் இருந்தது. இந்த கோண்டுவானாலாண்ட் 20 கோடி ஆண்டுகளுக்குமுன் தனித்தனியே பிரிய ஆரம்பித்தது. வடக்கு நோக்கி நகர்ந்த இந்தியா (இந்தியத் துணைக்கண்டம்) லாராசியாவின் தென் பகுதியுடன் இணைந்தது. அத்துடன் நில்லாமல் அந்தப் பகுதியை அதாவது ஆசியாவின் தென்பகுதியை மேலும் மேலும் நெருக்கியது. இதன் விளைவாக இரண்டும் இணைந்த இடத்தில் நிலப்பகுதியின் விளிம்புகள் உயர ஆரம்பித்தன. பாறைகள் மடிப்புகளாக மடிந்து உயரே எழும்பி மலைகள் ஆயின. இப்படித்தான் இமயமலை உருவாகியது. இது சுமார் பல கோடி ஆண்டுகளுக்குமுன் நிகழ்ந்ததாகும். இவை யெல்லாம் நடந்தபோது பூமியில் மனித இனமே கிடையாது.

இந்தியாவின் வடக்கு நோக்கிய பயணம் அத்தோடு முடிந்துவிட வில்லை. இன்றும் இந்தியா ஆண்டுக்கு 30 மில்லிமீட்டர் வீதம் வடக்கு நோக்கி நகர்ந்துகொண்டிருக்கிறது.

லாராசியாவுடன் இந்தியா இணைந்தபோது ஆப்பிரிக்காவின் வடபகுதியும் இதேபோல வந்து இணைந்தது. இதன் விளைவாக டெத்திஸ் கடல் மறைந்துபோயிற்று.கடல் மறைந்தது என்றால் அங்கு இருந்த தண்ணீர் அனைத்தும் வேறு இடத்துக்குப் போய்விட்டது. ஐரோப்பாவுக்கும் ஆப்பிரிக்காவுக்கும் இடையில் மத்திய தரைக்கடல் உருவாகியது.

ஆப்பிரிக்காவுடன் ஒட்டிக்கொண்டிருந்த தென் அமெரிக்கா, மேற்கு நோக்கி நகர்ந்து வட அமெரிக்கக் கண்டத்தின் தென்கோடியுடன் இணைந்தது. தென் அமெரிக்கா இப்படிப் பிரிந்தபோது அட்லாண்டிக் கடல் உருவாகியது.

இந்தியாவிடமிருந்து பிரிந்த ஆஸ்திரேலியா தென் கிழக்குத் திசை நோக்கி நகர்ந்தது. அண்டார்டிகா தெற்கு நோக்கிச் சென்று தென்துருவப் பகுதி ஆகியது.

இன்னும் பல ஆண்டுகளுக்குப் பிறகு உலகின் கண்டங்கள் இப்போதுள்ள இடங்களிலிருந்து நகர்ந்து சென்றுவிடும்; இவ்வித மாற்றங்களால் மத்திய தரைக்கடல் மறைந்துவிடும்; பசிபிக் கடலின் பரப்பளவு குறையும்; அட்லாண்டிக் கடல் மேலும் விரிவடையும் என்று நிபுணர்கள் கூறுகிறார்கள். கண்டங்கள் இடம் மாறுவது பற்றிய கொள்கையை இப்போது சில்லுப் பெயர்ச்சி என்று குறிப்பிடுகின்றனர்.

இவையெல்லாம் நம்பமுடியாதவைபோலத் தோன்றுகின்றன.

உலகின் கண்டங்கள் இடம் பெயர்ந்துள்ளன என்று 1912-ல் ஆல்பிரட் வெகனர் என்ற ஜெர்மானியர் முதன்முதலாகக் கருத்து வெளியிட்ட போது அதை யாரும் நம்பவில்லை. அவர் ஒரு வானியல் நிபுணர். புவி அமைப்பியல் நிபுணர் அல்லர். எனினும் வெகனர், பல ஆய்வுகளுக்குப் பிறகே, தமது கருத்துகள் அடங்கிய நூலை வெளியிட்டார். தென் அமெரிக்காவும் ஆப்பிரிக்காவும் எப்படி மிகச் சரியாகப் பொருந்து கின்றன என்பதை அவர் சுட்டிக்காட்டினார். இந்த இரு கண்டங்களும் ஒன்றாக இணைந்திருக்கவேண்டும் என்பதற்கு அவர் பல ஆதாரங் களையும் கூறினார். ஆனால் சுமார் 50 ஆண்டுக்காலம் அவரது கண்டப்பெயர்ச்சிக் கொள்கை ஏற்கப்படாமலேயே இருந்தது.

இரண்டாம் உலகப் போருக்கு (1939-1945) பிறகு உலகக் கடல்களுக்கு அடியில் விரிவான ஆய்வுகள் மேற்கொள்ளப்பட்டன. கண்டங்கள் இடம் பெயர்கின்றன என்பதற்கான ஆதாரங்கள் பலவும் ஆழ்கடலின் அடிப்பகுதியில்தான் கிடைத்தன.

கடலுக்கு அடியில் ஒருவகைப் பாறைகள் உள்ளன. இப் பாறைகளுக்கு அடியில் பாகு போன்ற தன்மை உடைய பாறைப்படலம் உள்ளது. இந்தப் பாகுப்படலம் பூமியை ஒரு போர்வை போன்று இல்லாமல் பல துண்டங்களாகப் போர்த்தியுள்ளது.

கூடைப்பந்து அல்லது வாலிபால் பந்து தனித்தனி துண்டுகளை இணைத்துச் செய்யப்பட்டிருப்பதைக் கவனித்திருப்பீர்கள். அதே போலத்தான் இந்தப் பாகுப்படலமும். மொத்தம் ஏழு பிரதான துண்டங்கள் உள்ளன. கடல்களுக்கு அடியில் இவற்றின் விளிம்புகள் ஒன்றோடு ஒன்று பொருந்தும் இடங்களில் கீற்றுப்போல நீண்ட முகடுகள் உள்ளன.

மலைகளில் பாறை இடுக்குகளிலிருந்து நீர் வெளிப்படுவதுபோல இந்த முகடுகளின் வழியே (பூமியின் உட்புறத்திலிருந்து) புது நிலம் பாறைக் குழம்பாக வெளிவருகிறது.

அப்படி வெளிவரும்போது ராட்சதக் கரம் ஒன்று தள்ளுவதுபோல இந்த முகடுகளின் இரு பக்கங்களிலும் உள்ள பாகுத் துண்டங்கள் எதிர் எதிர் திசையில் தள்ளப்படுகின்றன. ஆகவே இவற்றின்மீது அமைந்த கண்டங்கள் நகருகின்றன.

தரையில் விரித்த பாயை இழுக்கும்போது அதன் மீதான தலையணையும் நகருவது போன்று கண்டங்கள் நகருகின்றன.

ஆழ்கடல் அடித்தரையில் புது நிலம் வெளிப்படும்போது கடல் தரை விரிவடைகிறது. அட்லாண்டிக் கடல் மேலும் அகன்று வருவதற்கு இதுவே காரணம்.

இவ்விதம் கடலடித் தரை விரிவுபடும்போது வேறு இடத்தில் பாகுத்துண்டங்கள் மற்ற துண்டங்களுக்கு அடியில் செருகிக்கொண்டு பூமிக்குள் இறங்குகின்றன.

ஸ்டாண்ட் போட்டு சைக்கிளின் பெடலை மெதுவாகச் சுற்றினால் செயினின் ஒரு குறிப்பிட்ட பகுதி மேலே வருகிறது. பிறகு மறுபுறத்தில் அது கீழே இறங்குகிறது.

பூமியைப் போர்த்த பாகுத்துண்டங்கள் இப்படியாக இயங்குகின்றன.

பல பாறைகளை ராட்சத மாவு மில்லில் போட்டு அரைத்தால் எப்படி இருக்கும்? அதுபோல பூமியின் உள்ளே பாறைத்துண்டங்கள் இறங்கும் போது அவை சூடாகி நெருப்புக் குழம்பாக மாறுகின்றன. இதில் ஒரு பகுதி எரிமலைகள் வழியே வெளிவருகிறது. உலகில் எரிமலைகளில் பலவும் பாகுத்துண்டங்களின் விளிம்புகள் சேருமிடங்களில் உள்ளன. பூமியில் ஆழத்தில் இத்துண்டங்கள் இடையே ஏற்படும் உரசல்கள் காரணமாகதான் தான் பூகம்பங்களும் ஏற்படுகின்றன.

இந்தியாவும், இந்தியப் பெருங்கடலின் ஒரு பகுதியும், இக்கடல் மீது அமைந்த தீவுகளும் ஒரு பாகுத்துண்டம்மீது அமைந்துள்ளன. இது வடக்கு நோக்கி நகர்வதால் இந்தியாவும் நகருகிறது. இந்தியத் துண்டத்துக்கும் ஆசியத் துண்டத்துக்கும் நடுவில் சிக்கிய சிறிய துண்டங்கள் (திபெத், சிங்கியாங்) தென்கிழக்கு திசை நோக்கி நகருகின்றன. இந்தியத் துணைக் கண்டம் மெல்ல நகர்ந்து ஆசியத் துண்டத்தை மேலும் மேலும் நெருக்குவதால் தான் இந்தியாவின் வட பகுதியில் இமாச்சலப் பிரதேசம், அஸ்ஸாம் போன்ற பகுதிகளில் பூகம்பங்கள் நிகழ்கின்றன

பூமியின் உட்புறத்தில் உள்ள நெருப்புக் குழம்பில் பல சுழல்கள் இருக்கலாம் என்றும் அதனால்தான் துண்டங்கள் நகருகின்றன என்றும் ஒரு கருத்து உள்ளது. பூமியின் உட்புறம் பற்றி இன்றும் முழுமையாகத் தெரியவில்லை. இதில் வியப்பில்லை.

பூமியில் சில கிலோமீட்டர் ஆழம் கொண்ட பகுதியைப் பற்றியே நம்மில் இன்றும் முழுதாக அறிந்துகொள்ள முடியவில்லை.

அண்ட முடியாத ஆழ்கடல்

உலகிலேயே மிக உயரமானது எவரெஸ்ட் சிகரம் என்பது பள்ளிப் பிள்ளைகள் அனைவரும் அறிந்த விஷயம். இதன் உயரம் 29,028 அடி (8,848 மீட்டர்). 1953-ம் ஆண்டில் தொடங்கி இச்சிகரம்மீது இதுவரை சில நூறு பேர் ஏறிச் சாதனை புரிந்துள்ளனர்.

மிக உயரமான சிகரம் இருக்கும்போது உலகிலேயே மிக ஆழமான இடம் இருக்கத்தான் வேண்டும். அது பசிபிக் கடலில் உள்ளது. அங்கு கடலின் அடித்தரையில் மரியானா அகழி என்ற பெயரில் நீண்ட பள்ளம் உள்ளது. அதில் சேலஞ்சர் மடு என்ற இடம் உள்ளது. இங்கு கடல் ஆழம் 35,800 அடி (சுமார் 10,924 மீட்டர்) உலகின் கடல்களில் மிக ஆழமான இடம் அதுதான். இந்த இடத்துக்கு முதன் முதலில் சென்று சாதனை படைத்துள்ளவர்கள் இரண்டு பேர். ஒருவர் பெயர் ஜாக் பிக்கார்ட். மற்றொருவர் பெயர் லெப்டினன்ட் டொனால்ட் வால்ஷ்.

அவர்கள் இருவரும் ஒரு நீர்மூழ்கிக் கோளத்துக்குள் இருந்தபடிதான் உள்ளே இறங்கினர். அந்த நீர்மூழ்கிக்கோளத்தின் ஜன்னல் வழியே அவர்கள் கடலடித் தரையைப் பார்த்தனர். அத்தோடு சரி.

இந்தச் சாதனை 1960-ம் ஆண்டு ஜனவரி 22-ம் தேதி நிகழ்த்தப்பட்டது. அவர்கள் பயன்படுத்திய விசேஷ நீர்மூழ்கிக் கலத்தின் பெயர் டிரியெஸ்டி-2. அது ஆழ்கடலில் இறங்குவதற்கான வகையில் 15 சென்டிமீட்டர் கனம் கொண்ட விசேஷ உருக்குத் தகடுகளால் செய்யப் பட்டதாகும்.இவர்களின் இந்த சாதனைக்குப் பிறகு பிரபல ஹாலிவுட் டைரக்டரும் கடல் ஆராய்ச்சி ஆர்வலருமான ஜேம்ஸ் கேமரான் 2012 ஆம் ஆண்டு மார்ச் 25 ஆம் தேதி விசேஷ ஆழ்கடல் கலம் மூலம் தனி ஒருவராக அதே சேலஞ்சர் மடுவில் இறங்கி சாதனை படைத்தார்.

சாதாரணமாகப் போரில் பயன்படுத்தப்படுகிற நீர் மூழ்கிக் கப்பல்கள் சேலஞ்சர் மடு உள்ள ஆழத்துக்கு இறங்கினால், லாரி டயருக்கு அடியில் சிக்கும் காலி பிளாஸ்டிக் பாட்டில் போல 'பச்சக்' என்று நசுங்கிவிடும். இதற்குக் காரணம் ஆழ்கடலில் தண்ணீரின் அழுத்தம் மிக மிக அதிகம்.

தண்ணீருக்கு எடை உண்டு. ஒரு வாளித் தண்ணீரைத் தூக்கினால் அல்லது தலையில் ஒரு குடம் தண்ணீரைச் சுமந்தால் இது புலப்படும். கடலுக்கு அடியில் மேலும் மேலும் ஆழத்தில் செல்லும்போது தண்ணீரின் எடை நாலாபுறங்களிலும் அழுத்தும். உதாரணமாக 33 அடி ஆழத்தில் இருக்கக்கூடிய அழுத்தம், 66 அடி ஆழம் செல்லும்போது இரண்டு மடங்காகும். 99 அடியில் அது மும்மடங்காகி விடும்.

பசிபிக் கடலில் மரியானா மடுவில் இருந்த அழுத்தம் சதுர அங்குலத்துக்கு 8 டன். மனித உடலினால் இந்த அளவில் எடையைத் தாங்க முடியாது. ஆகவே, என்றுமே மனிதன் நடமாட முடியாத பிராந்தியமாகவே ஆழ்கடல் அடித்தரை இருந்துவரும்.

பசிபிக் பெருங்கடல், இந்தியப் பெருங்கடல், அட்லாண்டிக் பெருங்கடல் ஆகியவற்றில் இப்படியான அகழிகளும் மடுக்களும் நிறையவே உள்ளன.

கடலில் மடுக்கள் இருந்தால் மேடுகளும் இருக்கவேண்டுமே! கடலடியில் நீண்ட மலைத்தொடர்கள் உள்ளன. அட்லாண்டிக் கடலின் நடுப்பகுதியில் கடலடியில் உள்ள மலைத்தொடர் சுமார் 10,000 மைல் நீளமும் 500 மைல் அகலமும் கொண்டது. இந்த நீண்ட மலைத்தொடரின் உச்சிகள் சில இடங்களில் கடலுக்கு மேலே நீட்டிக்கொண்டுள்ளன. இவையே தீவுகளாக விளங்குகின்றன. இந்தியப் பெருங்கடலுக்கு அடியிலும் நீண்ட மலைத் தொடர் உள்ளது. இது கார்ல்ஸ்பெர்க் மலைத் தொடர் என்று குறிப்பிடப்படுகிறது.

கடல்களில் எரிமலைகளுக்கும் பஞ்சமில்லை. இவற்றில் சில எரிமலைகள் கடலுக்கு மேலே நீட்டிக் கொண்டிருக்கின்றன. சில எரிமலைகள் கடலுக்குள் மறைந்தபடி உள்ளன. இப்படி நீருக்குள் மறைவாக உள்ள எரிமலை நெருப்பைக் கக்கிக் கக்கி, கொஞ்சம் கொஞ்சமாக மேலே வந்து ஒரு தீவு ஆகிவிடுவதுண்டு. வட அட்லாண்டிக் கடலில் 1963-ல் இப்படி ஓர் எரிமலைத் தீவு முளைத்தது. நிலப் பகுதியிலும் பல எரிமலைகள் உள்ளன. இவை அவ்வப்போது நெருப்பைக் கக்குவது உண்டு. ஓயாது நெருப்பைக் கக்குகின்ற எரிமலை ஒன்று இத்தாலியில் உள்ளது.

எரிமலை ஒன்று பயங்கரமாக வெடித்து எண்ணற்ற உயிர்களைக் காவு கொண்டது உண்டு. சுமார் இரண்டாயிரம் ஆண்டுகளுக்கு முன்னர் இத்தாலியில் வெசூவியஸ் எரிமலை வெடித்த போது பாம்பை என்ற நகரம் எரிமலைச் சாம்பலினால் மூடப்பட்டு அழிந்தது.1883 ஆம் ஆண்டில் இந்தோனேசியாவில் உள்ள கிரகடோவா எரிமலை வெடித்த போது தோன்றிய சாம்பல் மேகங்கள் பூமியைச் சுற்றிச் சுற்றி வந்தன.

பசிபிக் கடலில் ஹவாய் தீவுக் கூட்டத்தில் உள்ள ஒரு எரிமலையின் அடிவாரம் கடலடித்தரையில் உள்ளது. அடிவாரத்திலிருந்து அதன் உச்சிவரை அளந்தால் அதன் உயரம் எவரெஸ்ட் சிகரத்தைக் காட்டிலும் அதிகம்.

கடலுக்கு அடியில் 'நதிகள்' என்று சொல்லத்தக்க வகையில் நீரோட்டங்களும் உள்ளன. வட அமெரிக்கக் கண்டத்தின் கிழக்குக்கரை அருகே, 'கல்ஃப் ஸ்டிரீம்' என்ற நீரோட்டம் உள்ளது. இதன் அகலம் 50 மைல். ஆழம் 1,500 அடி. இது வெப்ப நீரைக் கொண்டது. இது வட அட்லாண்டிக் கடலில் வடக்கு நோக்கி ஓடுகிறது. இதற்கு அடியில் சுமார் 6,000 அடி ஆழத்தில் எதிர்த்திசையிலிருந்து ஒரு நீரோட்டம் வருவதாகக் கண்டுபிடிக்கப்பட்டுள்ளது.

தென் அமெரிக்க் கண்டத்தின் மேற்குக்கரை ஓரமாகக் குளிர்ந்த நீரோட்டம் உள்ளது. கடலுக்கு அடியில் நீர் வீழ்ச்சிகளும் உண்டு. கடல்களில் கரையை ஒட்டிய கடல் பகுதிகள் ஆழம் குறைந்தவை.

இவை கண்டத்திட்டு எனப்படுகின்றன. கண்டத்திட்டு முடிந்தவுடன் கண்டச்சரிவு தொடங்கும். சரிவான இந்தக் கடலடிப் பகுதியில் சில சமயங்களில் நீர், பெரும் நீர்வீழ்ச்சி போன்று கீழே இறங்கும். இதன் விளைவாகச் சில சமயங்களில் தகவல் போக்குவரத்துக்காகக் கடலுக்குள் போடப்பட்டுள்ள கேபிள்கள் பாதிக்கப்படுவதுண்டு.

கடலுக்கு அடியில் பல இடங்களில் வெந்நீர் ஊற்றுகள் உள்ளன. கடும் வெப்பம் கொண்ட இந்த நீரிலும் உயிரினங்கள் உள்ளதாகக் கண்டறியப் பட்டுள்ளது.

ஆழ்கடல் கும்மிருட்டாக இருக்கும் என்பதால் கடலில் மிக ஆழமான பகுதிகளில் உயிரினமே இருக்காது என்று ஒரு காலத்தில் கருதப்பட்டது. இது தவறு என்று ஆழ்கடல் ஆய்வுகள் காட்டின. டிரியெஸ்டி-2 மூலம் பிக்கார்டும் வால்ஷும் சேலஞ்சர் மடுவில் இறங்கியபோது கலத்தைச் சுற்றிலும் சில உயிரினங்களைக் கண்டனர்.

கடல்வாழ் உயிரினங்களைப் பொருத்தவரை மேல்மட்ட வர்க்கம், நடுத்தர வர்க்கம், அடித்தள வர்க்கம் என்று உள்ளன. கடலில் சில நூறு அடி ஆழத்தில் எண்ணற்ற உயிரின வகைகள் உள்ளன. இவை, அதற்குக் கீழே உள்ள கடல் பிராந்தியத்துக்குச் செல்வது கிடையாது. கடலில் நடுத்தர ஆழம் உள்ள பகுதிகளில் வாழும் உயிரினங்கள் மேலே அல்லது கீழே போவது கிடையாது. மிக ஆழத்தில் வசிக்கும் உயிரினங்கள் மேல்மட்டத்துக்கு வருவது கிடையாது. மேல் மட்டத்தில் உள்ள கடல்வாழ் உயிரினங்கள் மடியும்போது அவற்றின் உடல்கள் கீழ்நோக்கி இறங்குகின்றன. அவை கீழ்மட்டங்களில் உள்ள உயிரினங்களுக்கு உணவாக அமைகின்றன. இப்படியாகக் கடலில் 'உணவு மழை' இருந்துகொண்டே இருக்கும்.

இதுவரை 'கடல்கள்' என்று பன்மையில் குறிப்பிட்டு வந்தோம். விண்வெளியிலிருந்து பார்த்தால் பூமியில் ஒரே ஒரு கடல் இருப்பது போலவும் அவற்றின் நடுநடுவே கண்டங்கள் அமைந்துள்ளது போலவும் தெரிகிறது. ஆயினும் வசதியைக் கருதி, நாம் அந்தந்தப் பகுதியில் உள்ள கடல்களுக்குத் தனித்தனிப் பெயர் வைத்திருக்கிறோம்.

பசிபிக் பெருங்கடல், அட்லாண்டிக் பெருங்கடல், இந்தியப் பெருங்கடல், ஆர்க்டிக் பெருங்கடல் ஆகியவை நான்கு பெருங்கடல் களாகும். இவற்றில் பசிபிக் பெருங்கடல்தான் பரப்பளவில் மிகப் பெரியது. வடதுருவப் பகுதியை ஒட்டி அமைந்த ஆர்க்டிக் பெருங்கடல் பெரும்பாலும் உறைந்த பனிக்கட்டிகள் மிதக்கிற கடலாக உள்ளது. இவற்றைத் தவிர வங்கக் கடல், அரபிக் கடல், மத்திய தரைக்கடல் போன்ற சிறிய கடல்கள் உள்ளன. பூமியின் மேற்பரப்பில் சுமார் 70 சதவிகிதம் இவ்விதம் நீரால் சூழப்பட்டதாக உள்ளது.

கடல்நீர் உப்புக் கரிக்கிறது என்பதால் அதில் உப்பு மட்டும்தான் கலந்துள்ளது என்று கருதிவிடக்கூடாது. கடல் நீரில் மிக நுண்ணிய அளவில் தங்கமும் கரைந்திருக்கிறது. ஆனால் கடல் நீரைக் காய்ச்சித் தங்கம் எடுப்பது என்பது கட்டுப்படி ஆகாத விஷயம். இதற்கு ஆகும் செலவுடன் ஒப்பிட்டால், நகைக்கடைக்குச் சென்று தங்கம் வாங்குவதேமேல்.

எனினும் கடலுக்கு அடியில் கடலடித் தரையில் வர்த்தகக் காரியங் களுக்குப் பயனாகக்கூடிய உலோகங்கள் அடங்கிய உருண்டைகள் நிறையக் கிடக்கின்றன. கிட்டத்தட்ட உருளைக்கிழங்கு சைஸில் உள்ள இந்த உருண்டைகளில், நிக்கல், தாமிரம், கோபால்ட் போன்ற உலோகங்கள் அடங்கியுள்ளன. இவற்றைக் கடலடித் தரையிலிருந்து எடுப்பதற்கான வழி வகைகள் ஆராயப்படுகின்றன. இத்துறையில் முன்னணியில் இருக்கும் சில நாடுகளில் இந்தியாவும் ஒன்றாகும்.

கடல்களில் புயல்கள் உருவாவது பற்றி நமக்குத் தெரியும். ஐப்பசி மாதத்தில் வங்கக் கடலில் உருவாகிற புயல்கள் பற்றி நாம் நன்கு அறிவோம். அமெரிக்காவின் தென்கிழக்கே அட்லாண்டிக் கடலிலும், ஜப்பான் அருகே உள்ள கடலிலும் ஆஸ்திரேயா அருகே உள்ள கடலிலும் புயல்கள் உருவாகின்றன.புயல்கள் சுழலும் பாணியானது உலகம் பூராவிலும் ஒரே மாதிரியாக இல்லை. பூமியின் நடுக்கோட்டுக்கு வடக்கே உள்ள கடல் பகுதிகளில் புயல்கள் இடமிருந்து வலமாகச் சுழல்கின்றன. நடுக்கோட்டுக்குத் தெற்கே உள்ள கடல்களில் புயல்கள் வலமிருந்து இடமாகச் சுழல்கின்றன. பூமி தனது அச்சில் சுழல்வதால் ஏற்படும் கொரியாலிஸ் விளைவு காரணமாக இவ்விதம் உள்ளது.

கடல்களுக்கும் வானிலைக்கும் நிறையத் தொடர்பு உள்ளது. சூரிய வெப்பத்தால் கடல்களில் ஆவியாகும் நீர் பின்னர் மழையாகப் பொழிகிறது அல்லது பனித்துளிகளாக விழுகிறது.

கடல் நீரானது தேங்கிய குட்டை போல நிலையாக இருப்பது இல்லை. சூரிய வெப்பத்தால் பூமியின் நடுக்கோட்டுப் பகுதியில் கடல் நீர் சற்று சூடாகி விரிவடைகிறது. இதனால் நீர் மட்டம் சில அங்குலம் உயர்கிறது. அதாவது கடல் மேடாகிறது. இந்த 'மேட்டுப் பகுதி'யி லிருந்து நீரானது வட, தென் துருவப் பகுதிகளை நோக்கிப் பாய்கிறது. அதே நேரத்தில் வட, தென் துருவப் பகுதிகளில் கடும் குளிராக உள்ள நீர் உள்ளே இறங்கி பூமியின் நடுப்பகுதியை நோக்கிப் பாய்கிறது.

கடந்த சுமார் 50 ஆண்டுகளில் கடல்கள் பற்றிப் பல புதிய விஷயங்கள் தெரிய வந்துள்ளன. ஆனாலும் கடல்கள் பற்றி அறிய வேண்டிய விஷயங்கள் இன்னமும் நிறையவே உள்ளன.

பூமி என்னும் சொர்க்கம்

சூரிய மண்டலம் பிரம்மாண்டமானது. ஒரு விண்கலத்தில் ஏறி, சூரிய மண்டல எல்லைவரை சென்றுவிட்டுத் திரும்ப நமக்கு ஆயுள் போதாது. ஆனாலும் இப்புத்தகத்தில் நாம் புதன் கிரகத்தில் தொடங்கி சூரிய மண்டல எல்லைவரை சென்று எல்லாக் கிரகங்களையும் பார்த்து விட்டோம். பிறகு சந்திரனை எட்டிப் பார்த்தோம். இறுதியாக பூமியின் நிலம், நீர், காற்று ஆகியவை பற்றி ஓரளவு கவனித்தோம். பூமியைப் பற்றிக் கூற நிறையவே உள்ளது. அதை விவரமாகக் கூற முற்பட்டால் அதுவே நீண்ட கதையாகிவிடும்.

நமது சூரிய மண்டலப் பயணத்தில் ஒன்று தெளிவாகத் தெரிந்தது. சூரியனைச் சற்றும் கிரகங்கள், அந்த கிரகங்களைச் சுற்றுகிற சந்திரன்கள் ஆகியவற்றில் பூமி ஒன்றில் மட்டும்தான் உயிரினம் உள்ளது. பூமிக்கு மிக அருகில் உள்ள சந்திரன்கூட உயிரற்ற, ஆபத்தான பொட்டல் காடுதான்.

பூமி தோன்றி 460 கோடி ஆண்டுகள் ஆகின்றன. பூமியில் உயிரினம் எப்படித் தோன்றியது என்ற கேள்விக்கு இன்னும் முழுமையான விடை கிடைக்கவில்லை. எனினும் பூமியில் உயிரினம் தோன்ற மூன்று முக்கிய அம்சங்கள் உதவின. முதலாவதாக சூரியனிலிருந்து பூமியானது உகந்த தூரத்தில் உள்ளது. பூமி மட்டும் இப்போது உள்ளதைவிட சூரியனுக்குச் சற்று அருகில் இருந்திருக்குமானால் சூரியனின் வெப்பம் தாங்காமல் (புதன் போல) பூமியில் அனைத்தும் கருகிப் போயிருக்கும். இரண்டாவதாக பூமியானது தகுந்த பருமன் கொண்டது. அதாவது, புதனையும் செவ்வாயையும் காட்டிலும் வடிவில் பெரியது. அதன் பலனாகப் பூமியினால் தனது காற்று மண்டலத்தைக் கெட்டியாகப் பிடித்து வைத்துக்கொள்ள முடிந்துள்ளது. அந்த அளவுக்கு பூமிக்குத் தகுந்த ஈர்ப்பு சக்தி உள்ளது. புதனின் காற்று மண்டலம் என்றோ பறிபோய்விட்டது. செவ்வாய் கிரகம் தனது மெல்லிய காற்று மண்டலத்தை இப்போதும் இழந்து வருகிறது. தவிர, தகுந்த காற்றழுத்தம் இருப்பதால்தான் பூமியில் நீர் திரவ வடிவில் உள்ளது. உயிரினம் தோன்றத் தண்ணீர் மிக அவசியம்.

மூன்றாவதாக பூமியானது தனது அச்சில் உகந்த வேகத்தில் சுழல்கிறது. வீட்டில் நீங்கள் அப்பளம் சுடுவதைப் பார்த்திருக்கலாம். அதை அவ்வப்போது திருப்பிப் போடுவார்கள். இப்படித் திருப்பிப் போடுவதால் அப்பளம் தீய்ந்து போகாமல் தடுக்கப்படுகிறது. இதேபோல பூமியின் சுழற்சி வேகம், சூரியனின் வெப்பம் பூமியின் எந்தப் பகுதியையும் கடுமையாகத் தாக்காத அளவுக்கு சரியாக உள்ளது. பூமியில் பகல் என்பது 14 நாள், இரவு என்பது 14 நாள் என்று

இருந்திருக்குமானால் சூரியனின் வெப்பம் தாங்காமல் எல்லாம் பொசுங்கிப்போயிருக்கும்.

இயற்கையானது பூமியைத் தகுந்த இடத்தில் தகுந்த வகையில் வைத்திருக்கிறது. நாம் கொடுத்து வைத்தவர்கள். நமது அண்டப் பிரபஞ்சத்தில் பூமி போன்ற கிரகம் உள்ளதா என்று தேடிக் கொண்டிருக்கிறார்கள்

இப்படி அமைந்துள்ள பூமியில் எண்ணற்ற உயிரினங்கள் உள்ளன. சக்திமிக்க மைக்ரோஸ்கோப் மூலம்தான் பார்க்க முடியும் என்ற அளவுக்கு உள்ள நுண்ணிய பாக்டீரியங்களிலிருந்து ராட்சதத் திமிங்கலங்கள்வரை பல வகையான உயிரினங்கள் இருக்கின்றன. ஒவ்வோர் உயிரினத்திலும் பல வகைகள் உள்ளன. மீன் என்றால் அதில் எண்ணற்ற வகையான மீன்கள் உள்ளன. ஆமை என்றால் அதில் எவ்வளவோ வகை. வண்டுகளை எடுத்துக்கொண்டால் பல ஆயிரம் வகை வண்டுகள். எண்ணிக்கை அளவில் பார்த்தால் வண்டுகளுக்குத் தான் பூமி சொந்தம் என்று ஒரு நிபுணர் கூறுகிறார். கரப்பான் பூச்சியும் ஒருவகையில் பூமிமீது உரிமை கொண்டாடலாம். அது பல கோடி ஆண்டுகளாக இருந்துவருகிறது. மனிதனைவிடத் தங்களுக்குத்தான் பூமிமீது அதிக உரிமை உள்ளது என்று அவை கூறலாம். பூமியின் வயதை வைத்துப் பார்த்தால் மனிதன் 'நேற்று' வந்தவன்.

பூமியில் அநேகமாக உயிரினம் இல்லாத இடமே கிடையாது. மனிதன் நிரந்தரமாகக் குடியேறி வாழ முடியாத அளவுக்குக் கடும் குளிர் வீசும் அண்டார்டிகாவில் (தென் துருவப் பகுதி) பெங்குவின்கள் உள்பட பல உயிரினங்கள் உள்ளன. கடும் வெயில் அடிக்கும் பாலைவனத்திலும் வறட்சியைத் தாங்கி நிற்கும் திறன் கொண்ட புற்கள் அங்குமிங்கும் உள்ளன. காற்றிலிருந்து நீரைச் சேகரிக்கிற பூச்சிகூட உள்ளது.

காடுகளைப் பற்றி சொல்லவே வேண்டாம். எண்ணற்ற உயிரின வகைகள் உள்ளன. நீங்கள் காட்டுக்குக்கூடச் செல்லவேண்டாம். வீட்டுத் தோட்டத்தில் இரண்டு மரங்களும் செடி, கொடிகளும் இருந்தால் போதும். வீட்டுத் தோட்டத்தில் உள்ள மரத்தை அல்லது பெரிய செடியை உற்றுக் கவனியுங்கள். அதன் அடிப்பகுதி, கிளை, காம்பு, இலை, பூ ஆகியவற்றில் விதவிதமான பூச்சிகளைக் காண்பீர்கள்.

மரங்களின், செடி, கொடிகளின் நிழலிலும் இதே போலப் பல நுண்ணிய உயிரினங்கள் இருக்கும். நீங்கள் ஒரு மரம் வளர்த்தால் பல உயிரினங் களுக்குப் புகலிடம் கொடுத்தவர் ஆவீர்கள். பூச்சிகள் அல்லாமல் காக்கை, குருவி, அணில், ஓணான் என்று பலவும் குடிபுகுந்துவிடக் காண்பீர்கள்.

தாவரங்களும் விலங்குகளும் நமது உணவுக்குத் தேவையான பொருட்களை அளிக்கின்றன. நமக்கு அத்தியாவசியமான, நமது வசதிக்கான இதர பொருட்களையும் அளிக்கின்றன. இவை இப்படி அளிக்கிற பொருட்களை நீங்கள் நன்கு யோசித்துப் பட்டியல் போட்டுப் பாருங்கள். உங்களுக்கே வியப்பாக இருக்கும்.

தாவரங்களும் விலங்குகளும் நம்மை மகிழ்விக்கவும் செய்கின்றன. மயிலின் வண்ணத்தோகை, அன்னத்தின் நடை, குயிலின் குரல், சிட்டுக் குருவியின் துடிப்பு, யானையின் ஆகிருதி, சிங்கத்தின் கம்பீரம், குதிரையின் வாளிப்பு, மான்களின் மருட்சி இவை எல்லாமே மனத்தைக் கவருகின்றன. தாவரங்கள் நிறைந்த இயற்கைக் காட்சிகள் ரம்மியமாக உள்ளன. பச்சைக் கம்பளம் போன்ற பசுமை வயல், நீண்டு உயர்ந்த மரங்கள், கிறுகிறுக்க வைக்கும் பள்ளத்தாக்கு, பிரமிப்பூட்டும் நீர்வீழ்ச்சி, வண்ணமயமான வானவில், அடிவானத்துச் சூரியன் இவை அனைத்தும் மனத்துக்கு இதத்தை அளிப்பவை. இயற்கை அளிக்கும் இன்பத்துக்கு அளவே இல்லை.

பூமியில் ஏதோ ஒரு காலத்தில் நிலவிய உகந்த சூழ்நிலைகள் உயிரினம் தோன்றக் காரணமாக இருந்தன. பரிணாம வளர்ச்சி மூலம் பல்வகை உயிரினங்கள் தோன்றின. பின்னர் இதே உயிரினங்களால் பூமியின் தன்மைகளும் மாறின. மேற்கூறிய பரிணாம வளர்ச்சியின் விளைவாகத் தோன்றியவன் மனிதன்.

ஆதி காலத்து மனிதன் இயற்கையுடன் ஒன்றி வாழ்ந்தான். கற்களால் ஆன ஆயுதம், பச்சை இறைச்சி, தோல் ஆடை ஆகிய நிலைகளிலிருந்து மனிதன் மீண்டு குறிப்பிடத்தக்க முன்னேற்றத்தைக் காணப் பல ஆயிரம் ஆண்டுகள் பிடித்தன. சுமார் 4,000 ஆண்டுகளுக்குமுன் இந்தியா, சீனா, எகிப்து, மேற்காசியா, மெக்சிகோ போன்றவற்றில் சீரும் சிறப்பும் மிக்க கலாசாரம் இருந்ததாக வரலாற்றுத் தகவல்கள் காட்டுகின்றன. ஆனாலும் கடந்த சுமார் 200 அல்லது 300 ஆண்டுகளில் அடுத்தடுத்து செய்யப்பட்ட கண்டுபிடிப்புகள் மனித வாழ்க்கையை மேம் படுத்தியுள்ளன. தொழில் புரட்சியும் அடுத்து ஏற்பட்ட சமூக, அரசியல் புரட்சிகளும் பல வரவேற்கத்தக்க மாற்றங்களை ஏற்படுத்தின. இப்போது நாம் கம்ப்யூட்டர் புரட்சியைக் காண்கிறோம். கம்ப்யூட்டர் துறையில் மற்றும் செல் போன் துறையில் ஏற்பட்டுவரும் முன்னேற்றங்கள் இதுவரை நினைத்துப் பார்க்க முடியாத பல வசதிகளை ஏற்படுத்திவருகின்றன. மரபணுக்கள் (ஜீன்கள்) பற்றிய சமீபத்தியக் கண்டுபிடிப்பால் இதுவரை பிடிபடாத நோய்களைக் கட்டுப்படுத்த இயலும் என்று கூறப்படுகிறது. மனிதனால் 1,200 ஆண்டுகள் வரை வாழ முடியும் என்றும் கூறப்படுகிறது.

ஆனால் ஆக்கப் பணிகளாக, மனித குலத்தின் நன்மைக்காகச் செய்யப்பட்ட கண்டுபிடிப்புகள் பலவும் அழிவுப் பணிகளுக்குப் பயன்படுத்தப்பட்டுள்ளன. மனிதனின் தீய குணங்களான போட்டி, பொறாமை, பேராசை, வெறுப்பு, ஆதிக்க உணர்வு போன்றவற்றை நவீன காலக் கண்டுபிடிப்புகள் ஒழித்துவிடவில்லை. அதன் விளைவாக மதம், மொழி, இனம் அடிப்படையிலான சச்சரவுகள் இன்னும் நீடிக்கின்றன.

எனினும் ஆக்க சக்திகளுக்கும் அழிவு சக்திகளுக்கும் இடையிலான போராட்டத்தில் என்றும் ஆக்க சக்தியே வென்றிருக்கிறது. அழிவு சக்திகளுக்கு எதிரான போராட்டத்தில் இன்றைய இளைஞர்களுக்கு முக்கிய பங்கு இருக்கிறது. இந்த விஷயத்தில் அவர்களுக்கு இணையம், மின்னஞ்சல் போன்ற புதிய ஆயுதங்கள் கிடைத்துள்ளன. இந்தியப் பிரஜை, அமெரிக்கப் பிரஜை, ஆஸ்திரேலியப் பிரஜை என்பதற்கு மேலாக இன்று இணையமும் மின்னஞ்சலும் உலகப் பிரஜைகளை உருவாக்கிவருகின்றன. இந்த உலகப் பிரஜைகள், இந்த உலகின் எதிர்காலத்தை நிர்ணயிப்பவர்களாக இருப்பர்.

www.ingramcontent.com/pod-product-compliance
Lightning Source LLC
LaVergne TN
LVHW100808051026
849519LV00006B/1998
* 9 7 8 9 3 8 4 1 4 9 8 5 7 *